योग्य नोकरी
मिळवताना...

योग्य नोकरी *मिळवताना...*

हमखास यशस्वी मुलाखतीचे तंत्र

• मूळ लेखन •
प्रतिभा मेस्स्नर
आणि
वोल्फगांग मेस्स्नर

• अनुवाद •
मानसी दांडेकर

VISHWAKARMA PUBLICATIONS VP

योग्य नोकरी मिळवताना...

Winning the Right Job - A Blueprint to Acing the Interview

First Published In English By: Pan Macmillan India 2015.

ISBN 978-93-83572-82-3

प्रथम आवृत्ती : ऑगस्ट २०१५

© प्रतिभा मेस्स्नर आणि वोल्फगांग मेस्स्नर २०१५

प्रकाशक
विश्वकर्मा पब्लिकेशन्स
२८३, बुधवार पेठ, सिटी पोस्टाजवळ,
पुणे ४११ ००२.
फोन : ०२०-२०२६११५७ / २४४४८९८९
info@vpindia.co.in
www.vpindia.co.in

अनुवाद
मानसी दांडेकर

विशेष सहाय्य
योगिता वैद्य

मुखपृष्ठ
मेघनाद देवधर

मांडणी
अमन तोरवी

आमच्या आईवडिलांना सविनय अर्पण

अनुक्रमणिका

ॐ

तुम्ही अर्ज का केलात?
कंपनीच्या मूल्य चौकटीत बसताय ना?
तुमचा गृहपाठ पक्का आहे ना?
दोन प्रश्नांमधील दीर्घ शांतता!

आकृत्या व रेखाचित्रे

৪৩৫৩২

प्रस्तावना

मार्केटमध्ये नोकरी शोधताना तुम्हाला दिशा मिळत नाही? किंवा कदाचित आता नोकरीसाठी मुलाखत देण्याचा आत्मविश्वास संपलाय का? मग तुम्हाला नक्कीच एखाद्या मार्गदर्शकाची गरज आहे आणि या पुस्तकात तुम्हांला तुमच्या प्रश्नांची, समस्यांची उत्तरं मिळतील.

आपल्याला मुलाखतीबद्दल आपल्याला 'कळतं' असं आपल्याला का वाटतं?

आम्ही आजवरच्या आमच्या शैक्षणिक व कंपनीच्या करियरमध्ये उमेदवार म्हणून अनेक मुलाखती दिल्या. तसेच अनेक औद्योगिक संस्थांमध्ये अनेक ठिकाणी अनेक हुद्यांसाठी मुलाखती घेतल्यासुद्धा. नोकरीच्या भरती प्रक्रियेच्यावेळी मोठमोठ्या अधिकाऱ्यांचाही संपर्क येत गेला. अनेक कंपन्यांची निर्णय प्रक्रिया कशी चालते हेही आम्ही जवळून बघितलं आणि या सगळ्या अनुभव आणि निरीक्षणांमधून मुलाखती देताना उमेदवारांचे नक्की कोणते मुद्दे महत्त्वाचे आणि निर्णायक ठरतात, याशिवाय आम्हाला काही निष्कर्ष काढता आले. हेच काही निष्कर्ष वाचकांसाठी पुस्तकरूपाने मांडत आहोत. आमच्यापैकी एकजण जगभरातील सर्वच बिझिनेस स्कूलमधून शिकवत असतो. त्यामुळेच मुलाखती आणि नोकरभरतीच्यावेळी जगभरामध्ये नवीन उमेदवारांच्या समोर असलेली आव्हानेही आम्ही जाणून घेतली आहेत.

हे पुस्तक का वाचायचं?

'स्वप्नातला जॉब' मिळवण्यासाठी असंख्य अडथळे पार करावे लागतात. कोणत्याही कंपनीमध्ये कर्मचाऱ्यांची भरती करताना कंपनीला सर्वांगाने व समतोल विचार करावा लागतो. अनुत्पादक काम उमेदवारांनी टाळायला हवं. उमेदवाराला योग्य काम आणि कंपनीला योग्य उमेदवार कायमच हवा असतो. नोकर भरतीची काळजीपूर्वक केलेली प्रक्रिया तुम्हाला पत्रव्यवहार, बायोडेटा, लेखी परीक्षा, फोनवरच्या मुलाखती या सगळ्या गोंधळातून योग्य कामापर्यंत पोचवू शकते.

त्याचबरोबर तुम्हाला तुमच्या वाटाघाटीच्या योग्य तंत्राने तुम्हाला हवा तसा मोबदलाही ठरवता येवू शकतो. पुढचा रस्ता मात्र काट्यांनी भरलेला असू शकतो.

कंपनीमधील काही हुद्यांच्या उमेदवार भरतीसाठी निवड प्रक्रियेचे असे सहा-सात टप्पे ओलांडावे लागणं ही सामान्य गोष्ट आहे. तुम्ही या संपूर्ण प्रक्रियेसाठी तयार नसाल किंवा नोकरीत बदल न घडता एकरेषीय कामाचीच अपेक्षा असेल तर प्रक्रियेतील हे सात-आठ निर्णायक टप्पे तुम्हाला अवघड व थकवणारे ठरू शकतात. या सगळ्या प्रक्रियेतून जात असतानाच तुम्ही इतर पर्यायांची तुलनाही करत असताच. अशा पर्यायांचा विचार करूनच कोणतीही व्यक्ती आपल्या योग्य निर्णयावर पोचत असते.

सध्याच्या काळात तुमचं तांत्रिक ज्ञान आणि कार्यक्षमता केवळ चांगली असून चालत नाही. योग्य कंपनीमध्ये अर्ज करणं, आयुष्याबद्दलचा तुमचा दृष्टिकोन, महत्त्वाकांक्षा आणि अपेक्षा असे अनेक मुद्देही आता मुद्यांवर विचार करताना किंवा उत्तर देताना महत्त्वाचे ठरू लागले आहेत. या मुद्यांवर विचार करताना किंवा उत्तर देताना तुम्हाला अडचण येत असेल, तर हे पुस्तक तुम्हाला नक्कीच मार्गदर्शक ठरेल. मुलाखतीच्या संपूर्ण प्रक्रियेतील बारकावे व कंपन्यांच्या उमेदवारांकडून असलेल्या अपेक्षा यांचा अभ्यास करण्यसाठी हे पुस्तक नक्कीच उपयोगी ठरेल. तुम्ही इतरांपेक्षा नक्कीच प्रभावी आणि यशस्वी मुलाखत देऊ शकता!

हे पुस्तक कसे वाचावे?

खरं तर आपण प्रत्यक्ष मुलाखतीच्या प्रक्रियेची सखोल माहिती घेणार आहोत. पण त्याचबरोबर बायोडेटा कसा असावा, अर्ज कसा करावा, मुलाखतीची तयारी, वाटाघाटी आणि नोकरीची सुरुवात या विषयांवरही चर्चा करणार आहोत. या सर्व मुद्यांचीही आपण तपशीलात चर्चा करू. या विषयावरची इत्यंभूत माहिती विस्ताराने घेणार आहोतच, त्या शिवाय पुस्तकाची प्रकरणे अशी तयार केली आहेत की वाचकाला कोणतेही प्रकरण कोणत्याही वेळी स्वतंत्रपणे वाचता येईल. (आधीचा संदर्भ नसला तरी चालेल.)

आपण प्रत्येक प्रकरणात काय माहिती घेणार त्याचा थोडक्यात सारांश असा–

प्रकरण १:– तुम्ही योग्य उमेदवार आहात का?

या प्रकरणामध्ये ऑनलाईन प्रोफाईल तयार करणे, विविध नोकऱ्यांची संधी तपासणे व त्यांचे पर्याय तयार करणे, बायोडेटासह नोकरीसाठी अर्ज करणे या घटकांचा विचार केला आहे. यातच एकंदर नोकर भरतीबद्दल ढोबळ कल्पना दिली आहे. तसेच चालू नोकरीत राहून नवीन नोकरी कशी शोधता येईल याबद्दलच्या टीप्सही दिल्या आहेत.

प्रकरण २:– मुलाखतीची प्रत्यक्ष तयारी

मुलाखतीकरता बोलावणे आल्यावर नक्की काय व कशी तयारी करायची याबद्दलची माहिती या प्रकरणात असेल. मुलाखतीसाठी नक्की कोणती माहिती असायला हवी, तुम्ही स्वतःला कसे सादर करणार? आणि तुम्ही अर्ज करत असलेल्या नोकरीचं तुमच्या लेखी महत्त्व कसं ओळखायचं या मुद्यांवरही चर्चा केली जाईल. मुलाखतीच्या ताणाचं नियोजन कसं करायचं याच्याही काही टीप्स या प्रकरणात आहे.

प्रकरण ३:– प्रथमदर्शनी मत व तुमचे स्थान

हा खरा कळीचा मुद्दा आहे. मुलाखतीची सुरुवात अत्यंत महत्त्वाची! तुमच्या व्यक्तिमत्त्वाबद्दलचं प्रथमदर्शनी मत अत्यंत महत्त्वाचं आहे, त्यामुळे मुलाखतीबाबत अन्य काही मुद्यांकडे वळण्यापूर्वी हे प्रकरण नक्की आधी वाचा.

प्रकरण ४:– तुमचा अनुभव आणि तुमची महत्त्वाकांक्षा

या प्रकरणात तुम्हाला तुमच्या आजवरच्या प्रवासाची वाटचाल तपासण्यासाठी काही टीप्स दिल्या आहेत. तुमचे करियरमधील यशाचे टप्पे, तुमच्या करियरचा आलेख आणि भविष्यातील तुमच्या अपेक्षा या साऱ्या बाबींचा तपशीलाने व पद्धतशीरपणे विचार कसा करायचा, यासाठी काही टीप्स यात आहेत. तुमचा अनुभव हा तुमच्या कामासाठी सर्वांत मोठा व महत्त्वाचा मुद्दा आहे.

प्रकरण ५:– कृतीशीलतेबाबतचे प्रश्न

तुम्ही कंपनीच्या प्रगतीमध्ये काय व कसे योगदान देऊ शकता, असा प्रश्न मुलाखतीत नक्की विचारला जातो. या प्रश्नाचं पद्धतशीरपणे उत्तर कसं द्यायचं, यासंबंधी माहिती या प्रकरणात दिली आहे.

प्रकरण ६: तुमचं व्यक्तिमत्त्व आणि तुमची कार्यपद्धत

तुमच्या कामातील व व्यक्तिमत्त्वातील बलस्थानं आणि कमकुवत दुवे मुलाखत कर्त्याला जाणून घ्यायचे असतात. या प्रश्नाला नीट सामोरे कसं जायचं आणि त्याचबरोबर तुमच्या व्यक्तिमत्त्वाबद्दलच्या प्रश्नांनाही सामोरं जाण्यासाठी या प्रकरणात टीप्स दिल्या आहेत.

प्रकरण ७ : विशिष्ट प्रकारच्या मुलाखती

नोकऱ्यांचे मेळावे, टेलिफोनीक मुलाखती, तज्ज्ञांच्या समितीपुढे मुलाखत, समूह चर्चा, विशिष्ठ विषयांशी संबंधित मुलाखत, सादरीकरण, लेखी परीक्षा आणि मुलाखतींचे मूल्यमापन अशा विविध प्रकारच्या मुलाखतींबद्दल या प्रकरणात माहिती दिली आहे.

प्रकरण ८: समारोप

या प्रकरणात मुलाखतीच्या शेवटी काय करायचं, तुमची वर्तणूक, देहबोली कशी असली पाहिजे आणि मुलाखतकर्त्यांवर छाप कशी पाडायची याबद्दलच्या टीप्स दिल्या आहेत.

प्रकरण ९ : मुलाखतीनंतर

प्रत्यक्ष मुलाखती इतक्याच मुलाखतीनंतरही लगेचच काही महत्त्वाच्या गोष्टींची दक्षता घ्यावी लागते. उदा. मुलाखती दरम्यान तुमची कामगिरी कशी झाली? यासाठी तुम्हाला एक प्रश्नावली दिली आहे, ज्यावरून तुम्हाला तुमच्याच मुलाखतीचे मूल्यमापन करता येईल. त्याशिवाय, मुलाखत यशस्वी झाल्यानंतरही ती विशिष्ठ नोकरी स्वीकारायची की नाही, कामाच्या ठिकाणी पहिला आठवडा, पहिला महिना कसं काम करता येईल या सगळ्या बाबी या शेवटच्या प्रकरणात

अंतर्भूत आहेत.

एक गोष्ट स्पष्टपणे नमूद करू इच्छितो की, या पुस्तकात कोणतीही तयार प्रश्नोत्तरे मिळणार नाहीत. इथे दिलेली उत्तरे किंवा मुद्दे जसेच्या तसे तुम्हाला तुमच्या मुलाखतीत वापरता येणार नाहीत. याऊलट प्रश्नांना हाताळण्यासाठी काही टीप्स आहेत. त्यांचा तुम्हाला तयारी करताना नक्कीच उपयोग होईल. आमच्या आजवरच्या अनुभवातून आलेले विचार यात आहेतच. परंतु खरं तर ते फक्त तुमच्या स्वत:च्या तयारीसाठी दिशादर्शक आहेत. मात्र त्यासाठी पुस्तक वाचून, त्यातील तुम्हाला योग्य असणारा भाग लक्षात घेऊन तुम्हाला स्वत:चे नियोजन करावे लागेल. जिंकण्यासाठी प्रयत्नांची पराकाष्ठा करावी लागते, ज्या प्रयत्नांसाठी या पुस्तकात मार्गदर्शन केले आहे. पण तुमचे प्रयत्न तुम्हाला स्वत:लाच करायचे आहेत.

या पुस्तकात बऱ्याच जागी 'गोष्ट' किंवा 'कथा' असा शब्दप्रयोग वापरला आहे. त्याचा शब्दश: अर्थ कृपया वाचकांनी घेऊ नये. कोणतंही खोटं विधान लपवण्यासाठी किंवा एखादी छोटी गोष्ट मोठी करून सांगण्यासाठी 'गोष्ट' हा शब्द आलेला नाही, तर त्या शब्दाचे सकारात्मक अर्थ लक्षात घेतले आहेत. गोष्टी सांगण्यामध्ये रंजकता असतेच पण त्याचबरोबर आपला मुद्दा समोरच्याला नीट समजावून सांगण्याची संधीही मिळते. मुलाखतकारांच्या मनात आपली चांगली प्रतिमा उभी राहण्यासाठी या 'कथा' कथनाच्या तंत्राचा वापर होऊ शकतो. ''तुमच्या आयुष्याचा अनुभव व दृष्टिकोन याबद्दल तुमचं काय मत आहे?'' या व अशासारख्या प्रश्नांना उत्तरे देताना तुमच्या उत्तरात रंजकता हवीच. म्हणूनच या 'गोष्टीं' कडे तुमच्या तयारीचा भाग म्हणून बघा.

या पुस्तकातील बराचसा भाग हा आमच्या अनुभवामधून आला असला तरी एक विशिष्ट अनुभवाचा प्रत्येक मुद्यामध्ये आम्ही उल्लेख केलेला नाही. कारण त्याने वाचकांची दिशाभूल होऊ शकते. त्यामुळेच 'मी' (प्रतिभा) 'किंवा' मी (वोल्फगांग) असा एकेरी व थेट उल्लेख न करता 'आम्ही' हे संबोधन सर्वत्र वापरले आहे. त्यामुळे वाचकांचा गोंधळ उडणार नाही.

पुस्तकात सर्वत्र मुलाखत देणाऱ्याला 'उमेदवार' आणि मुलाखत घेणाऱ्याला 'मुलाखतकार' किंवा 'मुलाखतकर्ता' असेच शब्द वापरले आहेत. कधीकधी कंपनीच्या अंतर्गत बदल्यांच्या प्रक्रियेत त्याच कंपनीचा मुलाखतकार किंवा उमेदवार असू शकतो. त्यामुळे कंपनीच्या अंतर्गत किंवा नवीन नोकर भरतीच्या वेळीही 'उमेदवार' व 'मुलाखतकार' हेच शब्द कायम ठेवले आहेत.

विविध प्रकारच्या व्यवसाय किंवा औद्योगिक कंपनीच्या मुलाखतीची तंत्र या एकाच पुस्तकात मिळतील!

आज औद्योगिक क्षेत्रे आणि व्यवसायांचे प्रकारही रोज विस्तारत आहेत. तांत्रिक कंपन्यांच्या निवड प्रक्रियेचे आम्ही तज्ज्ञ नाही. तरीही सर्वसामान्यपणे असे दिसते की, ढोबळमानाने कोणतीही कंपनी आपल्या कामाच्या चौकटीत बसणाऱ्या योग्य उमेदवाराच्याच शोधात असते. थोडक्यात, आज ज्याला 'सॉफ्ट स्कील्स' असं म्हणतात, ती कौशल्ये उमेदवारात नक्की असावीत. तुमचं व्यक्तिमत्त्व, आयुष्याबद्दलचा (आणि कामाकडे बघण्याचा) दृष्टिकोन व मूल्ये या घटकांवर तुमचे तुमच्या सहकाऱ्याशी वर्तन कसे असेल, हे ठरत असते. त्यामुळेच या घटकांवर पुस्तकात अधिक माहिती आणि तपशील आला आहे.

प्रत्येक देशाची, प्रत्येक कंपनीची किंवा प्रत्येक औद्योगिक क्षेत्राची कर्मचारी निवडीची प्रक्रिया एकमेकांपासून अत्यंत भिन्न असू शकते, तरीही सर्वांचा निकष मात्र समान असतो, तो म्हणजे, आपल्या कामासाठी योग्य उमेदवाराची निवड! आता भारतामध्ये देखील खूपच बहुराष्ट्रीय कंपन्या आहेत. जिथे भारतातील कर्मचारी दुसऱ्याच देशातील कर्मचाऱ्याशी संवाद साधत असतो किंवा त्या उलटही चित्र दिसतं. थोडक्यात मुलाखतीचे जितके जास्त टप्पे, तितकी तुमचे परदेशातील मुलाखतकाराच्या संवादाची शक्यता जास्त!

परदेशातील कामाची पद्धतही भिन्न प्रकारची असते. म्हणूनच तुमचे व्यक्तिमत्त्व, तुमच्या स्वभावातील खुलेपणा, शिकण्याची तयारी अशा मुद्यांवर कंपनी उमेदवाराची चाचपणी करत असते. कारण त्याचा कंपनीच्या कामावर थेट परिणाम होत असतो. कोणत्याही क्षेत्रातील कंपनीच्या मुलाखतींसाठी म्हणूनच हे पुस्तक

तुम्हाला मदत करेल.

थोडी सावधगिरी हवीच

मुलाखत देण्याचं एक विशिष्ठ तंत्र किंवा पद्धत नाही. कधीकधी ते केवळ तुमच्या क्षमतांचं मूल्यमापन असू शकतं. त्या संपूर्ण प्रक्रियेमध्ये 'माणूस' हा केंद्रस्थानी असल्यामुळे त्यात भावभावना व क्वचित 'इगो' ही येतो. तुम्हाला नोकरी मिळाली याचा अर्थ तुम्ही सर्वात उत्तम उमेदवार असता असं नव्हे तर, त्यावेळी तुम्हाला अपयश आलं नाही, इतकंच! त्यामुळे या पुस्तकाची तुम्हाला सर्वार्थाने मदत होईल अशी अपेक्षा आहे. पण त्याचबरोबर हेही आम्ही नक्की सांगू की, मुलाखत अयशस्वी ठरली तरी खचून न जाता पुन्हा नव्याने तयारी करा.

शेवटी हा पुस्तकाचा प्रपंच, तुम्हाला योग्य काम मिळावं यासाठी आहे. हा काही हमखास यशाचा मार्ग नाही. परंतु तुमचा मार्ग तयार करण्यासाठी या पुस्तकाची तुम्हाला नक्कीच मदत होईल. आमच्या आजवरच्या अनुभवातून व ज्ञानातून हे पुस्तक तयार झाले आहे. त्यातील अनावश्यक गोष्टी वगळून जे उपयुक्त आहे तेच देण्याचा आमचा प्रयत्न आहे. कोणीच या जगात परिपूर्ण किंवा परफेक्ट नाही. पण आम्ही आजवर जे शिकलो तेच तुमच्या प्रगतीसाठी इथे मांडायचा आम्ही प्रयत्न केला आहे!

सर्वांनाच उज्ज्वल भवितव्यासाठी शुभेच्छा !

प्रतिभा मेस्स्नर **वोल्फगांग मेस्स्नर**

१

तुम्ही योग्य उमेदवार आहात का?

जगाच्या पाठीवर तुम्ही कोठेही असलात तरी सगळीकडे गळेकापू स्पर्धा आहे. अगदी योग्य नोकरी मिळवण्यासाठीसुद्धा! पूर्वीपेक्षा आताच्या अर्थव्यवस्थेत उतार-चढावही सतत येत असतात, त्यामुळे कंपन्यांना आपले कर्मचारी टिकवून ठेवण्यासाठीही पुष्कळ प्रयत्न करावे लागतात. त्याचबरोबर आणखी विरोधाभास असा की, जेवढ्या नोकऱ्या उपलब्ध आहेत, त्यापेक्षा जास्त पदवीधर व योग्य उमेदवार असतात. त्यामुळे योग्य काम व योग्य उमेदवार यांची सांगड घालणे अवघड असतेच. खालील काही उदाहरणे आपल्यालाही पटतील:-

- गोल्डमन सॅक्स या बँकींग गुंतवणुकीच्या क्षेत्रात काम करणाऱ्या कंपनीने १७,००० अर्जांमधून ३३० कर्मचाऱ्यांची नियुक्ती केली.[1] अमेझॉन या ई-कॉमर्स कंपनीमध्ये शेकड्याने बार रेझर्स आहेत. प्रत्येक बाररेझरला कोणत्याही उमेदवाराचे मूल्यमापन करण्याचा व त्या उमेदवाराची नियुक्ती रद्द करण्याचा

सल्ला देण्याचा अधिकार असतो.[2] अमेरिकेमध्ये प्रत्येक पाचपैकी चार पदवीधरांना बेकारीचा सामना करावा लागतो. अभियांत्रिकी, तंत्रज्ञान किंवा गणित या लोकप्रिय क्षेत्रातही नोकऱ्यांचा दुष्काळ आहे व उमेदवार कितीतरी आहेत.[3]

• गेल्या दशकात उच्च शिक्षणाच्या क्षेत्रात क्रांती झाली आहे. प्रत्येक वर्षी विद्यापीठाची पदवी मिळवणाऱ्यांची संख्या शेकड्यावरून हजारात गेली आहे. शिक्षणाच्या वाढत्या कक्षा व संधींमुळे नोकऱ्याही नव्याने निर्माण व्हायला हव्या होत्या, पण तसे झाले नाही, होऊ शकत नाही. म्हणूनच :-

• भारतात दर तीन पदवीधरांपैकी एकाला वयाच्या २९ व्या वर्षापर्यंत बेकारीचा सामना करावा लागतो. भारतीय विद्यार्थी जीवतोड मेहेनत करतात, पण शिक्षणासाठी आपला वेळ देतात. परंतु जोवर पदवी हातात येते तोपर्यंत नोकरी मिळण्याची शक्यता कमी झालेली असते.[4] शिक्षण व्यवस्था गरजेपेक्षा कितीतरी पट जास्त पदवीधर तयार करते आहे. त्यामुळे बहुतेक पदवीधर हे नोकरीपेक्षा अधिक पात्रतेचे असतात किंवा चुकीच्या जागी काम करत असतात. ऑक्सफर्ड विद्यापीठातील 'डेव्हलपमेंट' 'जॉग्रॉफी' या विषयाचे प्राध्यापक **क्रेग जेफ्री** म्हणतात:-[5]

> ''पूर्वीच्या काळी भारतात बस कंडक्टर बी. ए. झालेले असत. आता देशात बिगारी काम करणारेही एम्. ए. झालेले आहेत. ही महत्त्वाकांक्षेची क्रांती आहे आणि त्याच्याशी देशाची अर्थव्यवस्था नक्कीच पूरक नाही!''

• चीनमध्ये नवपदवीधरांमध्ये बेकारीचे प्रमाण अधिकृतरित्या १५ टक्के आहे. अर्थात खरा आकडा कदाचित याच्या दुप्पट असू शकेल. या बेकारांच्या समस्येचे सामाजिक व राजकीय क्षेत्रात काय पडसाद उमटू शकतात यावर अनेक सर्व्हे झाले आहेत. त्यानुसार, ही बेकार युवा मंडळी वाढत्या मध्यमवर्गामध्ये देखील सामावली जाणार नाहीत.[6]

हे आकडे धक्कादायक आहेत आणि तरीही, तुम्हाला जिथे पोहोचायचं आहे, तिथे पोहोचण्यासाठी नियोजनाची गरज आहे. प्रत्येक नव्या नोकरीसाठी अर्ज

करताना किंवा नोकरी बदलताना 'मुलाखत' हा कळीचा, महत्त्वाचा मुद्दा ठरणार आहे. उमेदवारांच्या गर्दीतून तुम्ही स्वत:ला वेगळं सिद्ध केलंत तर तुम्हाला योग्य व मनासारखं काम मिळू शकतं. पण एकदा का अडखळलात, तर पुढच्या संधी कमी होऊ लागतात.

तुमच्यासाठी योग्य संधीची तुम्हाला रांग लावायची आहे का?

रिलायन्स इंडस्ट्रीज लि. चे ग्रुप चीफ एच. आर. अधिकारी व अध्यक्ष **प्रबीर झा** यांचा तुमच्यासाठी सल्ला आहे.[7]

> अपघाताने घेतलेल्या शिक्षणामुळे तुमच्या करियरचा हकनाक बळी देऊ नका.

कार्यरत राहा, स्वत:चे निर्णय स्वत: घ्या, तुमचं भविष्य तुम्ही घडवा. पण असे मानाचे स्थान एवढ्या मोठ्या औद्योगिक क्षेत्रांमध्ये शोधणार कसे? त्या एका सोन्याच्या संधीची ओळख कशी होणार?

एम्प्लॉयमेंट एक्सचेंजमध्ये नाव नोंदवणं व त्यानुसार अर्ज करणं हा सरधोपट, पारंपारिक मार्ग झाला. पण आता जग बदललं आहे. तुम्ही तुमची संपर्कस्थाने स्वत: निर्माण करा. तुमचे सहकारी व मित्रांच्या सहाय्याने तुमचे स्वत:चे नेटवर्क तयार करा. एखाद्या सोशल प्लॅटफॉर्मवर जायच्या किंवा यासाठी एखाद्या व्यावसायिकाकडे जायच्या कल्पनेनेही भीती वाटते आहे?

चला तर, पहिल्यापासून सुरुवात करूया!

अन्सॉलिसिटेड ॲप्लीकेशन्स

तुम्ही स्वत:च एखाद्या कंपनीत काम मागण्यासाठी अर्ज करताय का? ही पद्धत जुनी झाली. आम्हीसुद्धा पूर्वी जर्मनी व भारतात याच पद्धतीने नोकऱ्या मिळवल्या होत्या. पण आता या तंत्राचा उपयोग होत नाही. १५/२० वर्षांपूर्वी कंपन्या वृत्तपत्रात जाहिराती देत असत. त्यावेळी सोशल मिडीयाचा जन्मही झाला नव्हता. इंटरनेट तितकंस लोकप्रिय व ओळखीचंही नव्हतं. त्यामुळे नोकरी मिळवण्याचा हाच मुख्य मार्ग होता. त्यावेळची अर्थव्यवस्थाही इतकी प्रभावी नव्हती. त्यामुळे

कंपन्याही नव्याकोऱ्या उमेदवारांना संधी देत असत. अगदी आजही बऱ्याच कंपन्यांच्या वेबसाईटवर हा ऑन द स्पॉट मुलाखतीचा मुद्दा दिलेला असतो.

BASF या रासायनिक उद्योगाचे उदाहरण पाहू[8]:-

> एखाद्या वेधक व विशेष अर्जाचा नोकरीसाठी विचार केला जाईल. जरी आता जागाभरतीची आम्हाला गरज नसली तरी तुमचं प्रोफाईल योग्य असेल तर तुमच्या नावाचा विचार होऊ शकतो.

म्हणजेच, तुम्ही बायोडेटा अपलोड करू शकता व सर्वसामान्य लोकांप्रमाणे वाट बघू शकतात. परंतु त्यामध्ये तुमचा बायोडेटा योग्य व्यक्ती किंवा कंपनीने बघण्याची शक्यता खूपच धूसर आहे, कारण अशा बायोडाटांची संख्या अगणित आहे. त्यामुळेच आजची अर्थव्यवस्था बघता अशा सरधोपट बायोडेटांचं भवितव्य अंधारातच असेल.

हेडहंटर्स

हेडहंटर्स एका तऱ्हेने एम्प्लॉयमेंट एक्सचेंजंच काम करतात. त्यांना नोकरीच्या शक्यता व जॉब मार्केट याबद्दल आतून-बाहेरून माहिती असते. ज्या नोकऱ्यांची जाहिरात दिली जात नाही, अशाही नोकरीच्या जागा हेडहंटर्सना दीर्घ अनुभवामुळे माहीत असतात. त्यामुळे तुम्ही नोकरी शोधण्यापेक्षा अशा हेडहंटर्सना तुमच्यासाठी नोकरी शोधणं सोपं असतं. तुम्ही अशा हेडहंटर्सची मदत घेऊ शकता किंबहुना घ्याच! तुम्हाला नोकरी मिळाली तरच हेडहंटर्स फी घेतात. ही फारच फायद्याची गोष्ट ठरते नाही का? पण या हेडहंटर्सच्या वास्तवा बाबतीत चार गोष्टी तुम्हाला ठाऊक असायला हव्यात.[9]

सर्वात पहिली गोष्ट म्हणजे हेडहंटर्सला तुमची गरज व कंपनीची गरजही नेमकेपणे कळली पाहिजे. हेडहंटर्स हे काही तज्ज्ञ नसतात, तर साधे मध्यस्थ असतात. त्यामुळे तुमचं प्रोफाईल व गरज हेडहंटर्सना नीट कळली आहे ना याची खात्री करून घ्या.

दुसरी गोष्ट म्हणजे, या हेडहंटर्सकडे वेळेची कमतरता असते. ते तुमच्या बायोडेटाकडे ओझरती नजर फिरवून तुमच्याशी बोलायचं की नाही ते ठरवतात. त्यामुळे त्यांना केलेल्या मेलमध्ये किंवा तुम्ही त्यांच्याकडे पाठवलेल्या

बायोडेटामध्ये पहिल्या ४ ओळीत तुमची गरज व योग्यता त्यांना कळली पाहिजे. तुमचा बायोडेटा पूर्ण वाचला न जाण्याची शक्यताच अधिक असते.

तिसरी गोष्ट म्हणजे, हेडहंटर्स तुमच्यासाठी नोकरी शोधू शकतीलच असे नाही. १० पैकी एक किंवा दोघांना नोकरी मिळवून देण्यात हेडहंटर्स यशस्वी ठरतात. इथे परिस्थिती तुमच्या विरुद्धच असते. कारण कंपनी एका विशिष्ठ कामासाठी एखादी योग्य व्यक्ती शोधत असेल तर हेडहंटर्स त्यांच्याकडच्या १० बायोडाटांपैकी ३/४ कंपन्यांकडे पाठवतात व त्यापैकी अर्थातच एकालाच नोकरी मिळते. त्यामुळे तुम्हाला नोकरी मिळण्याची शक्यता २५ ते ३३ % असते.

आणि शेवटची बाब म्हणजे, हेडहंटर्स तुम्हाला काहीही फॉलोअप किंवा फीडबॅक देत नाहीत. तुमचा बायोडेटा एकदा, दोनदा किंवा तिनदा कंपनीकडे पाठवला जाईल, पण तुम्हाला बऱ्याचवेळा नकार मिळाला तर त्यांच्या यादीतून तुमचं नाव वगळण्यात येतं. तसं करण्याचं स्पष्टीकरण देण्याचे कष्ट ते घेत नाहीत कारण त्यांच्याकडे तेवढा वेळच नसतो.

आम्ही उमेदवार व रिक्रुटिंग मॅनेजर म्हणूनही अनेक हेडहंटर्सना भेटलो आहोत. त्यातील काही अत्यंत विश्वासू व व्यावसायिक तऱ्हेने काम करणारे आहेत. पण अशांची संख्या खूपच कमी आहे. बहुतेकांना झटपट पैसा हवा असतो. जर तुम्हाला एखादा हेडहंटर तुमच्यासाठी योग्य वाटला नाही तर दुसऱ्या पर्यायाचा विचार करा. अर्थात, पुन्हा तसाच अनुभव येण्याची शक्यताही असतेच.

सोशल नेटवर्किंग

लिंक्डइनसारख्या सोशल नेटवर्किंग साईट्स सध्या फारच उपयुक्त ठरताना दिसतात. नवीन उमेदवारापासून, नवीन कंपन्यांपासून ते बहुराष्ट्रीय कंपन्यांपर्यंत सगळ्यांनाच या साईट्स सामावून घेतात. लिंक्डइनचं वैशिष्ट्य म्हणजे ते तुमची शैक्षणिक पात्रता, अनुभव याचा विचार करुनच नोकऱ्या सुचवतं. साधारणपणे सध्या १०० पैकी ८९ कंपन्या लिंक्डइनचा वापर करत आहेत.[10]

त्यामुळे लिंक्डइनवर तुमचं अकाऊंट उघडा व ते सतत अपडेट करत राहा. अन्यथा सर्च इंजिन्स जिथे तुमच्यासाठी नोकरी शोधू शकणार नाहीत, तिथे माणसे तुम्हाला कशी लक्षात ठेवतील? आणखी एक गोष्ट लक्षात घ्या, तुमचं प्रोफाईल

एकरेषीय असता कामा नये. कोणताही चांगला बायोडेटा हा सर्वसमावेशक असायलाच हवा. तुम्हाला माहीत आहे, जवळ जवळ अर्धे लिंक्डइन युजर्स आपलं प्रोफाईल पूर्ण करत नाहीत![11] आणि अशा उमेदवारांना नोकरीचा कॉल येण्याची अपेक्षा असते! ९६ टक्के रिक्रुटस लिंक्डइन वरून उमेदवार शोधतात[12]. अपूर्ण प्रोफाईल व कमी माहिती दिल्यामुळे तुमच्याकडे दुर्लक्ष होण्याचीच शक्यता असते. तुम्ही काय करता याच्याशी लिंक्डइनला देणं घेणं नसतं. तुमच्या करियरची सगळी भिस्त तुमच्यावरच असते.

म्हणूनच तुमचा ऑनलाईन प्रोफाईल अत्यंत महत्त्वाचा आहे. त्याबद्दल सविस्तर चर्चा आपण याच प्रकरणात पुढे करणार आहोत.

नोकऱ्यांबाबतची संकेतस्थळे आणि जॉब ॲलर्ट्स

तुम्ही नाव नोंदवलेल्या नोकरीच्या संकेत स्थळाला तुम्ही सतत भेट दिली पाहिजे हे तर तुम्हाला सांगायलाच नको. या संकेतस्थळांना जॉब पोर्टल्स किंवा जॉब बोईस असेही म्हणतात. CareerBuilder.com हे एक नामवंत व लोकप्रिय असे आंतरराष्ट्रीय जॉब पोर्टल आहे. त्याचबरोबर Indeed.com, JobsOnline.com, LinkUp.com, Monster.com आणि SimplyHired.com हीदेखील काही जॉबपोटल्स आहेत. भारतामध्ये तुम्हाला हव्या असलेल्या ठिकाणी व तुमच्या शैक्षणिक पात्रतेनुसार तुमच्या क्षेत्रातील नोकरी तुम्ही IIMJobs.com, Timsejobs.com किंवा Naukri.com अशा संकेतस्थळांवर शोधू शकता. आर्थिक क्षेत्रातील नोकऱ्यांसाठी efinancialcareers.com किंवा लंडनमध्ये माहिती तंत्रज्ञान क्षेत्रातील नोकऱ्यांसाठी CWJobs.co.uk यासारख्या संकेतस्थळांवर तुम्ही शोधू शकता. यापैकी काही संकेतस्थळांकडे स्वत:चा डेटाबेस व जॉबपोर्टल्सही असतात, तर काही इतर सर्चइंजिनची व जॉब पोर्टल्सची मदत घेतात.

अशा प्रकारच्या संकेतस्थळांमध्ये दोन गोष्टी समान असतात, ते कंपन्यांना त्यांच्या गरजेनुसार जाहिराती टाकू देतात व दुसरं, उमेदवारांना आपला बायोडेटा व कव्हर लेटर या संकेतस्थळावर अपलोड करता येतो. त्यामुळे हा सध्याचा सर्वात सोयीचा मार्ग आहे. मुलाखतीचं पत्र थेट तुमच्या मेलच्या इनबॉक्समध्ये येतं. प्रत्येक

ठिकाणी तुम्हाला धावणं शक्य नाही, तेव्हा हे काम संगणक व संकेतस्थळांना करू द्यावं !

अर्थात् एक दक्षतेचा इशारा मात्र आम्ही नक्की देऊ. सर्व संकेतस्थळांवर तुम्हाला बायोडेटा व तुमचा संपर्काचा तपशील द्यावाच लागतो. ही संकेतस्थळे तुमची माहिती हेडहंटर्स किंवा नोकरीच्या मध्यस्थांना विकत असतात. त्यामुळे त्यावर तुमचे नियंत्रण रहात नाही व तुमच्या काम शोधण्याच्या गतीवरही त्याचा परिणाम होऊ शकतो.

तुमचा बायोडेटा कोणापर्यंत पोहोचतो ?

तुम्ही तुमच्या व्यवसायात काही वर्षे घालवली असतील तर तुमच्या प्रोफोईलबद्दल फक्त तुमचे सहकारी, मार्गदर्शक, जवळचे मित्रमैत्रिणी यांच्याशीच बोलणं बरोबर आहे, पण तेवढेच पुरेसं नाही. तुमचा परीघ थोडा वाढवायला हवा. तुमच्या क्षेत्रातील अनेक व्यक्ती सोशल नेटवर्किंग साईटवर जर सतत अपडेट्स देत असतील, तर ते नक्की पहा आणि त्यांच्यापर्यंत पोहोचून, त्यांच्याशी संपर्क साधून तुमच्यासाठी काही संधी निर्माण होतेय का ते बघा. परंतु सामान्यपणे त्यांच्या टाईमलाईनवर न लिहिता त्यांच्याशी वैयक्तिक संपर्क प्रस्थापित करण्याच प्रयत्न करा आणि तरीही, अशा तऱ्हेचे संपर्क वाढवणे ही तुमची पहिली पायरी आहे, हे विसरू नका. नेटवर्किंग हा दुहेरी रस्ता आहे. तुमच्या संपर्कातील योग्य व्यक्तीपर्यंत तुमचा प्रोफाईल योग्य तऱ्हेने पोहोचवा. ही एक तऱ्हेची गुंतवणूक आहे. तुम्ही त्यांच्यासाठी काय करू शकता, हे त्यांना कळू द्या. त्याची फळे कदाचित थोडी उशीरा मिळतील, पण धीर सोडू नका.

पण एक गोष्ट अतिमहत्त्वाची, लिंक्डइनवर सरसकट सगळ्यांना इनव्हाईट पाठवू नका! माझ्या शैक्षणिक संस्थेतील विद्यार्थी माझ्याशी आधी संपर्कात येतात आणि दोनच दिवसात माझ्या लिस्टमधील सर्व CEO ना सरसकट इनव्हाईट पाठवतात. तुमची ही सवय तुम्हाला नोकरी शोधताना तुमच्यावर उलटू शकते कारण तुमचं नेटवर्क दर्जात्मक व गुणात्मक राहत नाही. सरसकट विचाराने कोणत्याही क्षेत्रातील वजनदार व्यक्तींशी, कंपन्यांशी किंवा हेडहंटर्सशी संपर्क स्थापन करणं, हा तुमचे नेटवर्क वाढवण्याचा योग्य मार्ग नाही. **ब्रीन पॅनी बरखर्त** (MIT Sloan School of Management, सहाय्यक प्राध्यापिका) या म्हणतात,[13]

"मला नक्की माहीत असलेल्या व्यक्तीच माझ्या नेटवर्किंगमध्ये असतात कारण संपर्क संख्या किती आहे यापेक्षा त्यांचा गुणात्मक दर्जा महत्त्वाचा आहे. तुम्हाला अनोळखी असलेल्या व्यक्ती किंवा अविश्वासपात्र व्यक्तींचा संपर्क तुमच्या लिस्टमधून काढून टाका, असाच मी सल्ला देईन!"

तुमचे स्वत:चे नेटवर्क

आमच्या अनुभवावरून सांगतो की, तुमचं नेटवर्कींग मजबूत करणं याखेरीज दुसरा मार्ग नाही. QuetzalOnline या जॉबपोर्टलचे CEO **देवाशीष चक्रवर्ती** म्हणतात,[14]

"तुम्हाला योग्य काम हवे असेल तर तुमच्या संपर्कातील व्यक्तींशी सतत बोलत राहा, संवाद साधा."

उदा. एखाद्या एम्प्लॉयमेंट एक्सचेंजमध्ये तुमचा एखादा मित्र किंवा जुना बॉस काम करत असेल व त्याला तुमच्यासाठी काही करायची इच्छा आहे. अशावेळी त्या ठिकाणचा मॅनेजरही तुमच्या अर्जाचा सहानुभूतीने व प्राधान्याने विचार करतो कारण तुमचं नाव त्याच्याकडे एका विश्वासू व्यक्तीने सुचवलेलं असतं. काही कंपन्या अशा विश्वासू मित्राला कंपनीत आणल्याबद्दल, संबंधित व्यक्तीला बोनस किंवा तत्सम बक्षीसही देऊ करतात. नेटवर्क वाढवण्याचं व सतत संपर्कात राहण्याचे हे एक कारण आहे की, त्यामुळे तुमचाही फायदा होतो व संधीचा फायदा घेता येतो.

जर तुमच्याकडे रिकामा वेळ असेल, तुम्ही नोकरीच्या शोधात असाल, किंवा तुम्ही नुकतेच पदवी घेऊन बाहेर पडलेला असाल, तर अशावेळी मुलाखती देण्यामुळेही तुमचं नेटवर्क वाढू शकतं. जरी तुमच्या प्रोफाईलसाठी योग्य नसलेल्या कामासाठी तुम्ही मुलाखत द्यायला गेलात, तरीही तिथे कोणाच्या तरी संपर्कातून, संदर्भातून तुमच्यासाठी योग्य संधी उपलब्ध होण्याची शक्यता वाढते किंवा क्वचित तुमच्याकडे असलेल्या एखाद्या दुर्मिळ गुणामुळे त्याच कंपनीत तुमच्यासाठी एखादं पद निर्माण केलं जाऊ शकतं. म्हणूनच केवळ तुमच्या प्रोफाईलपुरतेच मर्यादीत राहू नका.

एक अत्यंत महत्त्वाची गोष्ट, कोणाशीही संबंध तोडू नका! कोण व्यक्ती तुम्हाला कधी किंवा कोणत्या मुलाखतीच्या वेळी पुन्हा भेटेल ते सांगता येत नाही. त्यामुळे सध्याची नोकरी जरी तुम्ही रागावून किंवा निराश होऊन सोडली असेल तरी ते कोठेही दाखवू नका. जोपर्यंत कंपनीच्या पे-रोलवर तुमचे नाव आहे, तोवर तुमच्यातलं उत्तमच कंपनीला द्या. तुम्ही कसे वावरता, काय बोलता किंवा करता, तुम्ही मिळून मिसळून काम करता का या सर्व गोष्टींनी तुमची प्रतिमा बनत असते. या सवयी किंवा गुणांमुळे तुम्ही सहकाऱ्यांच्या, वरिष्ठांच्या लक्षात रहाता. कोणास ठाऊक तुमची योग्य प्रतिमा, तुम्हाला स्वप्नातला जॉबही मिळवून देऊ शकेल!

ऑनलाईन प्रोफाईल

समजा तुमचा प्रोफाईल ऑनलाईन कोणीतरी पाहत आहे. मग तिथे तुमचा वेगळेपणा कसा दिसणार? कारण एकाच नावाच्या अनेक व्यक्ती असू शकतात.

उदा. 'महेश राव' हे नाव लिंक्डइन वर साधारण ३०७ जणांचं आहे![15] मग तुमच्या लक्षात येतं की, तुमचं नाव व एका नवोदित साहित्यकाराचं नाव एकच आहे ज्याची कादंबरी सध्या राष्ट्रीय व आंतरराष्ट्रीय स्तरावर गाजते आहे.

किंवा तुमचं नाव 'मेलिसा फोर्ड' असेल तर या नावाच्या ६५ व्यक्ती एकट्या लंडनमध्येच सापडतील.

म्हणूनच पहिल्या दोन वाक्यांत तुमची वेगळी ओळख निर्माण झाली पाहिजे.[16]

उदा.

Melyssa Savannah Ford (born 7 November 1976 is a Canadian model actress.)

Jan 13, 2014 - 'Blood Sweat & Heels'. Melyssa Ford talks Flo Rida, Sex positions. Click here to subscribe.

तुमच्या नावाचं स्पेलिंग Melissa आहे की Melyssa आहे, याचा सर्चइंजिनला काहीच फरक पडत नाही. जर तुमचं नाव सर्वसामान्य असेल तर तुमचं मधलं नाव नक्की घाला. तुमच्या आईचं नाव घाला किंवा आणखी काहीतरी कल्पकता योजा

पण तुमचं प्रोफाईल वैशिष्ट्यपूर्ण बनवा. डेव्हीड स्कॉट हे अमेरिकन ऑनलाईन मार्केटिंग सल्लागार, लेखक व उत्तम वक्ते आहेत. त्यांच्या लक्षात आलं की, त्यांच्याच नावाचा NASA मध्ये एक अंतराळवीर आहे. जो चंद्रावर चाललेला सातवा मानव आहे! लेखक डेव्हिड स्कॉटना लक्षात आलं की काही झालं तरी नासाच्या डेव्हीड स्कॉटच्या लोकप्रियतेपुढे ते टिकणार नाही. त्यामुळे त्यांनी फक्त मधलं नाव घातलं आणि त्याचं प्रोफाईल बदलून गेलं. 'डेव्हीड मेअरमन स्कॉट'[17] या नावाने त्याचं प्रोफाईल तयार झालं. आता त्यांच्या नावाशी कोणाची स्पर्धा नाही, तुम्ही आजही इंटरनेटवर हे तपासू शकता.[18]

आता तुमचं असं वैशिष्ट्यपूर्ण नाव तुम्ही सर्व सोशल नेटवर्किंग वेबसाईटवर वापरू शकता. उदा. http://www.linkedin.com/FirstnameLastname या वेबसाईटवर जाऊन तुम्ही तुमच्या नावाचा प्रधान क्रम ठरवू शकता. अशा तऱ्हेची वैयक्तिक लिंक इंटरनेटवर तुमचं व्हिजिटींग कार्डसारखं काम करते. त्यामध्ये तुम्ही ई-मेल आयडी, बायोडाटासुद्धा घालू शकता, जेणेकरून जास्तीत जास्त व्यक्ती तुमचा प्रोफाईल बघतील.

फेसबुकसारख्या वेबसाईटवर तुम्ही तुमचं पेज प्रायव्हेट ठेवू शकता. त्यामुळे तुमचं प्रोफाईल फक्त तुमच्या मित्रमंडळींना बघता येईल किंवा प्रोफाईलचा काहीच भाग फक्त सर्वांना वाचता येण्याजोगा असेल. असंच तुम्हाला ट्रिवटर किंवा इतरही नेटवर्किंग साईट्सवरही करता येतं. उत्तर अमेरिकेतील SAP या कंपनीचे सोशल मिडीया मार्केटिंगचे प्रमुख **गेरी मोरेन** यांचा सल्ला असा –[19]

> "तुम्ही तुमची माहिती आरक्षित किंवा खुली (नेटवर्किंग साईटवर) ठेवू शकता. पण लक्षात ठेवा, माहिती सर्वांना उपलब्ध असेल तर तुमचे वैयक्तिक आयुष्य तुमचे वरिष्ठ अधिकारी, सहकारी व ग्राहक यांच्यापर्यंत पोचते आणि त्यामुळे घोटाळा होऊ शकतो. कधीतरी ते लाजिरवाणंही असू शकतं. हे टाळायचं असेल, तर सोशल नेटवर्किंग साईट्सवर वैयक्तिक व व्यावसायिक अशी वेगळी दोन अकाऊंट्स उघडा. मग तुम्ही बिनधास्त राहू शकता."

त्याचं शेवटी म्हणणं असं आहे:[20]

"स्वत:ला तज्ज्ञ म्हणून सिद्ध करण्यासाठी किंवा दाखवण्यासाठी
तुमच्या नेटवर्किंग साईटवरच्या तुमच्या प्रोफाईलचा बारकाईने
विचार करा व माहितीबाबत स्वत:वर योग्य ती बंधने घाला."

दुसरीकडे असंही होऊ शकतं की, मुलाखतीच्या वेळी तुम्हाला वैयक्तिक व
व्यावसायिक अकाऊंट्स असण्याबद्दल प्रश्न विचारले जाऊ शकतात किंवा
मुलाखतकारांना असंही वाटू शकतं की तुम्ही काही माहिती लपवता आहात.
ऑलिव्हीया अॅडॅम्स (ब्रँड मॅनेजर, कम रेकमेंडेड) सुचवतात [21]–

"तुमचं ऑनलाईन प्रोफाईल योग्य बनवण्याचा सर्वांत सोपा मार्ग
म्हणजे सोशल नेटवर्किंग साईट्सवर तीच माहिती टाका, जी
तुमच्या बॉसने बघायला तुम्हाला हवं आहे. याचा अर्थ तुम्ही
२४ तास तुमचं व्यावसायिक आयुष्य जगलं पाहिजे, असं नाही.
पण तुम्ही ऑनलाईन प्रोफाईलवर स्वत:ला उत्तम सादर करू
शकता. तुम्हाला तुमच्या सहकाऱ्याबद्दल वाईट लिहिण्याचा
मोह झाला किंवा काहीही आक्षेपार्ह लिहिण्याचा मोह झाला तर
फक्त एवढाच विचार करा की, माझे आजी आजोबा किंवा
जवळच्या नातेवाईकांनी हे वाचलं तर त्यांना काय वाटेल?"

तुम्ही कामाच्या शोधार्थ ट्विटर वापरता का? आम्ही नुकत्याच एका तरुण
पदवीधराचं प्रोफाईल तपासलं. त्याने आम्हाला सांगितलं की मोठमोठ्या
अधिकाऱ्यांपर्यंत पोहोचण्यासाठी तो ट्विटरचं अकाऊंट वापरतो. त्याच्या
प्रोफाईलमध्ये काय लिहिलं होतं?[22]

Thomas Pala	
@thomas_pala	
PhD in the art of time wasting, expert mosquito killer, espresso addict, Bayern Munich and Oktoberfest fan.	

हे ऐकायला फार जगावेगळं आणि छान वाटतं, पण त्यामुळे तुमची प्रेयसी प्रभावीत

होऊ शकते, नोकरी देणारे अधिकारी नाही! क्षणभर कल्पना करा की तुम्ही कॉर्पोरेट क्षेत्रातील अत्यंत व्यग्र व्यक्ती आहात आणि तुम्ही असा मेसेज ट्विटरवर बघितला तर तुमची प्रतिक्रिया काय असेल? त्या व्यक्तीने कदाचित तुमच्याकडे आपला बायोडेटा पाठवण्यासाठी मेल आयडी मागितला असेल. तुम्ही नक्कीच असा विचार कराल, 'अरे देवा! अशा माशा मारत बसणारा आणि वेळ वाया घालवणारा माणूस काम काय करणार? जिला स्वत:च्या शिक्षणाची कदर नाही त्या व्यक्तीला मी मेलआयडी का देऊ?' आणि तुम्ही अशा नमुनेदार व्यक्तीचं म्हणणं ऐकून घ्याल का? नक्कीच नाही! त्या व्यक्तीवर तुम्ही कामचुकार आणि बेजबाबदार असाच शिक्का माराल.

तुम्ही तुमचं व्यक्तिमत्त्व घडवणं महत्त्वाचं आहे, आणि त्याचबरोबर तुमची व्यावसायिक प्रतिमाही अधिकाधिक योग्य व उज्वल बनवणंही गरजेचं आहे. तेव्हाच तुम्हाला कामाचे (तुम्हाला हव्या तशा) पर्याय उपलब्ध होतील. तुमचं लिंक्डइनवरचं प्रोफाईल कसं आहे? तुमच्या बायोडेटाशी ते सुसंगत आहे ना? तुमच्या मित्रांपैकी किंवा सहकार्यांपैकी तुम्हाला कोणाची शिफारस मिळू शकते का? अशा अनेक गोष्टी विचार करून तुम्हाला तुमची ओळख बनवताना लक्षात घ्यावा लागतात. त्यातूनच तुमचा व्यावसायिक प्रवास योग्य मार्गावर चालू राहतो आणि वर सांगितलेले सर्व प्रयत्न नक्कीच उपयोगी पडतात.

डेबोरा एल्. जेकब (पत्रकार, फोर्ब्स मासिक) लिंक्डइनबद्दल म्हणतात.[23]

> ''तीन वर्षांपूर्वी कोणत्याही क्षेत्रातील अनुभवी व्यक्तींना असं वाटत होतं की लिंक्डइन हे नवोदित उमेदवारांसाठी आहे. पण आता मात्र कोणत्याही क्षेत्रातील व्यक्ती लिंक्डइनवर आहे. आता मुलाखतीच्यावेळी किंवा व्यावसायिक बोलणी सुरू करण्याआधी तुमचा लिंक्डइन वरचा प्रोफाईल बघितला जातो.''

नुकत्याच झालेल्या सामाजिक नोकरी देण्याच्या सर्वेक्षणावरून असं दिसून आलं की लिंक्डइन ही नवीन नोकरी शोधणाऱ्या किंवा कोणत्याही व्यवसायातील व्यक्तींमध्ये सर्वात लोकप्रिय नेटवर्किंग साईट आहे आणि नोकरी देणाऱ्यांपैकी ९४% कंपनी लिंक्डइनशी संबंधात आहेत. त्यापाठोपाठ फेसबुक (६५%) आणि ट्विटर (५५%) यांचा क्रमांक लागतो![24]

कव्हर लेटर

तुम्हाला आता नक्की कुठे अर्ज करायचा आहे, हे पक्कं झालंय. आता उमेदवारांच्या भाऊगर्दीत तुमचं वेगळेपण कसं निर्माण कराल ?

तुमचं कव्हरींग लेटर नक्की कसं नसावं याचं एक उदाहरण बघू. नुकताच आमच्याकडे एक ईमेल आला, तो असा.

> ☹
>
> Hello!
>
> Greetings!
>
> Kindly find attached my resume. I am urgently looking for opportunities in Human Resources (HR), Training and Development (T&D), Learning & Development (L&D), Communications, etc. and am available to join immediately.
>
> I got married in November 2013 and I am yet to complete the necessary formalities with respect to changing the name, address, etc.
>
> Awaiting your earliest and favorable response.
>
> Thank you and take care!

असा मेल खरंच आला होता. त्याबरोबर अनेक प्रश्नचिन्हे निर्माण झाली. यात तुम्हाला नक्की काय काम कराचंय, ते लिहिलं नाही. कोणाला उद्देशून लिहिलंय तेही कळत नाही. (जरी ते आम्हालाच पाठवलं असलं तरी), तुमच्या प्रोफाईलमधले मुख्य मुद्दे किंवा बलस्थानं कशाचाही उल्लेख नाही आणि शेवट तर अगदीच असंबद्ध होता. तुम्ही या पत्राचा विचार कराल का ?

तुम्हाला नीट, व्यवस्थित आणि थोडक्यात तरीही योग्य माहिती देणारं कव्हर लेटर लिहिता येणं अत्यंत गरजेचं आहे. कारण त्यामुळे खरोखरच तुमच्यासाठी संधीची

दारं उघडू शकतात ! तुम्ही अर्ज का करत आहात, तुमचं लेखन कौशल्य आणि तुम्ही स्वत:ला कसं सादर करता, हे सारं कव्हर लेटरवरून झटकन् समजतं. कमीत कमी शब्दात, एक–दोन परिच्छेदात तुमचं कव्हर लेटर असलं पाहिजे हे काही फार अवघड नाही. त्यासाठी तुम्हाला ३ टिप्स देत आहोत.

- उतावळेपणाने आणि अविचाराने कव्हर लेटर लिहू नका. तुमची व्यावसायिक परिपक्वता तुमच्यासाठी संधी निर्माण करेल, पण बालीशपणा तुमचं करियर बरबाद करू शकतो.

- कोणत्या कंपनीत आणि कोणाला उद्देशून तुम्ही लिहिताय याबाबत नेमकेपणा हवा. एकच मजकूर तसाच सर्व कंपन्यांना सरसकट पाठवू नका. मजकूरातही नेमकेपणा व स्पष्टपणा हवा.

- एका विशिष्ट व्यक्तीला उद्देशून कव्हर लेटर लिहा. कोणाला उद्देशून पत्र लिहिलं आहे, याबद्दल संदिग्धता नको. अर्थात हे सांगणं सोपं असलं तरी अलीकडे अनेक कंपन्या त्यांच्या संकेतस्थळांवर ऑनलाईन अर्ज पाठवायला सांगतात, त्यामुळे नक्की कोणाला उद्देशून लिहायचं याबाबत संभ्रम असू शकतो. परंतु आता इंटरनेटवर हे शोधणं सोपं आहे. त्यामुळे थोडे अधिक कष्ट घेऊन पत्र नक्की कोणाला उद्देशून लिहायचं ते शोधून काढा व त्याच व्यक्तीच्या नावाने कव्हर लेटर लिहा.

पत्राचा पहिला परिच्छेद अत्यंत महत्त्वाचा असतो. त्यामुळे शब्दांचा बेजबाबदार किंवा गलथानपणे वापर करू नका. तुम्ही नक्की कोणत्या पदासाठी अर्ज करताय व त्याची माहिती तुम्हाला कशी मिळाली याचा उल्लेख करा. त्या कंपनीत तुमच्या कोणी परिचयाचं असेल तर त्या व्यक्तीचाही उल्लेख करा, किंवा कोणी तरी तुम्हाला या पदाची/नोकरीची माहिती दिली असेल तर तसाही उल्लेख करा. (अर्थात त्या संबंधित व्यक्तीची परवानगी घ्या)

दुसऱ्या परिच्छेदात तुमची बलस्थाने सांगा. तुमच्या अर्जाचा विचार का व्हावा, किंवा तुम्ही नक्की कोणती सेवा देऊ शकता याचा स्पष्ट उल्लेख करा. तुम्ही आता करत असलेल्या कामाची आणि भविष्यात करू इच्छिणाऱ्या कामाचा संबंध समजावून सांगा आणि अर्थातच ते मोजक्या शब्दात मांडा. अवास्तव किंवा

अवाजवी दावे करू नका. कारण ते लगेच लक्षात येतं. नोकरी देणाऱ्या मॅनेजर्सना प्रोग्रॅम मॅनेजर, प्रोजेक्ट मॅनेजर आणि टीम मॅनेजर यातला फरक नक्की कळतो. त्यामुळे तुम्ही प्रोजेक्ट मॅनेजर असलात तर प्रोग्रॅम मॅनेजर आहात असं सांगू नका. तुम्ही ४० कर्मचाऱ्यांपैकी एक असाल तर ४० सहकारी तुमच्या हाताखाली काम करतात, असं खोटं चित्र उभं करू नका. तसं केलंत तर एकच होईल तुमची थाप पकडली जाईल आणि तुम्हाला बाहेरचा रस्ता दाखवला जाईल !

कव्हर लेटरच्या शेवटी तुम्ही कधीही मुलाखतीसाठी येवू शकता व पुढील पत्रव्यवहारासाठी तुम्ही तयार आहात असा स्पष्ट उल्लेख करा. उदा.

> माझ्या कौशल्यांबाबत आणि अनुभवाबद्दल मला पूर्ण खात्री आहे. तुमच्या कंपनीतील पदासाठी मी योग्य उमेदवार असल्याचा मला विश्वास आहे. माझा बायोडेटा पाठवत आहे आणि आपण मला मुलाखतीसाठी बोलवाल, अशीही मला खात्री आहे. आपला अमूल्य वेळ दिल्याबद्दल धन्यवाद !

किंवा यापेक्षाही नेमक्या शब्दात असू शकतं उदा.

> आपल्या सवडीनुसार आपण मला लवकरच मुलाखतीसाठी बोलवाल अशी आशा आहे.

किंवा आणखी वेगळ्या पद्धतीने

> माझ्या क्षमतांचा तुमच्या कंपनीला नक्कीच फायदा होऊ शकतो आणि त्यासाठी माझा बायोडेटा जोडत आहे. आपल्या कंपनीतील या विशिष्ट पदासाठी उमेदवारांकडून आपल्या काय अपेक्षा आहे याबद्दल वैयक्तिक बैठकीत चर्चा करता आली, तर माझा आपल्या कंपनीला काय उपयोग होईल हेही मला सांगता येईल. आपल्या सोयीनुसार मी जरूर मिटिंगसाठी उपलब्ध आहे. सकारात्मक प्रतिसादाची अपेक्षा करतो.

कृपया धमकीच्या सुरात मुलाखतीसाठी वेळ मागू नका. उदा.

☹

सोबत जोडलेला बायोडेटा बघावा. पुढील आठवड्यात मुलाखतीसाठी संपर्क साधेन. माझ्या बायोडेटामध्ये रस दाखवल्याबद्दल धन्यवाद !

आम्ही बऱ्याच उमेदवारांना अशाच भाषेत लिहिताना बघितले आहे. परंतु असे उमेदवार नंतर फोन करण्याचे धाडस दाखवत नाहीत. मग कंपनीच्या अधिकाऱ्यांना धारेवर कशाला धरायचं?

बायोडेटा लिहून 'सेंड' बटण दाबण्याआधी पुन्हा एकदा त्यावर नजर फिरवा. त्याआधी शक्यतो हा मेल ड्राफ्ट फोल्डरमध्ये कॉपी करून ठेवा. थोडा वेळ जाऊ द्या आणि दुसऱ्या दिवशी पुन्हा तपासून मग पाठवा. कारण एकदा तुम्ही तो सेंड केलात की परतीची वाट बंद!

काही जणांना ही फारच सर्वसामान्य किंवा साधारण सूचना वाटेल. परंतु ती आवश्यक व व्यवहार्य आहे. अशा तऱ्हेच्या घोडचुका आमच्याही हातून घडल्या आहेत, तेव्हापासून हा धडा शिकलो आहोत.

रेझ्युमे

आपण आतापर्यंत प्रोफाईल आणि कव्हर लेटरबद्दल बोललो. आता बायोडेटा बद्दल बोलू. एक गोष्ट कधीही विसरू नका, बायोडेटा ही तुमची प्रतिमा आहे, तुमची स्वतंत्र ओळख आहे. बायोडेटा कसा लिहावा याबद्दल ठराविक किंवा विशिष्ट, नियम नाहीत. परंतु तरीही दोन महत्त्वाच्या गोष्टींचा नक्कीच विचार करा–

- माझ्या बायोडेटावरून मी स्वतःला नोकरी दिली असती का?
- मी या बायोडेटावरून त्या व्यक्तीला मुलाखतीसाठी बोलवेन का?

एकाच पदासाठी अनेक अर्ज व बायोडेटा येतात, त्यावेळी सरधोपट मार्गाने तयार केलेल्या बायोडेटाला काहीच अर्थ राहत नाही. कव्हर लेटर सारखंच, तुमच्या बायोडेटामध्ये सुद्धा वैशिष्ठ हवं. ज्या कंपनीकडे तो जाणार त्यांना तो बायोडेटा

विश्वासार्ह व खात्रीलायक वाटला पाहिजे.

तुमचा बायोडेटा वाचण्यासाठी कोणीही व्यक्ती किती वेळ खर्च करेल? तुम्हाला प्रभाव पाडण्यासाठी काही सेकंदांचाच अवधी असतो. म्हणूनच विचार करून पाऊल उचला. पदाची नक्की गरज काय? तुम्ही उत्तम काम कसे करू शकता? आणि तुम्हाला मुलाखतकारावर प्रभाव पाडायचा असेल तर या दोन घटकांची सांगड कशी घालायची? पहिल्याच पानांवर तुमची अत्यंत महत्त्वाची माहिती आली पाहिजे. मुलाखतकर्त्याला बायोडेटाचे पहिले पान वाचून तुमच्या नावाचा विचार करायला हवा, असे वाटले पाहिजे. पुढील आकृतीत काही सूचना दिल्या आहेत.

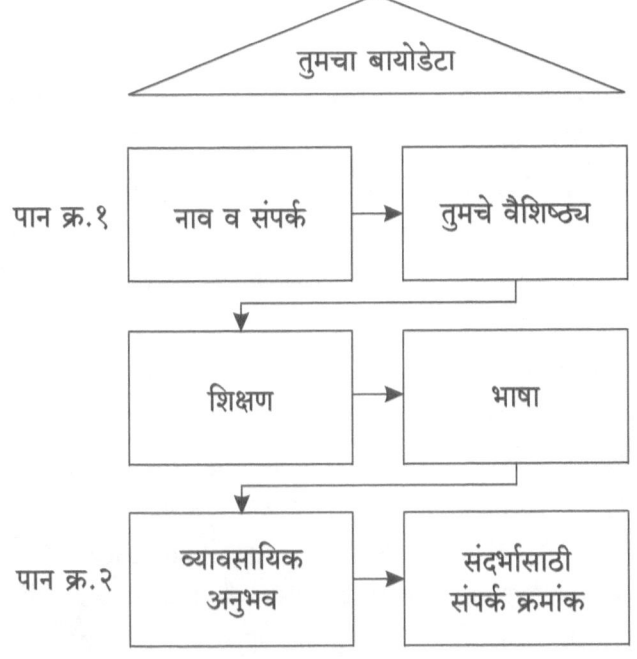

आकृती १.१ बायोडेटा असा असावा.

तुमचे नाव व संपर्काचा तपशील (फोन, ईमेल आणि पत्ता) सुरुवातीला आले पाहिजे. लिंक्डइनवरचा आयडी द्यायला हरकत नाही, पण फेसबुक किंवा ट्विटरचा आयडी देताना थोडा विचार करा किंवा या अकाऊंट्सवर तुमच्या

व्यावसायिक कामाचे अपडेट्स प्राधान्याने टाका. पहिल्या पानावर नाव आल्यावर तुमची स्वतंत्र ओळख काय आहे, ते येवू द्या. तुमच्या कामातील बलस्थाने, अनुभव हे इथे येईल. यामध्ये तुम्ही कंपनीसाठी कशा योग्य व्यक्ती आहात हे कळायला हवं. इथे तुमचा व्यावसायिक दृष्टिकोन, शैक्षणिक पात्रता, महत्त्वाकांक्षा या सगळ्यांचं एकत्रित चित्र तुम्हाला उभं करता येईल. वस्तुनिष्ठ बाबी टाळा, त्याने जागा आणि वेळ वाया जाईल. तुम्ही एखाद्या पदावर रुजू झाल्यावर तुमचं वैयक्तिक शिक्षण व प्रगती होईल, हे सांगायचा काळ आता मागे पडला. आता तुम्हाला कंपनीकडून काय अपेक्षा आहेत हे सांगण्याचा काळ आहे. त्यामुळे बायोडेटा कंपनीच्या दृष्टिकोनातून लिहिला गेला पाहिजे. उमेदवाराच्या नाही. थोडक्यात, 'माझ्यात काय गुण आहेत', यापेक्षा 'कंपनीला माझा उपयोग कसा होईल,' हे पटवून द्या. तुमच्यामुळे कंपनीचा फायदा कसा होईल हे पटवून द्या. शक्य असेल तिथे संदर्भ किंवा आकृत्या तुमच्या कामाच्या स्पष्टीकरणासाठी द्या. नजीकच्या काळातील तुमच्या महत्त्वाच्या कामाचे संदर्भ द्या. उदा. तुम्ही प्रोजेक्ट मॅनेजर पदासाठी अर्ज करत असाल, तर तुमचे नुकतेच केलेले प्रकल्प, त्याचं बजेट, त्यातील बदलांची माहिती याबद्दलची माहिती जरूर द्या. आणि हो, सध्याच्या नोकरीतील गोपनीय माहिती मात्र कोणाला देऊ नका. नोकरी देणारी कंपनी अशा बायोडेटांना मुळीच संधी देत नाही.

सध्याच्या काळात तुम्ही काय काम केलंत हे सांगणं जरूरीचं आहे तसंच तुम्ही ते काम कसं दर्जेदार केलत आणि कोणत्या परिस्थितीत केलत, यालाही महत्त्व आहे. तुमच्या वैयक्तिक यशाचे टप्पे आणि एकूण टीमची कामगिरी या दोन्हीलाही महत्त्व आहेच. तुम्ही प्रथमच नोकरीसाठी अर्ज करत असाल, तर शाळेतील व महाविद्यालयातील महत्त्वाच्या घडामोडीही जरूर बायोडेटामध्ये लिहा. अगदी तुम्ही एखाद्या कार्यक्रमात स्वयंसेवक म्हणून काम केलं असेल किंवा फंड रेझिंगसाठी काही कार्य केलं असेल, तेही नमूद करा, जेणेकरून तुमचे गुण निदर्शनास येतील.

रायमर रिग्बी (पत्रकार, फायनान्शियल टाईम्स) यांची ही वाक्ये तुम्हाला नक्की मार्गदर्शक ठरतील.[25]

'समस्या अशी आहे की, बहुतेकवेळा तुमच्या खाजगी किंवा

वैयक्तिक कामाच्या गोषवाऱ्यात तुमचे स्वत:चे काम तितकेसे नसतेच. बहुतेकवेळा तो ठराविक ढाचा किंवा ठराविक माहितीच इकडून तिकडे केलेली असते. प्रत्येकजण स्वत:ला प्रामाणिक, ध्येयनिष्ठ, अनुभवी किंवा तत्सम अनेक विशेषणांची संबोधन असतो, पण प्रत्यक्षात असे खरोखर असणारे कमीच असतात!''

तुमच्या पर्सनल स्टेटमेंटमुळे बहुतेकवेळा तुम्हाला मुलाखतीसाठी बोलावले जाते. बहुतांशवेळा तुमची एवढीच गोष्ट (बायोडेटापैकी) कंपनीच्या अधिकाऱ्यांकडून वाचली जाते. म्हणूनच तुम्हाला स्वत:चं वेगळेपण सिद्ध करावं लागतं. तुमचा बायोडेटा कोणाकडे जाणार आहे, ते ध्यानात ठेवून तो तयार करा.

जनेट मॉर्टन (संस्थापक, सी. व्ही हाऊस) यांच्या मते, [26]

''तुमचा मजकूर, वाचक आणि हेतू यावर लक्ष केंद्रित करा. प्रत्येक गोष्टीसाठी एकाच पर्सनल स्टेटमेंटचा वापर करू नका.''

लिंक्डइन ही नेटवर्किंग साईट सध्या यांच्या युजर्सकडून वापरल्या गेलेल्या शब्दांचा सर्व्हे करते.[27] २०१३ साली झालेल्या एका सर्वेक्षणनुसार २५९ दशलक्ष युजर्स 'जबाबदार' हा शब्द वापरतात. 'नियोजनबद्ध', 'कल्पक', 'प्रभावी', 'सृजनशील' अशासारख्या शब्दांपैकी 'जबाबदार' हा शब्द जवळ जवळ दुपटीने वापरला जातो. अशा तऱ्हेचे शब्द वापरण्याचा खरोखरच फायदा होतो का? खरं तर नाही! पण तुमचा बायोडेटा वाचताना असे काही विशिष्ठ शब्द वापरले तर वाचणाऱ्याचं लक्ष वेधलं जाऊ शकतं. तुम्हाला कोणीही असं म्हणता कामा नये, 'हे बघा! आणखी एक सृजनशील प्रभावी आणि जबाबदार व्यक्तीचा बायोडेटा आला!'

तुम्ही बायोडाटाच्या सुरुवातीला पर्सनल स्टेटमेंट लिहिलंत नां? आता तुमची शैक्षणिक पात्रता, तुमच्या पदव्या व विद्यापीठातील तुमच्या कामगिरीबद्दल लिहा.

जॉर्ग स्टेगमन (निर्देशक, केनेडी एक्झिक्युटिव्ह सर्च अँड आऊटप्लेसमेंट, पॅरीस) परखडपणे सांगतात.[28]

''उच्च व ठोस शिक्षणाला कोठेही पर्याय नाही. तुम्हाला करियर घडवायचं असेल तर उत्तम शिक्षण हवेच. आता शिक्षणाचे उत्तम पर्याय सर्वत्र उपलब्ध आहेत.''

तुम्ही काही विशिष्ठ प्रशिक्षण मिळवलं असेल किंवा प्रमाणपत्रे मिळवली असतील तर त्याचा जरूर उल्लेख करा. ऑनलाईन प्रशिक्षण आता जगभरात मान्यता पावले आहे. अशा तऱ्हेच्या तुमच्या शैक्षणिक पात्रतेचा बायोडेटामध्ये जरूर उल्लेख करा. फक्त ती प्रमाणपत्रे तुमच्या नोकरीच्या प्रोफाईलशी सुसंगत असावीत. **प्रबीर झा** एक सावधगिरीचा इशारा देतात,[29]

> ''प्रत्येकालाच उच्च शिक्षणाची अभिलाषा असते. पण अशा पदव्यांपैकी बऱ्याच पदवी फक्त कागदावर राहतात. प्रत्यक्ष आयुष्यात त्याचा वापर होताना दिसत नाही.''

तुम्हाला विशेष प्रावीण्यासह पदवी मिळाली असेल तर त्याकडे वाचणाऱ्याचे लक्ष वेधा. तुमचं लिखाण, निबंध, परिसंवादात किंवा पुस्तके, नियतकालिकात प्रकाशित झाले असेल, तर त्याचाही संदर्भ द्या.

तुम्हाला एकापेक्षा जास्त भाषा येत असतील तर त्याचा उल्लेख करा. तुमच्या मातृभाषेपेक्षा जितक्या अधिक भाषा तुम्हाला कळत असतील, तितकी तुमची काम मिळण्याची शक्यता वाढते. अर्थात् त्या भाषेवर तुमचे प्रभुत्व असावे लागते.

तुमचा व्यावसायिक अनुभव हे तुमचे हुकुमाचे पान आहे. **'डेल'** ही प्रसिद्ध संगणक तंत्रज्ञानातील कंपनी म्हणते –[30]

> ''आमच्या मते उमेदवाराचा नजिकच्या भूतकाळातील व्यावसायिक अनुभव तुम्हाला चांगल्या भविष्याकडे नेत असतो. म्हणूनच आम्ही मुलाखतीच्या वेळी उमेदवाराशी त्याच्या अनुभवाबद्दल जास्त चर्चा करतो. कारण उज्ज्वल भवितव्याची ती गुरुकिल्ली आहे.''

सर्व महत्त्वाचे मुद्दे पहिल्याच पानावर अधोरेखित झाले की, त्यापेक्षा अधिक माहिती हवी असल्यास किंवा विशिष्ट माहितीचा तपशील ज्याला हवा आहे, तीच व्यक्ती पुढची पाने वाचते. म्हणूनच वाचणाऱ्याचे कुतुहल शिल्लक राहिल अशा तऱ्हेने पहिले पान लिहा. आता कोणत्या टप्प्यापासून तुम्हाला माहिती द्यायची आहे? काही जण म्हणतात, मागच्या दहा वर्षांचा कालावधी लक्षात घ्या. मात्र काहीजणांना तुमची व तुमच्या कामाची इत्यंभूत माहिती हवी असते. तुम्हाला जे करावंसं वाटतं तसं करा.

याआधी तुमच्या काही नोकऱ्या झाल्या असतील, तर तिथले काही संदर्भ किंवा व्यक्तींचा तुम्हाला उपयोग होतो का ते बघा. एका क्षेत्रात मिळवलेले ज्ञान/कौशल्य यांचा दुसऱ्या क्षेत्रात उपयोग होऊ शकतो. तुमची नोकरी बदलण्याच्या मागचा विचार दिसतो. केवळ बदलायची म्हणून तुम्ही आधीची नोकरी सोडत नाही आहात तर नोकरी सोडण्यामागे तुमचे निश्चित व्यावसायिक ध्येय आहे, हे कळले पाहिजे. कंपन्या नोकरी देताना याचा विचार निश्चित करतात. क्वचित पारंपरिक दृष्टिकोन बाळगून असतात. उमेदवाराचे नोकऱ्या बदलण्याचे कारण कितीही अभिनव किंवा सुसंगत असले तरी नोकरी देणाऱ्यांची भूमिका वेगळी असू शकते. कंपनीच्या दृष्टिने तो तुमचा उतावीळपणा असू शकतो. याउलट ज्या व्यक्तींच्या नोकऱ्या बदलण्यामध्ये एक विशिष्ट विचार असेल किंवा नवीन नोकरी स्वीकारताना थोडा लवचीक दृष्टिकोन असेल, त्या व्यक्ती क्रांती घडवून आणताना दिसतात आणि विविध कंपन्या त्यांना सामावून घेण्यात रस दाखवतात.[31] त्यामुळे तुमच्या बायोडेटापासून नक्की कोणता अर्थ ध्वनित होतो, याकडे लक्ष द्या. आमच्या एका वरिष्ठांनी म्हटले आहे की, जे दिसतं किंवा प्रत्यक्ष समोर दिसतं, तो वस्तुस्थितीचा केवळ ८० % भाग असतो.

संदर्भाच्या बाबतीत थोडं बोलूया. सध्याच्या काळात, लिंक्डइनवरचे बरेचसे प्रोफाईल्स त्यांच्यावरच्या वेधक प्रतिक्रियांनी नटवलेले असतात. तुम्हाला असे करायला हरकत नाही. तुमच्या कामासाठी बायोडेटामध्ये कोणी ठोस संदर्भ देत असेल, तर ते मिळवा किंवा तुमची शिफारस करू शकणारे संपर्क क्रमांक तुम्ही बायोडेटामध्ये घालू शकता. त्याने मुलाखतकारावर थोडाफार फरक पडू शकतो. अर्थात् ज्या व्यक्तींचा तुम्ही संदर्भ द्याल, त्यांना याची कल्पना द्या व त्या व्यक्ती तुमची मदत नक्की करतील याची तुम्हाला खात्री असली पाहिजे.

बायोडेटा किती मोठा असावा, हे व्यवसायाचे स्वरूप व ठिकाण या दोन्हीवर अवलंबून आहे. काही जण एकाच पानात बायोडेटा मांडणं पसंत करतात, जे खरं तर अव्यवहार्य आहे. विशेषत: तुमचा अनुभव वाढत जातो, तेव्हा ते एका पानात सगळं कसं संपेल? तर काही व्यक्ती अत्यंत तपशीलाने बायोडेटा तयार करतात. तुम्ही बायोडेटाचं पहिलं पान सारांशात्मक करू शकलात, तर तुम्ही बायोडेटाच्या लांबीची फारशी चिंता करू नका.

तुम्ही परदेशात अर्ज करत आहात का? मग तुमचा पासपोर्ट, राष्ट्रीयत्व, तुमची व्हिसाची सद्य स्थिती (तुम्ही ज्या देशात अर्ज केलाय, त्या देशाच्या संदर्भातील) या सगळ्याची माहिती तुम्ही व्यवस्थित पुरवली पाहिजे. तुमचा एखादा मित्र किंवा आधीचा सहकारी त्या देशात काम करत असेल तर त्याच्याशी संपर्क साधून त्या देशात बायोडेटा कसा तयार केला जातो, याची माहिती मिळवा. उदा. जर्मनीमध्ये बायोडेटाबरोबर छायाचित्र जोडावे. त्याचबरोबर, तुमची वैवाहिक स्थिती, वय अशी वैयक्तिक (जास्तीची) माहितीसुद्धा द्यावी. भारत किंवा अमेरिका या देशांमध्ये फोटो जोडणं तितकंसं आवश्यक नाही. अमेरिकेत वय किंवा स्त्री-पुरुष भेदही बायोडेटाच्या बाबतीत विचारात घेतला जात नाही. ब्रिटनमध्ये तुमचे छंद, आवडी निवडीही बघतात, पण अमेरिकेत तुमच्या बायोडेटा मधील छंद वगैरे बाबी प्रथम बायोडेटा वाचताना लक्षात घेत नाहीत. कदाचित नंतरच्या टप्प्यात त्याचा विचार होऊ शकतो.

कोठेही, बायोडेटा पाठवताना एकदा त्यावर नजर फिरवा. ज्याला एकच पदासाठी १५ उमेदवारांचे बायोडेटा बघायचे आहेत, अशा अधिकाऱ्याच्या दृष्टिकोनातून तुमचा बायोडेटा तुम्ही स्वतःच तपासा. तुम्ही स्वतःला त्या १४ जणांपासून वेगळे कसे सिद्ध करा? तुमच्या बायोडेटामध्ये उल्लेखलेली प्रत्येक बाब ही त्या पदासाठी सुसंगत आहे ना? पहिल्या पानात तुम्हाला हवी तशीच तुमची प्रतिमा तयार होते आहे ना? तुमच्या बायोडेटामधील तपशील वाचनीय आहे ना? तुम्ही स्वतःच तुमची पहिली परीक्षा घ्या व तुम्हीच ठरवा. कारण, आधी म्हटल्याप्रमाणे, काही सेकंदात तुमच्या बायोडेटाची तपासणी होणार आहे. त्यामुळे तुमचा बायोडेटा प्रभावी असला पाहिजे!

एक पायरी पुढं जाऊन तुम्हाला असंही करता येईल, तुम्ही त्रयस्थ व्यक्तीच्या दृष्टिकोनातून बायोडेटा तयार करा. 'मी', 'मला', 'माझं' या शब्दांशिवाय बायोडेटा तयार करा व स्वतःच तपासा. तुमचा बायोडेटा असल्या कारणाने तो तुमच्याच बाबी स्पष्ट करेल. संबंधित कंपनीसाठी काय करू शकता, हे स्पष्ट करणे, हा बायोडेटाचा उद्देश असला पाहिजे. असा त्रयस्थपणे लिहिलेला बायोडेटा तुमच्यासाठी कदाचित वेगळा आणि संबंधित कंपनीसाठी उपयुक्त ठरू शकतो!

तुमची नोकरी आणि नव्या नोकरीचा शोध: तारेवरची कसरत

नोकरी शोधणे हे कदाचित आपलं पूर्णवेळाचं काम ठरू शकतं. विशेषत: जुन्या नोकरीत असताना, हातातील प्रोजेक्ट, कामं चालू ठेवून नवीन नोकरी शोधणे ही खरंच तारेवरची कसरत असू शकते. सहज तुम्ही ऑफीसमधून बाहेर पडून एखाद्या ठिकाणी मुलाखत देऊन आलात, असं होऊ शकत नाही. एखादी रजा टाकून इंटरव्ह्यूला जाणं वेगळं, पण असं वारंवार तुम्हाला करता येईल का? कारण त्यामुळे तुमचे सहकारी किंवा वरिष्ठ यांना संशयही येवू शकतो. मग तुम्ही या दोन्ही गोष्टी कशा सांभाळणार?

तुम्ही तुमच्या मुलाखती ऑफीसच्या वेळेआधी, लंचटाईममध्ये किंवा ऑफीसच्या वेळेनंतर ठरवू शकता, हा साधा उपाय झाला. ऑफिसमध्ये उशीरा येणं किंवा संध्याकाळी थोडं लवकर निघणं हे तुमच्या वरिष्ठांना विनंती करून ठरवता येवू शकतं. बहुतेक कंपन्या हे नक्की विचारात घेतात की, तुम्ही सदासर्वकाळ मुलाखतीसाठी कोणत्याही वेळी येवू शकणार नाही आणि जर कोणती कंपनी हा विचार करत नसेल, तर तिथे तुमच्यासाठी कामाचं वातावरणंच नसण्याची शक्यता आहे!

तुम्ही अर्ज केलेल्या कंपनीने एकाच दिवशी तुमच्या सगळ्याच मिटिंग्ज किंवा मुलाखती ठेवल्या तर तुम्हाला रजा वापराव्या लागतील. अशावेळी सोमवारी किंवा शुक्रवारी अशा मुलाखती ठरवता आल्या तर आठवड्याची मोठी सुट्टी उपयोगात आणता येईल. शिवाय ऑफिसमध्ये कोणाला शंकाही येणार नाही.

महत्त्वाची सूचना म्हणजे, आजारपणासाठी रजा टाकून मुलाखतीसाठी जाऊ नका! कारण कोणी बघितलं तर तुमच्या आताच्या नोकरीमध्ये समस्या निर्माण होऊ शकतात. रजेसाठी तुम्ही 'वैयक्तिक काम' असं कारण दिलंत की पुढचे प्रश्न टळतील आणि तुम्हालाही कसलं दडपण येणार नाही.

दोन आठवड्यात एखाद्या दिवशी ऑफीसमध्ये पोचायला उशीर झाला तर ते कोणाच्या डोळ्यावर येणार नाही. पण त्यापेक्षा अधिक दिवस अशी सवलत घेऊ नका. तुमच्या कामात ताणतणाव असतातच. शिवाय नवीन नोकरी शोधणे हे

मुळातच तणावपूर्ण काम आहे. त्यामुळे दोन्ही गोष्टी एकाचवेळी सांभाळताना कसरत होणारच आहे. म्हणूनच अर्ज करताना आणि मुलाखतीसाठी नीट विचारपूर्वक नियोजन करा. कामाचा दर्जा हे तुमचे प्राधान्य असले पाहिजे.

सुटीची कारणं देताना सावधपणे बोला. आधी कधीच न दिलेली कारणं किंवा खोटी कारणं सांगू नका. निष्कारण फसाल. चालू नोकरीचा राजीनामा देईपर्यंत कोणाला काहीच कळू देऊ नका. अगदी जवळच्या मित्रालाही कल्पना देवू नका.

इतकी खबरदारी घेऊनही तुमच्या बॉसला शंका आली, तर तुम्ही काय करणार? कदाचित तुमचा बॉस, हा नव्या नोकरीतील संभाव्य बॉसचा मित्र असू शकतो. त्यामुळे तुमच्या नव्या नोकरीच्या शोधाची बातमी कुठुनही फुटू शकते. मग अशावेळी तुम्ही काय करणार?

तुम्हाला बॉसने थेटच जाब विचारला तर काय कराल? अशा तऱ्हेची मिटींग तुम्ही सहज घेऊ शकणार नाहीच, पण उगाच फार घाबरून जाण्याचंही कारण नाही.

सर्वांत प्रथम म्हणजे, कोणतीही गोष्ट नाकारू नका. त्याने तुम्ही सर्वप्रथम गोत्यात याल. कारण तुमच्या बॉसला खात्रीशीर मार्गांनी पक्की बातमी समजली आहे. त्यापेक्षा अत्यंत विनम्रपणे तुम्ही जे करत आहात त्याबद्दल बोला. उदा.

तुम्हाला माहीत आहे की मी सरळमार्गी माणूस आहे. हो, मी नवीन जागी प्रयत्न करत आहे कारण...

आता कारण तुम्ही काय देता हे महत्त्वाचं आहे! कारण यावर तुमचे आणि तुमच्या बॉसचे संबंध अवलंबून आहेत. तुम्हाला अगदी वेगळ्याच विषयात करियर करायचे आहे? किंवा तुमच्या एखाद्या मित्राबरोबर तुम्हाला काही काम सुरू करायचे आहे का? तुम्हाला सध्याच्या नोकरीत असुरक्षित वाटतंय का? ऑफीसमध्ये नुकत्याच झालेल्या काही घडामोडींमुळे तुम्ही अस्वस्थ आहात का? तुम्हाला कोणा हेडहंटर्सनी आपणहून संपर्क साधला आहे का? तुम्हाला तुमच्या प्रगतीचा वेग वाढणं अपेक्षित आहे का? तुम्हाला अधिक जबाबदारीचं, आव्हानात्मक आणि तेही आकर्षक मानधनाच्या मोबदल्यात काम मिळतंय का?

अशा मिटिंग्जचा शेवट वाईटपणाने किंवा कटुतेनेच व्हायला हवा, असं नाही. कदाचित तुमचा बॉस तुम्हाला समजून घेईल आणि त्याची ओळख व मदतही देऊ करेल किंवा कदाचित सध्याच्याच ऑफीसमध्ये तुम्हाला चांगलं पद देवू केलं जाऊ शकतं! अर्थातच, ही सगळी प्रक्रिया दर सहा महिन्यांनी घडू शकत नाही. पण कधीतरी एखाद्यावेळी असं घडण्याची शक्यता नाकारता येत नाही !

पण अर्थातच, इतकं चांगलं चित्रं दरवेळी असेल असं नाही. कारण तुमच्या बॉसचा स्वभाव कसा आहे, त्यावर तुमचं सध्याच्या नोकरीतलं भवितव्य अवलंबून आहे. तुम्ही कंपनीच्या नियमाविरुद्ध जाऊन काही कृती केली असेल किंवा वैयक्तिक कारणांसाठी कंपनीचा संगणक वापरला असेल, तर बॉस तुम्हाला सहज सोडून देईल असं समजू नका. तुम्ही एकच करू शकता, झालेल्या गोष्टी सकारात्मक तऱ्हेने घ्या व नवीन नोकरीचा शोध वेगाने सुरू करा.

कोणत्याही तऱ्हेने संभाषण सुरू झालं, तरी त्याचा शेवट थोडा अवघडलेपणानेच होणार आहे. कारण तुम्ही कंपनी सोडून जाणार आहात, याची तुमच्या बॉसला नक्की कल्पना आलेली असते. काहीही झालं, तर तुम्हाला सहकार्य केल्याबद्दल तुमच्या बॉसचे मनापासून आभार माना. हातात असलेल्या कामाबद्दल तुम्ही बांधिलकी मानता, याबद्दल त्याला आश्वासन द्या. ते आश्वासन तुमच्या कृतीतून दिसू द्या. लवकर या, मनापासून काम करा, उशीरा थांबून काम पूर्ण करा. हातातील कामातून अंग काढू नका. कारण, तुमच्या सहकाऱ्यांशी, बॉसशी तुमचा भविष्यात कधी ना कधी संबंध, संपर्क येवू शकतो. त्यामुळे कोणाच्याही मनात स्वत:बद्दलची वाईट प्रतिमा तयार होवू देवू नका.

तुमची पार्श्वभूमी तपासली जाते!

तुमच्या बायोडेटामध्ये वाढवून सांगितलेली माहिती नाहीए ना? कारण एका सर्वेक्षणात असं आढळून आलंय की, जवळजवळ ४०% बायोडेटांमध्ये वाढीव, चुकीची किंवा अवास्तव माहिती दिलेली असते.[32] नोकरी देणाऱ्या कंपन्या त्यांच्या कामासाठी योग्य उमेदवार शोधत असतात, त्यासाठी त्यांनी अर्ज

मागवलेले असतात. तुमची शैक्षणिक पात्रता वैध आहे ना? तुमचा व्यावसायिक अनुभव खरोखरच सांगितला तेवढा आहे ना? तुम्ही खरंच २५ लोकांच्या टीमचे नेतृत्त्व केले होते का? की २५ जणांच्या टीममधले तुम्ही एक होतात? आमचा अनुभव असा आहे की, उमेदवार बऱ्याचदा बनावट प्रमाणपत्रे बनवून आणतात. ५ वर्षांच्या व्यावसायिक अनुभवाचे विवेचन नक्की कसे करायचे हे अनेकांना कळत नाही. जेव्हा उमेदवार असा दावा करतो की, त्याला परदेशी भाषा अवगत आहे, त्यावेळी प्रत्यक्षात काही वाक्यांपलीकडे त्याला काहीच माहित नसतं! अशी खोटी माहिती उघडकीस आली की अर्थातच त्या व्यक्तीला नोकरीवरून काढून टाकलं जातं आणि अनेकदा (उमेदवाराच्या नशीबाने) अशी माहिती लपूनही राहते. पण मुळात खोटं बोलण्याची किंवा त्यापुढील परिणामांची वेळच येवू देवू नये.

काही वेळा मात्र परिस्थिती गंभीर बनून जाते. जर तुम्ही पकडले गेलात तर तुमच्या दुर्दैवाने कोर्टकचेरी, गुन्हेगारी वगैरे चक्रात तुम्ही अडकू शकता. एक गोष्ट लक्षात घ्या, की कंपन्या तुम्ही नोकरी देण्याआधी तुमची पार्श्वभूमी त्यांच्या पद्धतीने तपासून घेतात. त्यासाठी त्यांनी काही व्यक्ती नियुक्त केल्या असतात. जर तुम्ही या दुष्टचक्रात अडकलात, तर त्यातून बाहेर पडणं खूप अवघड असतं. काही ठिकाणी ही तपासणी इतकी कडक असते की, तुम्ही कामाला सुरुवात केली आणि तुमच्या तपासणीत काही आक्षेपार्ह आढळलं तर तुम्हाला नोकरी गमवावी लागते!

आता व्यावसायिक तपासणी नक्की कशी केली जाते? तुम्ही कोणत्या देशात राहता, तुमच्या देशातील न्यायव्यवस्था, उद्योगाचे स्वरूप व कंपनीचे धोरण यावर ते बऱ्याचअंशी अवलंबून असते.

बऱ्याच देशांमध्ये, कंपनी तुमच्याकडून अशा तऱ्हेच्या चौकशीसाठी लेखी परवानगी मागते. काही देशांमध्ये अशी परवानगी घेतलीही जात नाही. तुमच्याकडून भरून घेतलेल्या अर्जात एखादी ओळ त्याबाबत छापलेली असते व त्यावर तुमची सही घेतली जाते. अशी परवानगी तुम्ही नाकारलीत की अर्थातच तुम्हाला नोकरी मिळत नाही. म्हणूनच शक्यतो सरळमार्गी राहून योग्य व वैध माहितीच बायोडेटामध्ये असावी.

सर्वसाधारणपणे कोणत्या निकषांच्या आधारावर ही चौकशी होती, याची कल्पना

पुढील आकृतीवरून करता येईल (आकृती १.२)

शैक्षणिक पात्रता   गुन्हेगारी पार्श्वभूमी
तपास   तपास

व्यावसायिक   आर्थिक व्यवहारांचे
पार्श्वभूमी   तपास

कंपनीकडून होणारी व्यावसायिक
पार्श्वभूमीची तपासणी

आकृती १.२ व्यावसायिक पार्श्वभूमी तपासणीचे निकष

- **व्यावसायिक पार्श्वभूमी–** तुमच्या मागील नोकरी किंवा नोकऱ्यांमधील, नोकरी सुरू केल्याच्या व सोडल्याच्या तारखा, कंपन्यांची नावे आणि पगार.

- **शैक्षणिक पात्रता–** तुमच्या बायोडेटामध्ये उल्लेख असलेल्या शैक्षणिक संस्थांमधूनच तुम्ही पदवी प्राप्त केली आहे ना ?

- **गुन्हेगारी पार्श्वभूमीचा तपास–** तुमच्या नावाने पोलीसात काही तक्रार आहे का ? कोणत्या गुन्ह्याची नोंद आहे का, अशी माहिती तपासली जाते. अर्थात यात गंभीर गुन्ह्यांची तपासणी होते. नो पार्किंगमध्ये गाडी लावलीत व त्यासाठी दंड तुम्ही भरलात तर तो मोठा गुन्हा नाही.

- **आर्थिक व्यवहारांचा तपास–** तुम्ही कर्जाचे हप्ते योग्य वेळेत भरताय की नाही, किंवा तुमचे आर्थिक व्यवहार स्वच्छ आहेत की नाही, हेही तपासले जाते. थोडक्यात, बँक क्रेडिट कार्ड देताना जी चौकशी करते, तीच चौकशी केली जाते.

काही माहिती विचारणे गैरच मानले जाते. उदा. कंपनी तुमची वैद्यकीय तपासणीच्या कागदपत्रांची मागणी करू शकत नाही. परंतु, तुम्हाला काही गंभीर आजार नाही ना, याबद्दल कंपनी विचारू शकते. कधीतरी काही कंपन्यामध्ये

तुम्हाला नोकरी देण्याआधी वैद्यकीय तपासण्या केल्या जातात. अर्थातच, तेही त्या-त्या देशांतर्गत न्यायव्यवस्थेवर व नियमांवर अवलंबून असते.

एकूणच जगाची अर्थव्यवस्था बदलते आहे, वाढते आहे. त्यामुळे कंपन्या मोठ्या प्रमाणावर नोकऱ्या देतात. म्हणूनच कंपन्यांना अशा तऱ्हेच्या तपासण्या करणे सोपे जाते, जेणेकरून नंतर समस्या उद्‌भवत नाहीत. थोडक्यात, कंपन्या धोका पत्करू शकत नाहीत आणि उमेदवार व्यक्तीला तर आपले वेगळेपण सिद्ध करावेच लागते. भारतात बनावट कागदपत्रे बनवणे, फार सोपी गोष्ट आहे. अशी बनावट कागदपत्रे बनवणाऱ्या जवळजवळ ७,५०० कंपन्या अस्तित्त्वात आहेत.[33] म्हणूनच अशा तऱ्हेच्या चौकश्यांची गरज असते. कारण तो एक प्रतिबंधात्मक उपाय असतो. शैक्षणिक व पोलीसी प्रमाणपत्रांची तपासणी करण्याचे काम दुसऱ्या कंपनीला देण्यात येते. माहिती तंत्रज्ञानाच्या क्षेत्रातील National Association of Software and Service Companies (NASSCOM) तयार असलेल्या डेटाबेसचा आधार घेतात. तुमच्या तपासणीत एखादाही दोष आढळला तरी, तुमच्या करियरचा बराचसा काळ वाया जाऊ शकतो. म्हणूनच –

तुम्ही अशा तऱ्हेच्या तपासणीसाठी तयार असलं पाहिजे. तुम्ही तुमच्याबद्दल दिलेली माहिती योग्य व सुसंगतच असली पाहिजे. तुमच्या आधीच्या कंपनीमध्ये तुमची प्रतिमा कशी आहे याचेही भान असले पाहिजे. तुमचे आर्थिक व्यवहारही स्वच्छ असले पाहिजेत.[34] थोडक्यात, तुमच्या बायोडेटामधील प्रत्येक माहिती सत्य व नेमकीच असली पाहिजे. अन्यथा तुमचे करियर बनणे अवघडच नाही तर अशक्य बनू शकते. म्हणूनच बायोडेटा, कव्हर लेटर, संदर्भ या सर्वांबाबत सावधपणे तयारी करा.

२

मुलाखतीची प्रत्यक्ष तयारी

अभिनंदन! तुमची मुलाखतीच्या पहिल्या फेरीसाठी निवड झाली आहे! पण मुलाखतीच्या अनेक फेऱ्यांपैकी ही पहिली फेरी आहे. त्यामुळे आता शेवटपर्यंत या फेऱ्यांमध्ये टिकून राहण्यासाठी तयारी करावी लागेल. **शेरील सँडबर्ग** (चीफ ऑपरेटिंग ऑफीसर, फेसबुक) म्हणतात,[1]

> ''एका मिनीटात कोणाचे लक्ष वेधून घेणे सोपे आहे, पण त्यासाठी नियोजबद्ध प्रयत्न करावे लागतात. 'फेसबुकची संस्कृती काय?' हा प्रश्न फारच ढोबळ आणि अज्ञानातून आला आहे, कारण या प्रश्नाचं उत्तर देणारे अनेक लेख, ब्लॉग्ज आहेत. याचाच अर्थ हा प्रश्न रुचितून नाही, तर अज्ञानातून आला आहे. म्हणूनच नोकरी शोधताना विशेष तयारी ही अत्यंत महत्त्वाची आहे. मी जेव्हा

खजिना विभागातील नोकरी सोडली तेव्हा त्याचे प्रमुख **जॉश स्टेनर** यांनी मोलाचा सल्ला दिला, ''तुला काय करायचं आहे, ते आधी शोध. मग नोकरी शोध आणि नोकरी देणाऱ्या कंपन्यांचं मूल्यमापन कर. मी तो सल्ला मानला. त्यामुळेच माझा वेळ वाया गेला नाही आणि कंपन्यांशीही मी कामाच्या नेमक्या अपेक्षाबद्दल (त्यांच्या आणि माझ्याही) योग्य चर्चा करू शकलो.''

आकृती २.१ मध्ये मुलाखतीची तयार कोणत्या टप्प्यात करायची ते मांडलं आहे.

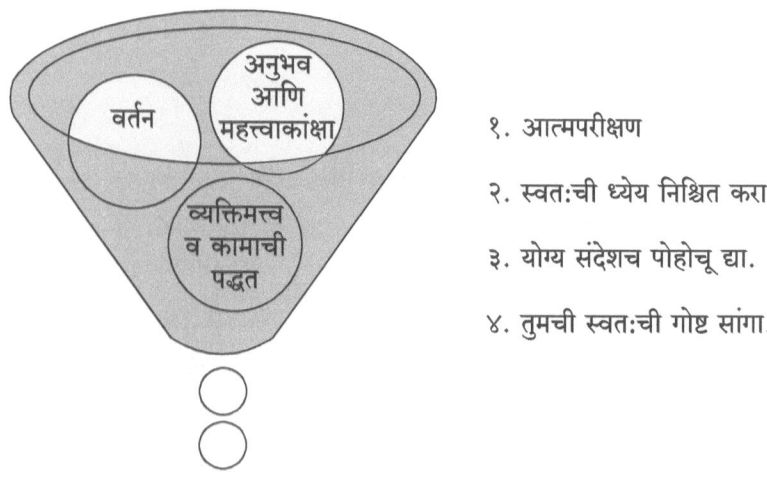

१. आत्मपरीक्षण

२. स्वतःची ध्येय निश्चित करा.

३. योग्य संदेशच पोहोचू द्या.

४. तुमची स्वतःची गोष्ट सांगा.

आकृती २.१ मुलाखतीच्या तयारीचे टप्पे

स्वतःशी थोडा विचार करा आणि तुम्ही काय तयारी करू शकता ते ठरवा. मग तुमची ध्येय निश्चित करा. तुम्हाला नक्की कोणत्या दिशेला जायचंय ते ठरवा. ते जर तुम्हाला स्पष्ट नसेल तर तुम्हाला नोकरी देणाऱ्या कंपन्यांनाही नीट कळणार नाही. एकदा तुम्हाला तुमच्या ध्येयांची स्पष्ट जाणीव झाली की, मग तुम्हाला नक्की काय म्हणायचं आहे ते ठरवा. या पुस्तकाची तुम्हाला खालील तीन गोष्टींसाठी मदत होईल–

- तुमचा अनुभव आणि तुमच्या महत्त्वाकांक्षा
- तुमचं वर्तन
- तुमचं व्यक्तिमत्त्व आणि कामाची पद्धत

मग तुम्हाला तुमचं म्हणणं तुम्हाला हवं तसं मांडता येईल. तुमची गोष्ट तुम्हाला हवी तशी सांगता येईल. ''गोष्ट सांगणे'' म्हणजे खोट्या गोष्टी रचणे नव्हे, तर तुमचे अनुभव आकर्षक पद्धतीने सांगणे होय!

सध्या आपल्या सगळ्यांचीच स्थिती ''रात्र थोडी सोंगे फार'' अशी आहे. कधीतरी तुम्हाला मुलाखतीसाठी तासभर काढायचा तरी अवघड आहे. मग तयारीसाठी वेळ कुठून आणणार? तुमचा अभ्यास आता, तुमची गरज, तुमची रुची आणि नोकरीच्या कोणत्याही क्षेत्रात कामाचे वर्णन, यावर अवलंबून आहे. खरं तर वस्तुस्थिती ही आहे की, कोणत्याही क्षेत्रात नोकऱ्या कमी आणि उमेदवार जास्त आहेत. तुम्ही कोणतीही तयारी केलीत तरी त्याचा उपयोग होणारच आहे.

माहिती गोळा करताना

तुम्ही ज्या कंपनीत अर्ज केलाय त्या कंपनीच्या वेबसाईटवर जाऊन माहिती मिळवा. त्यांच्या शेअर्सची स्थिती जाणून घ्या. त्या कंपनीच्या अधिकारी वर्गात काही बदल किंवा त्यांच्या ध्येयधोरणांमध्ये काही बदल झालाय का ते समजून घ्या. तुमच्या व्यावसायिक वर्तुळात या कंपनीतील कोणी ओळखीचं आहे का ते तपासा. कोणालाही फारशी तसदी न देता त्या ओळखीच्या व्यक्तीकडून कंपनीच्या कामाची पद्धत किंवा तुमची मुलाखत कोण घेणार आहे, त्या व्यक्तीबद्दल काही माहिती मिळते का ते पहा.

बहुतेकवेळा मुलाखत सुरू करण्याआधी मुलाखतकर्ता कंपनीची माहिती व कामाची पार्श्वभूमी सांगतो. यावेळी तुम्ही जर आधीच माहिती काढलेली असेल, तर तुम्हाला कंपनीबद्दल बोलायची संधी मिळते आणि कंपनीचे व्यवहार किती पारदर्शक आहेत याची तुम्हालाही चाचपणी करता येते. तुम्हाला जर तुमच्या शोधामध्ये काही महत्त्वाच्या गोष्टी आढळल्या असतील, तर त्याचा तुमच्या

बोलण्यावर व मुलाखतीवर किती परिणाम होऊ द्यायचा हे मात्र ठरवा.

काही मुलाखतींमध्ये कंपनीचा प्रतिनिधीच तुम्हाला कंपनी बद्दल विचारू शकतो. अशावेळी तुम्ही आधीच गोळा केलेली माहिती उपयोगी पडते. कदाचित, संभाषणाची सगळीच सूत्रे तुम्ही स्वत:च्या हातात घेऊन तुम्हाला हवे तसे संभाषण घडवून आणू शकता. **मायक्रोसॉफ्ट इंडिया** त्यांच्या विद्यार्थी व पदवीधरांना आग्रहाने सांगते.[2]

> ''तुम्ही आम्हाला विचारलेले प्रश्न अत्यंत महत्त्वाचे असतात. त्यातून तुमच्या कामाच्या बाबतीतला रस, समजेची पात्रता आणि कामासाठीची तळमळ दिसून येते. म्हणून गप्प न राहता, शंका, प्रश्न विचारा.''

तुमचं संभाषण खरोखरंच योग्य व चांगल्या प्रकाराने पार पाडलं तरी एक नक्की, मुलाखत तुमची जरी असली तरी मुलाखतीचा मुख्य मुद्दा कंपनीला नक्की कोणत्या प्रकारच्या उमेदवाराची गरज आहे हा आहे. म्हणूनच तुम्ही कंपनीतील समस्यांवर काय उपाय करता, याचा विचार, तुमच्या शैक्षणिक पात्रता किंवा तुमच्या अनुभवापेक्षा वरचढ ठरतो. मुलाखतकार या दृष्टीने तुमची चाचपणी करत असतो. तुमचे तांत्रिक ज्ञान कितीही योग्य असले तरी त्याचा उपयोग होईलच असे नाही. कोणत्याही संस्थेला उमेदवाराची वर्तणूक, मानवी दृष्टिकोनही तितकाच महत्त्वाचा असतो. म्हणूनच तुमच्या संभाषण कौशल्याच्या जोरावर मुलाखतकारावर प्रभाव पाडा, त्याचा विश्वास संपादन करा. त्यातून तुमची नोकरी पक्की होण्याची शक्यता वाढेल. अशा तऱ्हेचा भावनिक संवाद साधण्याचे एक प्रमुख साधन म्हणजे तुमचे सामायिक संबंध असलेल्या व्यक्ती शोधा. मुलाखतकाराचे नाव तुम्हाला माहित असेल तर, त्याच्या व तुमच्या समान ओळखी शोधा. मुलाखतकाराच्या व तुमच्या समान आवडी शोधा. फेसबुक, लिंक्डइनसारख्या वेबसाईटच्या माहितीचा आधार घ्या. कदाचित पूर्वी तुम्ही एकाच कंपनीत परंतु वेगवेगळ्या वेळी काम केलं असेल. त्यामुळे ओळखीच्या व्यक्ती समान असू शकतील. त्यामुळे तुमचा संवाद सुलभ होईल. कदाचित, तुमची मुलाखत म्हणजे खेळीमेळीची भेटही ठरू शकेल!

तुमच्या व्यक्तिमत्त्वातील ठळक वैशिष्ट्ये

कंपनी उमेदवाराची निवड करताना नक्की काय निकष लावते? किंवा कंपनीच्या यशासाठी उमेदवारात नक्की कोणते गुण अपेक्षित आहेत?

कंपनीने धोरण ठरवताना चार प्रश्न विचारावेत[3] –

- कंपनीच्या यशासाठी सहकाऱ्यांचे व्यक्तिमत्त्व कसे असावे?
- कंपनीच्या कामाच्या वातावरणात उमेदवाराचे नक्की कसे वर्तन अपेक्षित आहे?
- मार्केटमध्ये वेगळेपणा सिद्ध करण्यासाठी कंपनीच्या कामाच्या कक्षेत उमेदवाराची नक्की कशी भूमिका अपेक्षित आहे ?
- कोणता उमेदवार योग्य किंवा लायक सिद्ध होऊन कंपनीच्या यशात सिंहाचा वाटा उचलेल?

आता हेच प्रश्न तुम्ही, उमेदवार म्हणून स्वत:लाही विचारा आणि कंपनीच्या अपेक्षांमध्ये तुमचे स्थान काय ते ठरवा. कधीतरी असेही होण्याची शक्यता असते की, कंपनीने काहीच ठरवलेले नसतानाही, तुम्ही स्वत:ला ज्या पद्धतीने मुलाखतीत सादर करता, त्यावर कंपनीचा प्रतिनिधी असे म्हणू शकतो की, ''आम्हाला उमेदवाराकडून हीच तर अपेक्षा होती !''

सर्वसाधारणपणे कोणतीही कंपनी खालील मुद्यांवरून उमेदवाराची चाचपणी करते–

स्वपरीक्षण/आत्मभान– तुम्ही स्वत:च्या भूतकाळातील चुका किंवा अनुभवातून काय शिकता? तुम्ही आत्मपरीक्षण करू शकता की नाही? तुमच्या क्षमतांची तुम्हाला जाणीव आहे की नाही?

तळमळ/तीव्र इच्छा– कोणत्याही कंपनीला जीव ओतून काम करणारी व्यक्ती हवी असते. मनापासून काम करून योग्य परिणाम दर्शविणारी व्यक्ती कंपनीला हवी असते.

नेतृत्त्वगुण– कंपनीला उमेदवाराकडून नेतृत्त्वगुणाचीही अपेक्षा असते. अवघड परिस्थितीत किंवा समस्येच्या काळात तुम्ही परिस्थिती ताब्यात घेऊन निर्णय घेणं कंपनीला अपेक्षित असतं किंवा कोणाच्या नेतृत्त्वाखाली योग्य तऱ्हेनं काम करणंही अपेक्षित असतं.

शिकण्याची क्षमता– कोणतीच व्यक्ती परिपूर्ण नसते. त्यामुळे नोकरीत तुम्ही कामातून कसे व किती शिकता तेही महत्त्वाचे आहे. त्यासाठी तुम्ही किती उत्सुक आहात यावर तुम्ही कसे शिकता ते अवलंबून आहे. अशातऱ्हेची शिकण्याची तुमची इच्छा आहे ना, प्रशिक्षण वर्गात तुम्ही मनापासून सहभागी होता ना, किंवा पुढच्या शिक्षणात तुम्हाला रस आहे ना. **लॉसझ्लो बॉक** (गुगल वरिष्ठ सहाय्यक निर्देशक, मानवी व्यवहार) म्हणतात[4]–

> ''प्रत्येक नोकरीची पहिली अट असते, की तुम्ही सर्वसामान्यपणे उत्सुक असलं पाहिजे, सर्वसामान्य बुद्धिमत्ता असलीच पाहिजे. याचा संबंध बुद्ध्यांकाशी नसून तुमच्या शिकण्याच्या क्षमतेशी आहे. तुम्ही मिळालेल्या माहितीची वैशिष्ट्यपूर्ण सांगड कशी घालता, ते महत्त्वाचे.''

संवाद साधणे– सहजपणे संवाद साधणे ही कला आहे. कंपनीमध्ये स्वत:च्या मतांपेक्षा, परिस्थितीला अनुरूप निर्णय घेण्याची क्षमता असणे व त्यानुसार देहबोलीतून, शब्दांतून सुयोग्य संवाद साधणे अपेक्षित असते. **जॉर्ज बर्नार्ड शॉ** (कादंबरीकार, लंडन स्कूल ऑफ इकॉनॉमिक्सचे सहसंस्थापक) म्हणतात[5]–

> ''संवादातील सर्वांत मुख्य अडचण म्हणजे आपण वस्तुस्थितीची जाणीव करून न घेता, फक्त आभासमय कल्पना रंगवित बसतो.''

बेन अँड कंपनी, या व्यवस्थापन क्षेत्रात सल्लागार म्हणून काम करणाऱ्या कंपनीचं उदाहरण बघूया. ते त्यांच्या उमेदवारांमध्ये काय शोधतात?[6]

> ''आम्ही आमच्या कंपनीसाठी अष्टपैलू व्यक्तिमत्त्वाचे उमेदवार शोधतो. स्वत:ची निर्णय क्षमता असलेले, टीमचा एक भाग बनू शकणारे उमेदवार आम्ही पसंत करतो. प्रत्येक व्यक्ती वेगळी असते

आणि प्रत्येकाचे स्वत:चे असे वैशिष्ट्य असते. आम्ही कंपनीसाठी अशाच वेगवेगळ्या वैशिष्ट्ये असलेल्या व स्वतंत्र विचारक्षमता व निर्णयक्षमता असलेल्या व्यक्ती शोधत असतो.''

बेन अँड कंपनीच्या मते, कोणत्याही व्यक्तीच्या ठिकाणी ४ कौशल्ये क्षमता असल्या पाहिजेत. १. समस्या सोडविण्याची क्षमता. २. नेतृत्त्वगुण ३. योग्य परिणाम देणे ४. कामाची बांधिलकी किंवा तळमळ.

आकृती २.२ मधील तपशील पहा.[7]

प्रश्न सोडवण्याची क्षमता
उमेदवाराला प्रश्नाचे गांभींय कळलं पाहिजे. त्यातून कल्पकतेने मार्गही काढता आला पाहिजे आणि पुढचं नियोजनही असलं पाहिजे. अशी वैशिष्ट्ये टीममध्ये काम करून, शैक्षणिक यशातून किंवा वैयक्तिक प्रकल्पातून मिळवता येतात.
नेतृत्वगुण आवश्यकच
केवळ टीममध्ये सहकार्य करणे पुरेसे नसते, तर वेळप्रसंगी निर्णय घेणेही महत्त्वाचे असते. शालेय कारकिर्दीत, कामाच्या ठिकाणी किंवा अन्य उपक्रमांतून तुमच्या नेतृत्वगुणांची परिक्षा होते.
कामाची परिणामकारकता
कंपनीला सकारात्मक परिणामांची अपेक्षा असते. त्यातून ग्राहकांची उद्दिष्टे व मानात भर पडते. कंपनी किंवा प्रकल्पाच्या यशात तुमचे सहकार्य किती हे बघितले जाते. कंपनीतील सहकाऱ्यांशी तुमचे संबंध कसे आहेत हेही बघितले जाते.
कामाबाबत निष्ठा / तळमळ
कामातल्या अडचणी कल्पकतेने सोडवणे व निष्ठा बाळगणे ही वैशिष्ट्ये उमेदवाराकडे हवीत. यशासाठी ते आवश्यक आहे. कामाच्या निष्ठेबाबत तडजोड होऊ शकत नाही. कामाची तळमख सहकाऱ्यांमध्ये चैतन्य उत्पन्न करते, ज्याचा ग्राहक व कंपनी दोन्हीला फायदा होतो.

आकृती २.२ कंपनीला अपेक्षित उमेदवाराची कौशल्ये

आता दोन सारख्या शैक्षणिक पात्रतेचे उमेदवार असतील तर त्यात कमी जास्त कसं ठरवणार? अमेरिकेने नुकत्याच घेतलेल्या चाचणीनुसार उमेदवाराची वैयक्तिक कौशल्ये, त्याच्या शैक्षणिक पात्रता व व्यावसायिक वैशिष्ट्यांइतकीच महत्त्वाची ठरतात.[8] दोन समान शैक्षणिक पात्रतेच्या उमेदवारांमधून एकाची निवड करताना

कंपनी उतरत्या क्रमाने खालील निकष लावतात.

- ज्याची विनोदबुद्धी चांगली आहे.
- जो टीममध्ये मिळून मिसळून राहतो.
- ज्याचा पेहेराव योग्य व सभ्य आहे.
- मुलाखतकाराशी काही गोष्टी जुळतात.
- शारीरीकदृष्ट्या जो तंदुरुस्त आहे.
- वर्तमानातील आजूबाजूच्या घटनांची माहिती ज्याला आहे.
- सोशल मिडीयावर जो कार्यरत आहे.
- क्रीडा क्षेत्राची ज्याला माहिती आहे.

तुमच्यासाठी महत्त्वाचे मुद्दे

कंपनीला नक्की काय अपेक्षित आहे याचा आम्ही अभ्यास केला. आता तुम्ही नक्की कशाचा शोध घेताय? ते बघुया.

जॉय वॅन ऑर्नम (आर्थिक व्यवस्थापक, ब्लूप्रिंट.आयओ.) यांच्या मताशी आम्ही सहमत आहोत. ते म्हणतात[९]–

> ''मुलाखत ही एक संधी आहे, भेटण्याची, बोलण्याची आणि समान धागे शोधण्याची! मुलाखत ही उंदरा-मांजराचा खेळ न राहता, मुलाखतकार व उमेदवार दोघांच्याही फायद्याची ठरली पाहिजे.''

याचा अर्थ असा नव्हे की, तुम्ही मित्राबरोबर कॉफीशॉपमध्ये गप्पा मारण्याच्या थाटात, मुलाखतीसाठी जा. आजच्या काळात कॉर्पोरेट क्षेत्रातील मुलाखती इतक्या अवघड आहेत की तयारीशिवाय तुम्ही त्यातून बाहेर पार पडणं किंवा पास होणं निव्वळ कठीण आहे. या पूर्ण पुस्तकात आम्ही तुम्हाला ठोकळेबाज प्रश्नोत्तरांची जंत्री किंवा यादी देणार नाही. कारण त्याचा खरोखरच काही उपयोग नाही. कारण अशी पुस्तकी उत्तरे मुलाखतकारांना लगेच ओळखू येतात. तुम्हाला स्वत:बद्दल आतून पक्की खात्री हवी आणि मुलाखतकार विशिष्ठ प्रश्नच का

विचारेल असा थोडा सखोल विचार करायला हवा. शिवाय तुमच्या व्यक्तिमत्त्वानुसार तुम्ही मुलाखतीत स्वतःला उत्तम रीतीने कसे सिद्ध कराल याचाही थोडा विचार व्हायला हवा. यासाठी पुस्तकी उत्तरांची नव्हे तर योग्य त्या मानसिकतेची तयारी हवी, ज्यासाठी हे पुस्तक तुम्हाला मार्गदर्शन करत आहे.

''तुम्हाला तुमच्या करियरमध्ये कुठपर्यंत जायचंय? तुम्हाला कोणत्या जबाबदाऱ्या घ्यायला आवडतील? तुमची बलस्थानं कोणती? तुम्हाला नक्की कोणत्या क्षेत्रात प्रगती करायची आहे? ज्या कंपनीत तुम्ही अर्ज करताय, त्या कंपनीत तुम्हाला स्वतःच्या प्रगतीची खात्री आहे ना? तिथल्या कामाच्या वातावरणाची तुम्हाला नीट कल्पना आहे ना? आत्ताच्या वातावरणापेक्षा तिथले वातावरण निराळेच असेल, तर नव्या वातावरणात तुम्ही स्वतःला कसे सामावून घ्याल?'' अशा प्रश्नांना सामोरं जायची तुम्ही तयारी केली आहे ना?

वस्तुस्थिती अशी आहे की, अगदी स्पर्धात्मक जगातसुद्धा प्रत्येक कंपनी व प्रत्येक काम तुमच्यासाठी योग्यच असेल, असे नव्हे. सर्वांत शेवटचा आणि महत्त्वाचा प्रश्न उमेदवाराला असा विचारला जातो की, ''ज्या कामासाठी तुम्हाला नोकरीवर ठेवण्यात येणार आहे, त्यासाठी या कंपनीने तुमचीच निवड का करावी?''

मुलाखतीच्या तयारीमध्ये, आयुष्यातील कोणत्या टप्प्यावर काय करायचे आहे याची तुम्हालाही स्पष्ट कल्पना हवी. त्यासाठी काही निकष ठरवायला हवेत. त्या निकषांनुसार कंपनी व तुमच्या कामाचे मूल्यमापन व्हायला हवे. त्यामध्ये काही बाहेरचे घटकही असतील.

उदा. कुटुंबाच्या बाबतीत तुमच्या मुलांच्या शिक्षणाचा कालावधी काय असेल, अशासारख्या टप्प्यांचा तुम्हाला विचार करायला हवा. कारण त्यामुळे तुमच्या कामाच्या ठिकाणी फरक पडणार आहे. अशा घटकांमुळे तुमच्या कामावर मर्यादा येणार आहेत का? तसंच असेल, तर त्या गोष्टींचा/घटकांचा उल्लेख मुलाखती दरम्यान कधी करायचा, याचाही विचार व्हायला हवा. ही गोष्ट बऱ्याच अंशी मुलाखत कशी चालली आहे, त्यावर अवलंबून आहे आणि प्रत्यक्ष मुलाखतीच्यावेळी सर्वच गोष्टी तुमच्या नियंत्रणाखाली नसतात. त्यामुळे मुलाखत किती वेळ चालू द्यायची? मुलाखतींच्या अशा किती फेऱ्या पार पाडायची तुमची

तयारी आहे. याबाबत विचार करून ही नोकरी करायची का नाही याचा तुम्ही निर्णय घ्यायचा आहे.

खूपच जास्त प्रश्न झाले ना? पण योग्य जागी योग्य नोकरी मिळविण्यासाठी त्यांची उत्तरं मिळवणं आवश्यकच आहे. **जे. के. रोलिंग** यांच्या कथेतील आल्बस डंबलडोर हे पात्र हॅरी पॉटरला सांगतं. [10]

> ''आपल्या क्षमतांनुसार आपण कसे आहोत हे ठरत नसतं, तर आपण कसं असावं हा आपण निवडलेला पर्याय असतो !''

पगाराची अपेक्षा

''तुमची पगाराची अपेक्षा काय आहे?'' या प्रश्नाचं उत्तर तुमच्याकडे आहे? मुलाखती दरम्यान हा प्रश्न उशीराच येतो, पण तरीही तुम्हाला स्वत:ला या प्रश्नाचं उत्तर माहिती हवं. त्यामुळे पगाराची सर्वांत वरची पातळी तुमच्यासाठी कोणती आहे? आणि कितीच्या खाली नक्की जायचं नाही, याचा विचार स्पष्ट हवा. बहुतेकदा नोकऱ्या देणे, मुलाखती घेणे ही सगळी वेळखाऊ प्रक्रिया आहे. म्हणूनच या विषयाची स्पष्ट कल्पना असली की, या चर्चेत वेळ कमी जातो. तुम्हाला परत आठवण करून देतो की, 'सगळ्या नोकऱ्या तुमच्यासाठी योग्य नाहीत आणि सगळ्या कंपन्या तुमच्या प्रोफाईसाठी योग्य असतीलच असे नाही.' कंपनीच्या प्रोफाईलमध्ये तुमचा प्रोफाईल कुठे बसतोय, त्यानुसार तुम्ही किती पगार मागायचा, हे ही ठरत असतं.

कंपनीला योग्य वाटेल आणि तुमच्यासाठी योग्य ठरेल असा पगाराचा आकडा कसा ठरवणार?

पगाराच्या रकमेबाबत वाटाघाटी

कंपनी तुम्हाला विशिष्ट रक्कम देऊ करते, तुम्ही ती नाकारून तुम्हाला योग्य ती रक्कम सांगता. असं करत करत एका विशिष्ट टप्प्यावर सहमतीने थांबते, याला 'घासाघीस करणे' किंवा 'वाटाघाटी करणे' म्हणतात. वास्तविक वाटाघाटी म्हणजे दोन वेगवेगळे गट एका विशिष्ट संतुलित टप्प्यापर्यंत चर्चा करतात व त्यांचे मतभेद मिटवतात.

आमच्या अनुभवावरून बऱ्याचदा असं लक्षात येतं की, पगाराच्या वाटाघाटी, या बाजारात भाजी घेताना घासाघीस केल्यासारख्या होतात आणि शेवटी एकमेकांच्याबद्दल कडवट मते तयार होऊन संपतात. नव्या नोकरीत तुम्हाला असा कडवटपणा मनात धरणं अपेक्षित आहे का? वादावादी किंवा कटुतेखेरीज दुसरा काहीच मध्यममार्ग असू शकत नाही का? कल्पना करा की, कंपनीच्या प्रतिनिधीशी तुमची समंजस व चांगली चर्चा चालू आहे. तुमच्यासाठी महत्त्वाचे काय आणि कंपनीची अपेक्षा काय याबाबतही आता स्पष्टता आली आहे. अशावेळी तुम्हाला परदेशात एखाद्या डीलसाठी पाठवायची कंपनीची तयारी आहे किंवा कंपनीतर्फे तुम्हाला एखाद्या चांगल्या प्रशिक्षण वर्गासाठी पाठवायची तयारी आहे, अशावेळी एक पाऊल मागे येवून पगाराबाबत थोडी तडजोड करायला काय हरकत आहे? वाटाघाटीमध्ये दोन्ही गटांचा फायदा असतो.

राग, भीती अशा नकारात्मक भावना या प्रक्रियेतून काढून टाकणे खरं तर खूप अवघड आहे. अर्थात आम्हाला हे बोलणं खूप सोपं आहे. विशेषत: जेव्हा तुम्ही बेकारीच्या अवस्थेतून प्रथमच नोकरीसाठी प्रयत्न करत असता, तेव्हा हे निश्चितच अवघड असते. अन्यथा, तुम्ही तुमचे सर्वतोपरी प्रयत्न करत राहा. सगळी प्रक्रिया वस्तुनिष्ठपणे अनुभवा आणि त्यातून भावनिकदृष्ट्या बाजूला व्हा! तुमची आधीची स्थिती आठवा आणि तुमच्यासाठी काय महत्त्वाचे आहे, ते ठरवा. आ. २.३ मध्ये पहा–

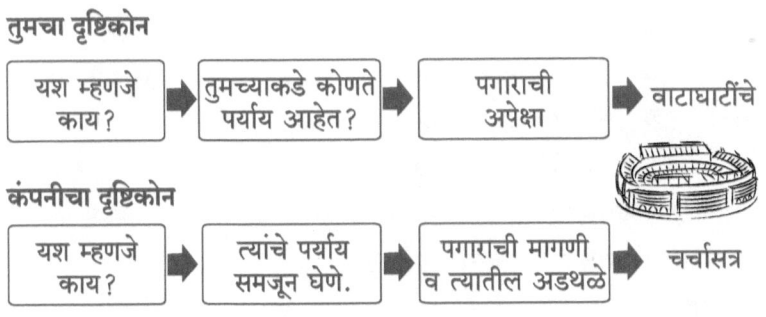

आकृती २.३ वाटाघाटींचे नियोजन

यशाची व्याख्या काय? तुम्ही काय मिळवायचा किंवा टाळायचा प्रयत्न करताय? तुमची नेमकी गरज काय? 'क्ष' रकमेच्या वरील पगार तुमच्या मूलभूत गरजा भागवणार आहे ना? की त्यापेक्षा जास्त पगाराची तुम्हाला अपेक्षा आहे? तुमच्या पगारावर तुम्ही २-३ वर्षानंतरचे आर्थिक नियोजन केले आहे का? मग तुम्हाला आत्तासाठी नोकरी हवी आहे (छोट्या टप्प्यातलं यश) की ही तुमची निवृत्तीआधीची शेवटची नोकरी आहे? (मोठ्या टप्प्यातलं यश) तुमच्याकडे किती वेळ आहे? एका विशिष्ट टप्प्यावर पोचण्यासाठी तुम्ही किती वेळेची मर्यादा ठरवली आहे? हे बुद्धिबळाच्या खेळासारखं आहे, पण तुमच्या नोकरीमध्ये नक्की काय यश अपेक्षित आहे ते तुम्हाला स्पष्ट असेल, तर पगाराच्या चर्चेमध्ये खूपच मोकळेपणा व सोपेपणा येईल.

तुमच्याकडे दुसरा काही पर्याय आहे का? सध्याच्या नोकरीत समाधान मानून घेणं, हा पर्याय आहे का? जर सध्या तुम्ही बेकार असाल तर, तुमची साठवलेली रक्कम किती दिवस उपयोगी पडेल? तुम्ही किती ठिकाणी नोकरीसाठी अर्ज केलाय आणि किती ठिकाणी तुम्हाला मुलाखतीसाठी बोलावलंय? होऊन गेलेल्या मुलाखतींची तुमची काय स्थिती आहे? तुमच्याकडे काही चांगल्या ऑफर्सचे पर्याय आहेत का?

एकदा तुमची ही मूलभूत तयारी झाली की तुम्हाला नक्की किती पगाराची अपेक्षा आहे? ते ठरवा. तुमच्यासाठी सर्वोत्तम व सर्वात कमी पगार किती असू शकतो, ते ही ठरवा. कधी नोकरी सोडायची आणि कधी स्वीकारायची हे ठरवण्यासाठी कमीतकमी किंवा जास्तीत जास्त पगार हा निर्णायक आकडा असतो. तुमच्या अपेक्षेपेक्षा कमी पगार असेल तर काम सोडून द्या, अपेक्षेपेक्षा जास्त असेल, तर स्वीकारा. (आकृती २.४ मधील वरचा भाग पहा) पगाराचा आकडा ठरवताना म्हणूनच आपल्या अपेक्षेनुसार सर्वांत कमी व सर्वांत जास्त (तुमच्या पात्रतेनुसार) मर्यादा स्पष्ट ठरवलेली असावी. तुमचा पगार तुमची जीवनपद्धती ठरवत असतो, म्हणून पगाराचा आकडा महत्त्वाचा आहे. पण तरीही, त्या आकड्याच्या पलीकडे जाऊन विचार करूया.

तुमच्या आयुष्यातील इच्छांच्या, अपेक्षांच्या यादीत काय काय येतं? तुमच्या

अपेक्षेपेक्षा थोडा कमी पगार असलेल्या कंपनीत तुम्हाला आवडीचं काम करता येणार आहे का? तिथे असं काही आव्हानात्मक काम आहे का की ज्यामुळे तुम्ही सर्वात कमी (तुमच्या अपेक्षेच्या) पगारावर काम करायला तयार आहात? तुम्हाला या नोकरीत आत्तापर्यंतच्या कामापेक्षा काही वेगळं काही शिकायची संधी मिळते आहे कां? उदा. एखादं नवीन तंत्रज्ञान किंवा व्यवस्थापन क्षेत्रातील काही नवीन कौशल्य शिकायला मिळणार आहेत का, ज्याचा तुम्हाला भविष्यात उपयोग होणार आहे? अशा तऱ्हेच्या अपेक्षांची यादी तयार करा.

अशी यादी तयार झाली की आता तुम्ही अर्ज केलेल्या कंपनीच्या दृष्टिकोनातून विचार करा. असा विचार करताना कंपनीच्या दृष्टिकोनातून तुमच्या पात्रतेनुसार पगाराचा आकडा ठरवता येईल. (आकृती २.४ मधील खालचा भाग पहा.) आता इथे पगाराबाबत वाटाघाटी/चर्चेचा भाग येईल. कंपनीच्या पद्धतशीर वाटचालीचा अंदाज येण्यासाठी अशा तऱ्हेच्या (कंपनीच्या दृष्टिकोनातून विचार करणे) विचारसरणीची व समजून घेण्याची आवश्यकता आहे.

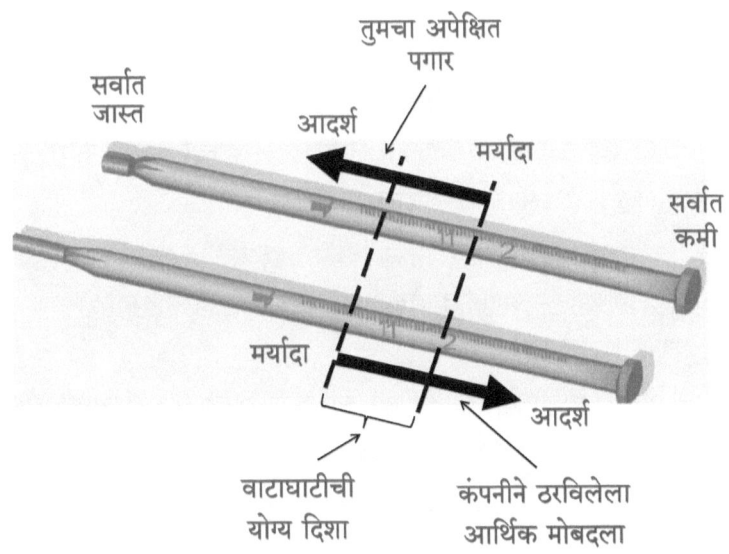

आकृती २.४ किती पगाराची अपेक्षा ठेवावी?

या सर्वांत तुमच्या कुटुंबाची भूमिका खूप महत्त्वाची आहे. तुमच्या कामाच्या व आर्थिक मिळकतीवर तुमचं संपूर्ण कुटुंब अवलंबून असेल तर त्यांच्याशी नव्या कामाबद्दल व पगाराबद्दल बोला. कारण तुम्ही मान्य करत असलेला पगार कदाचित तुमच्या जोडीदाराच्या अपेक्षेप्रमाणे नसेल/नसू शकतो आणि अडचणीच्या काळात, तुमचं कुटुंबच तुमच्या पाठिशी उभं राहणार आहे. त्यामुळेच या पगाराच्या प्रक्रियेतही तुमच्या कुटुंबाशी, किमान तुमच्या जोडीदाराशी जरूर संवाद साधा.

जेव्हा पगाराबाबत चर्चा कराल, तेव्हा कदाचित नव्याने काही गोष्टी शिकायला मिळतील. नवीनच वस्तुस्थिती कळेल, नोकरीच्या नव्या संधी उपलब्ध होऊ शकतील, किंवा वाटाघाटी पूर्ण फसतीलही! तुमची पगाराची कमीत कमी अपेक्षा आणि तुमच्या इच्छा यावर कदाचित फेरविचार करावा लागेल. पण निर्णय घेताना मात्र सावधपणे घ्या. कारण तुमच्या पगाराच्या कमीतकमी अपेक्षाही कदाचित कंपनी मान्य करणार नाही. शेवटी, याचं स्वरूप 'वाटाघाटी' किंवा 'चर्चा' न राहता 'भाजीमंडईतील घासाघीस' असं होऊ देऊ नका.

पगाराची चर्चा करताना

मुलाखती दरम्यान पैशाची किंवा पगाराची बोलणी करताना योग्य वेळ बघून बोला. मुलाखतीच्या सुरुवातीच्या टप्प्यात तर पगाराबद्दल बोलूच नका. केयूरी सिंग, (उपाध्यक्ष, ब्लू स्टार इन्फोटेक) म्हणतात[11] –

> ''तुम्हाला मिळणाऱ्या सुट्ट्या किंवा इतर सोयी-सवलतींबद्दल सुद्धा पहिल्या मुलाखतीत बोलू नका. ते अत्यंत अव्यावसायिक-पणाचं लक्षण आहे!''

दुसरीकडे असंही दिसून येतं की, काही कंपन्याच सुरुवातीलाच आकडे आणि पगाराच्या अपेक्षा याबद्दल बोलतात. उदा.

प्रश्न १	तुम्हाला सध्याच्या कंपनीत काय स्केल मिळते?
प्रश्न २	तुम्हाला नव्या कंपनीकडून काय/किती पगाराची अपेक्षा आहे?

असे प्रश्न तुम्हाला विचारले, तरी आश्चर्य वाटून घेऊ नका.[12] असे पगाराबद्दलचे प्रश्न सुरुवातीलाच विचारले गेल्यामुळे, तुम्हाला तुमच्या कामाचा व्याप किंवा परीघ नक्की किती आहे, याची स्पष्ट कल्पना येईल. असा प्रश्न विचारण्यामागे कंपनीच्या प्रतिनिधीचीही काही भूमिका असते. जी व्यक्ती फक्त मुलाखती घेण्यासाठी पगारावर नियुक्त केली आहे किंवा किती मुलाखती यशस्वी झाल्या, यावर एखाद्या व्यक्तीचे मानधन ठरत असेल, तर अशी व्यक्ती असे प्रश्न वेळ वाया घालवण्यासाठी नक्कीच विचारणार नाही. त्यांना व्यावसायिक फायद्याची गणितं जुळवायची असतात. काही प्रतिनिधी आर्थिक बोलणी झाल्याशिवाय मुलाखत पुढे नेणारही नाहीत!

तुमच्या फायद्याच्या दृष्टिनेसुद्धा, शेवटपर्यंत पगाराचा मुद्दा लांबवणं कदाचित योग्य होणार नाही. माझा स्वतःचा एक अनुभव असा आहे की, प्रचंड वेळ खर्च करून आणि प्रयत्न करून मी परदेशी नोकरी मिळवली आणि तिथे गेल्यावर मला कळलं की, माझी पगाराची अपेक्षा आणि कंपनीने ठरवलेला पगार यात खूपच फरक आहे! त्यावेळी वाटाघाटी करण्याची ती वेळच नव्हती. या केसमध्ये, मी जर आधीच बोलणी सुरू केली असती तर माझा कितीतरी वेळ आणि शक्ती वाचली असती.

उमेदवाराची भूमिका काय असली पाहिजे? आम्हाला विचाराल, तर तुम्हाला संभाषणाच्या सुरुवातीला असा प्रश्न विचारला तर तुम्ही तुमची अपेक्षा सांगून मोकळे व्हा. त्या बदल्यात तुमच्या कामाच्या स्वरूपाबद्दल सखोल तपशील विचारा. कंपनीने जरी तुम्हाला सध्याचा पगार विचारला असला, तरी त्यांनी तुम्हाला किती पगार द्यायचा, हे आधीच ठरलेलं असणार आहे. त्यामुळे तुमचा पगार हा, तुमच्या कामाच्या स्वरूपावरून आणि कंपनी त्या पदासाठी किती रक्कम देणार आहे, यावर ठरत असतो.

अर्थात् असा दृष्टिकोन बाळगण्यात धोकाही आहेच. तुमच्या अपेक्षा काही मुलाखतकार समजून घेतील, पण तोच कोणाला उद्धटपणाही वाटू शकतो आणि अर्थातच, तुमची भूमिका काय, यावर तुम्हाला नवीन नोकरी मिळणार की नाही हे ठरणार! तुम्हाला नोकरीची ताबडतोब गरज असेल तर असे विचारल्यावर तुमच्या

अपेक्षा सांगून टाका. तसं नसेल तर, त्यांच्याकडे थोडा वेळ मागा, मुलाखत घेणाऱ्यांना भेटून तुमच्या कामाचं स्वरूप, तुमच्या जबाबदाऱ्या समजून घ्या, तुमच्या पगाराची अपेक्षा व काम यांचा ताळमेळ जुळवा आणि मग तुमची अपेक्षा सांगा.

ड्रेस कोड

मुलाखतीसाठी तुमचा पेहेराव कसा असावा? काही जण उत्तर देतील, ''तुम्हाला माझे कपडे बघायचे आहेत की माझे विचार?'' काही म्हणतील, ''कपड्यांवरून माणसाची परीक्षा करू नये.'' पण ही गोष्ट खरी आहे की, तुमच्या पहिल्या भेटीत तुम्ही स्वतःची कशी प्रतिमा उभी करता, ते अत्यंत महत्त्वाचं ठरतं आणि हे मत पहिल्या १० सेकंदात तयार होतं! तुमच्या व्यक्तिमत्त्वाबद्दल मत २ मिनीटात तयार होतं! **जेम्स उलेमन** (प्राध्यापक व संशोधक, मानसशास्त्र, न्यूयॉर्क विद्यापीठ) यांचं आग्रहाचं मत आहे की,[13]

> ''तुम्हाला स्वतःबद्दलची पहिली छाप पाडायला दुसरी संधी मिळत नाही. व्यावसायिक मुलाखती किंवा संमेलने झाली, तरी मतं तयार होतातच आणि तुमच्याबद्दलची प्रतिमाही सतत तयार होत राहते.''

मुलाखती कायम वस्तुनिष्ठ आणि तुम्हाला हव्या तशा, चांगल्याच होतील असे नाही. म्हणूनच कंपनीच्या मुलाखतकाराचं मत तुमच्याबद्दल चांगलंच व्हावं, यासाठी काही नियोजन करायला हवं. पहिल्या भेटीतील पहिल्या मताचं महत्त्व कधीच कमी लेखू नका.

त्यातील, सर्वात महत्त्वाची गोष्ट म्हणजे, तुम्ही कसे दिसता आणि तुम्ही काय कपडे परिधान केले आहेत, याबद्दल विचार करा.

कॉलीन शॉ (बियाँड फिलॉसॉफीचे सी.ई.ओ.) म्हणतात[14]–

> ''तुम्ही घातलेल्या कपड्यांवरून जग तुमच्याकडे कोणत्या दृष्टिने बघतं, ते ठरतं. जगाने तुमच्याकडे कोणत्या दृष्टिकोनातून बघावं,

तुमच्याबद्दल काय मत बनवावं, तुम्ही स्वतःबद्दल काय विचार करता, या सगळ्याचा विचार कपडे निवडताना करा. काही जण समाजाच्या सामान्य नियमांप्रमाणे किंवा प्रवाहाप्रमाणे ठराविक तऱ्हेचे कपडे निवडत असतात.

जर तुम्ही थ्रीपीस सूट आणि पॉलीश्ड शूज घातलेत तर व्यावसायिकता दिसते. पण जर तुमच्या चेहेऱ्यावर टॅटू असेल किंवा कुठे टोचलेलं असेल (कान टोचतात तसे), तर तुम्ही स्वतंत्र व्यावसायिक असालही, पण वेगळ्याच प्रकारचे! ही दोन खूपच टोकाची उदाहरणं झाली. थोडक्यात काय की, तुमचा पोषाख व तुमचं राहणीमान यावरून तुमच्या व्यक्तिमत्त्वाची कल्पना करता येते आणि तुमचे विचार तुमच्या राहणीमानापेक्षा वेगळे असतीलही, तरीही प्रथमदर्शनी तुमच्याबद्दलचं मत, हे तुमच्या कपड्यांवरूनच तयार होतं !''

मुलाखतीच्या महत्त्वाच्या दिवशी तुमचा पोषाख कसा असावा? तुम्ही कोणत्या व्यवसायात आहात आणि कोणत्या पदासाठी अर्ज करत आहात, त्यावर हे बऱ्याचअंशी अवलंबून आहे. आमचा अनुभव असं सांगतो की, तुम्ही रोज ऑफीसमध्ये जे घालता, त्यापेक्षा थोडासा वेगळा आणि नीटनेटका पोषाख करणं पुरेसं होतं. त्याशिवाय, तुमचा हुद्दा, जबाबदाऱ्या, पदाचं नाव आणि पगाराचं पॅकेज हे ही एक पायरी (आधीच्या नोकरीपेक्षा) वर असेल, तर तुमचा पोषाखही त्यानुसार असावा अशी सर्वसाधारणपणे कंपनीतील अधिकाऱ्यांची आणि वरिष्ठांची अपेक्षा असते. तुम्ही ज्या ग्राहकाला सेवा पुरवणार आहात, त्या ग्राहकाचा विचारही झाला पाहिजे.

जर (पुरुष) सहकारी (आर्थिक सेवा, व्यवस्थापन क्षेत्र इ. क्षेत्रात) सूट व टाय वापरत असतील, तर तुम्ही तुमच्याकडचा सर्वोत्तम सूट घाला. जर कर्मचारी टाय वापरत नसतील, तर तुम्ही घाला आणि ड्रेसकोड जर 'बिझनेस कॅज्युअल' असा असेल तर, टायशिवाय सूट घातलात तरी चालेल. शेवटी, हा तुमच्यासाठी अत्यंत महत्त्वाचा दिवस आहे.

पुरुष उमेदवारांच्या पोषाखाविषयी काही टिप्स

- कमरेचा उत्तम बेल्ट व व्यवस्थित टायसह गडद रंगाचा सूट (टायवर कोणतीही विनोदी चित्रे नसावीत!)
- फिकट निळ्या किंवा पांढऱ्या रंगाचा, लांब बाह्यांचा शर्ट, सूट आणि टाय.
- काळे मोजे आणि काळे व्यवस्थित बसणारे फॉर्मल बूट. टेनिसचे मोजे किंवा वापरून सैल झालेले शूज वापरू नका.
- केस व नखे व्यवस्थित कापलेली असावीत आणि दाढी व्यवस्थित केलेली असावी आणि मंद सुगंधाचा आफ्टरशेव असावा.
- ब्रिफकेस, पोर्टफोलिओ किंवा लॅपटॉपची चांगली बॅग.

अगदी कामाच्या ठिकाणी अनौपचारिक वातावरण असलं तरीही पोलोनेकचे टी शर्ट वगैरे घालणं टाळून पूर्ण बाह्यांचा शर्टच वापरला तर तुमच्याबद्दलचं मत चांगलं तयार होतं. चिनोस किंवा ड्रेस स्लॅक्स घालायला हरकत नाही. लक्षात ठेवा बिझनेस कॅज्युअल्स पोषाख जरी असलां तरीही त्यात व्यावसायिकतेचा भाग असतोच. म्हणूनच जुने टी शर्टस् किंवा चुरगळलेल्या, मळलेल्या जीन्स पँट्स वगैरे गोष्टींचा विचारही करू नका.

आता एक नवीनच ट्रेंड येवू पाहतो आहे. काही ऑनलाईन कंपन्यानी 'स्टार्टअप कॅज्युअल्स' अशी एक नवी संकल्पना आणली आहे. ज्यामध्ये बिझनेस पेक्षा थोडा कमी औपचारिकपणा आहे. 'तुम्हाला माहिती हव्यात अशा दहा सत्य गोष्टी' या शीर्षकाखाली गुगलने काही गोष्टींची यादी दिली आहे. त्यातली एक गोष्ट म्हणजे तुम्ही सुटशिवायही गंभीर किंवा औपचारिक दिसू शकता![15] कपडे जास्त वेळ काम करण्यासाठी आरामदायी असावेत आणि कोणतेही अनपेक्षित काम करण्यासाठी व्यवहार्य असावेत. आता 'स्टार्टअप कॅज्युअल्स'चंच उदाहरण घ्या. 'स्टार्टअप कॅज्युअल्स' म्हणजे नक्की काय हे ठरवणं अवघडच आहे. म्हणूनच बिझनेस कॅज्युअल्स हा पोषाखच सर्वार्थाने योग्य मानावा लागतो आणि तेही सूटशिवाय! या प्रकारच्या कपड्यांमध्ये तुम्ही व्यावसायिक आणि नीटनेटके दिसता.

स्त्रियांच्या बाबतीत पेहेरवाचा प्रश्न फार उद्भवत नाही. कोणत्याही आंतरराष्ट्रीय, औपचारिक आणि पारंपारिक पद्धतीच्या कंपनीमध्ये तुम्हाला नियम ठरवून दिलेलेच असतात जसं–

- विशिष्ट प्रकारच्या ब्लाऊजबरोबर सुयोग्य सूट. शूज तुम्हाला योग्य तऱ्हेने, आत्मविश्वासाने वावरता येण्यासारखे असावेत.
- हलकेसे व साधेच दागिने.
- हलका मेकअप आणि परफ्युम, केस व नखे नीट व व्यवस्थित दिसणारी असावीत.
- एखादी योग्य ती पर्स, ब्रिफकेस किंवा लॅपटॉपची बॅग असावी. जर तुम्ही एकच बॅग जवळ बाळगलीत तर मुलाखतीच्या केबिनमध्ये येताना व बाहेर जाताना तुमचा गोंधळ उडणार नाही.

अनौपचारिक पेहेरावात स्त्रियांना स्कर्टस् किंवा स्लॅक्स, ब्लाऊज किंवा स्वेटर आणि जॅकेटचा पर्याय असू शकतो. स्टार्टअप कॅज्युअल्समध्ये स्लीम–फीट जीन्स किंवा पँट आणि ब्लेझर हाही पर्याय निवडता येईल.

भारतासारख्या काही देशांमध्ये तिथल्या स्थानिक पोषाखाचा उदा. साडी किंवा सलवार कमीझचा वापर करायला हरकत नाही. सगळ्याच स्त्रिया साडी किंवा सलवार कमीझमध्ये असतील तर तुम्हाला सूट घालण्याची गरज नाही आणि सगळ्या सूटमध्ये असतील तर तुम्हाला साडी नेसून मिरवायचीही गरज नाही. अर्थात, कंपनीमधल्या वातावरणावर बरेच काही अवलंबून आहे. उदा. तुम्ही एखाद्या फॅशन मॅगझिनसाठीच्या मुलाखतीला जात असाल, तर तुमच्या नेहमीच्या पोषाखापेक्षा भलताच ड्रेसकोड अपेक्षित असू शकतो. अशा ठिकाणी जायच्या आधी थोडा अंदाज घ्या.

अर्थात् ह्या सगळ्या केवळ टीप्स झाल्या. शेवटी तुम्हाला ज्यामुळे आत्मविश्वास वाटतो ते महत्त्वाचं आहे. मग तो पेहराव, मेकअप किंवा शूज, काहीही असो. अशा प्रकारच्या गोष्टींनी तुम्हाला संकोच वाटत असेल तर तुम्हाला आणि कंपनीसाठीही योग्य असा मध्यममार्ग निवडा. एकच गोष्ट लक्षात ठेवा, तुमचा योग्य

पोषाख तुमचा आत्मविश्वास वाढवू शकतो आणि त्याचा मुलाखतीवर सकारात्मक परिणाम होतो.

मुलाखतीच्या ताणातून बाहेर पडताना

कंपनीच्या मुलाखतकाराला संबंधित पदासाठी योग्य उमेदवार हवा असतो आणि त्याचवेळी तो उमेदवार चांगला माणूस असंणही आवश्यक असतं! त्या गृहीतकावर सर्वसाधारणपणे कोणतीही मुलाखत व त्यासंबंधीचे प्रश्न आधारलेले असतात. पण मुलाखत देताना मुलाखत घेणारा निष्णात, दयाळू आणि कामाची जाण असलेला असेलच, असे गृहीत धरू नका.

लिझ रायन (सी.इ.ओ. ह्यूमन वर्कप्लेस) म्हणतात[16]–

> ''मुलाखत घेणाऱ्याचा अविर्भाव वर्चस्व गाजवणारा आणि तुम्हाला कमी लेखण्याचा असू शकतो. त्यामुळे मुर्खासारखे, विसंगत प्रश्नही विचारले जाऊ शकतात. अशावेळी काय प्रतिक्रिया द्यावी ते कळत नाही. म्हणजे तुम्ही खोचक, किंवा प्रामाणिकपणे उत्तर देणे योग्य आहे का, ते कळणे अवघड आहे. अशावेळी आपण दोन पावले मागे जाऊन एखाद्या शहाण्या मुलासारखे प्रश्नांना उत्तर देण्याचा प्रयत्न करावा. इथे येवून तुमचा वेळ वाया गेला आहे, अशी जाणीवही होऊ देऊ नका. किंवा तुमचा राग व नाराजीही दर्शवू नका. अशा तऱ्हेने तुम्ही परिस्थिती हाताळू शकलात तर कदाचित तुम्हाला नोकरी मिळूनही जाईल. पण त्याचा तुम्हाला त्रासही होऊ शकतो. म्हणूनच, अशा विचित्र वेळी कशी उत्तरे द्यायची याची थोडी तयारी करून ठेवा.''

प्रत्यक्ष मुलाखत व मुलाखतीच्या प्रश्नांकडे वळण्याआधी मुलाखती दरम्यानच्या ताण-तणावाचे नियोजन कसे करायचे ते बघूया. मुलाखतीचा ताण काहीवेळा खूप जास्त येवू शकतो, विशेषत: तुम्ही बरोजगार असाल आणि तुम्हाला नोकरीची अत्यंत गरज आहे, अशावेळी तुम्हाला हा ताण सांभाळणं जमलं पाहिजे.

कधीतरी मुलाखतीत तुमची खूप सखोल चौकशी होते, कधीतरी खूपच अवघड प्रश्न विचारले जातात किंवा कधीतरी तुमची विचार करण्याची क्षमता ऐनवेळी दगा देते, त्यावेळी तुमचं संवादाचं कौशल्यही कधीतरी हरवू शकतं! आणि तुमचा ताण तुम्हाला कळत असूनही कित्येकदा तो लपवावा लागतो आणि या तुमच्या सगळ्या वाईट गोष्टींचा थेट परिणाम तुमच्या मुलाखतीवर आणि नोकरी मिळण्यावर होऊ शकतो!

अर्थातच, अशावेळी, ऐन मुलाखतीदरम्यान तुम्ही चालणे किंवा ध्यान करणे या गोष्टी करू शकत नाही. जर तुम्ही ताण ताबडतोब घालवला नाहीत, तर तुमची सगळी तयारी शब्दश: वाया जाते आणि म्हणूनच ताणातून शक्य तितक्या लवकर बाहेर पडायला हवं!

तुम्हाला भीती घालवायची असेल, तर सर्वप्रथम भीतीचे कारण शोधा. मुलाखतीच्यावेळी नक्की कशामुळे भीती वाटते आहे, त्याचा शोध घ्या. **सॅलिसबरी विद्यापीठ**, मेरीलँड येथील करियर सर्विसेच्या अहवाला नुसार[17] –

> ''तुमच्या शरीरामध्ये विशिष्ट रसायन तयार होत असतं. ते एक विशिष्ट भावना तयार करत असतं. पण तुम्ही मात्र बरोबर त्याचा उलट अर्थ काढता व तुम्हाला 'नर्व्हस' वाटायला लागतं. त्याचा अर्थ तुम्ही 'वाईट' तऱ्हेने लावता आणि तुमचा ताण व चिंता वाढायला लागतात. आपण नक्की अपयशीच होणार असं वाटायला लागतं व त्या चिंतेची चिंता करू लागता. अशी नकारात्मक साखळी तयार होतच जाते. आणि त्या नर्व्हसनेसचा तुम्ही चुकीचा अर्थ लावून खूपच अस्वस्थ होत राहता. या सगळ्याचा परिणाम म्हणजे तुम्ही कोणतीच गोष्ट धडपणे करू शकत नाही आणि मग त्याचेच रूपांतर तणावात होते.''

स्वत:ला सांभाळा!

ताणतणावातून बाहेर पडणं म्हणजे भीती घालवून पूर्णपणे निर्धास्त होणं नव्हे. तुम्हाला आलेल्या ताणाचा योग्य वापर करून तुमच्या मनावर ताबा मिळवणं

महत्त्वाचं आहे. स्वतःला मोकळं करा, दीर्घ श्वास घ्या आणि स्वतःला समजवा की तुम्ही एकटे नाही आहात. असा ताण येणं हे सामान्य आहे. अगदी तुमची मुलाखत घेणाऱ्यालाही त्याच्या उमेदवारीच्या काळात तसाच ताण आला असणार.

बाजारात मुलाखतीमध्ये हमखास यश मिळवून देण्याची खात्री देणारे व तणावाचे नियमन शिकवणारे प्रोग्रॅम व क्लासेस खूप आहेत व ते या माध्यमातून पैसाही कमवतात. पण आम्हाला प्रामाणिकपणे असं वाटतं की त्याची फारशी गरज नसते. तुमच्याकडे अशा प्रकारच्या ताणाला सामोरे जाण्याची नैसर्गिक क्षमता असते, फक्त ते वेळेवर जमत नाही इतकंच. एक दीर्घ श्वास घ्या व आम्ही सांगतो त्या टीप्स उपयोगात आणून बघा. तुम्हाला सहज, मनमोकळं बनवणाऱ्या या टीप्स किंवा उपाय असे आहेत.

तुम्ही कधी रिव्हर राफ्टींग करायला गेला आहात? कधी त्यासाठी ओव्हरबोर्ड वापरलाय? ओढ असलेल्या पाण्यामध्ये बोर्डवर उभं राहून तरंगणं हे सुरक्षित आहेसुध्दा आणि नाहीसुद्धा. पाण्याच्या पृष्ठभागावर जेवढे खडक दिसतात तितकेच पाण्याच्या खालीही असू शकतात आणि ते तुमच्यासाठी प्रचंड धोकादायक ठरू शकतात. तुम्ही कधी बर्फासारख्या थंड पाण्यात तरंगला आहात का? एखादा तज्ज्ञ तुम्हाला सांगेल की त्या थंड पाण्यात तुमचं डोकं आणि मेंदू सर्वप्रथम जपा. त्याच्याइतकं महत्त्वाचं काहीच नाही. पाय पुढच्या बाजूने ताणा आणि सुरक्षितपणे स्वतःला वाचवत तरंगा. एकावेळी एकच मोठा खडक पार करा आणि स्थिर पाण्यात याल तेव्हा बोटीवर चढा आणि स्वतःचं जरूर अभिनंदन करा!

आता या उदाहणाचा मुलाखतीशी काय संबंध? जेव्हा तुमची मुलाखत खूप वाईट होते, तेव्हा तुम्हाला हेच करायचे आहे. हातपाय ताणा, दीर्घ श्वास घ्या, स्वतःच्या विचारशक्तीला ताण द्या आणि मुलाखतीत घडलेल्या चांगल्या गोष्टी आठवा. तुम्ही शांतपणे उत्तरे दिली असतील, तर तो तुमचा छोटासा का होईना विजयच आहे. हा सकारात्मक विचार तुम्हाला शांत राहण्यास मदत करेल, आनंदी बनवेल. या युक्तीला कोठेही क्लास लावायची गरज नाही. याचा प्रयोग आम्ही स्वतःवरच कित्येकदा करून बघितला आहे आणि आम्हाला खरंचच खूप सुखद अनुभव आला आहे. आकृती २.५ पहा.

हातपाय ताणून द्या. छोट्या गोष्टींतला आनंद शोधा आणि पुन्हा नव्याने सुरुवात करा. संथ पाण्यातला बोटीवर नव्याने चढा.

आकृती २.५ मुलाखतीच्या ताणाच्या नियोजनाच्या टीप्स

प्रतिहल्ला हाच संरक्षणाचा योग्य प्रकार आहे!

तुम्हाला विचारलेले प्रश्न निरर्थक आहेत, असं वाटलं, किंवा फारच खोचक प्रश्न विचारले जाताहेत असं लक्षात आलं तर संरक्षणाचा उपाय म्हणजे तुम्ही प्रतिहल्ला करा!

संरक्षण पद्धतीनुसार स्वरक्षणाचा उत्तम मार्ग म्हणजे हल्ला करणे. आपण याला बचावात्मक पवित्रा म्हणू. कारण आपण देत असलेली मुलाखत म्हणजे काही युद्ध नव्हे. तुम्ही सस्मित चेहऱ्याने व निरागसपणे उलट प्रश्न विचारा.[18] उदा.

''या प्रश्नाचा मला नोकरीवर ठेवण्यासाठी तुम्हाला कसा उपयोग होईल, हे मला जाणून घ्यायचंच.''

किंवा

''मी तुम्हाला काही विचारू का?'' हा प्रश्न तुम्ही स्वत:हून विचारत आहात की, तुमच्या कंपनीच्या निकषांमध्ये हा प्रश्न आहे?''

तुम्ही कधी भरतीला परत जाताना बघितलं आहे का? असे प्रश्न विचारल्यावर स्वसंरक्षणाची वेळ मुलाखतकारावर येईल. अर्थातच, त्याला फार त्रास देऊ नका. कारण तुम्हाला नोकरीची गरज आहे. तुमच्या उलट प्रश्नाने मुलाखत घेणारा अवघडला किंवा संकोचून जाऊ शकतो. अशावेळी,

''ठीक आहे. आपण यावर नंतर बोलू.''

असे म्हणून वेळ मारून नेऊ शकता.

तुमच्या खात्यात एक पॉईंट जमा झाला. आता विचित्र किंवा विसंगत प्रश्न विचारले जाण्याची शक्यता थोडी कमी होईल. आता पुढची तयारी.

रिव्हर राफ्टींगची युक्ती तुम्हाला ताण किंवा दडपणातून बाहेर काढेल तर 'हल्ला करण्याची युक्ती तुम्ही आक्रमक पवित्रा देईल. पण मुळातच अशी परिस्थिती निर्माण नाही झाली तर अधिकच चांगले! कोणत्याही कोचींग क्लासमधला मार्गदर्शक तुम्हाला काही खेळ विकून पैसा कमवेल. काहीजण १००% तणाव मुक्ततेची हमीही देतील. तुमचे आवडीचे शूज घालण्याचा, घरातून बाहेर पडण्यापूर्वी २० मिनीटे ध्यान करण्याचा किंवा चहा, कॉफीऐवजी एखादा ग्लास पाणी पिण्याचाही सल्ला काहीजण देतील. एका सल्लागाराने मुलाखतीच्या तणावमुक्तीसाठी एक जर्नल चालवल्याचेही ऐकले आहे. आमच्या दृष्टीने मात्र असे सल्ले म्हणजे बिनबुडाचे व निरुपयोगी आहेत. पुस्तकाची पाने व सल्लागाराचे खिसे भरण्याच्या या क्लृप्त्या आहेत. खरं काय उपयोगी पडतं, तर तुम्ही मुलाखतकाराशी कसा संवाद साधता, तो दृष्टिकोन! जेव्हा तुम्हाला तुमच्या आणि त्याच्या मधले समान दुवे सापडतील तेव्हा मुलाखत आपोआपच सुलभ व आणि अनौपचारीक होऊन जाईल आणि अर्थातच त्यामुळे ताण-तणावही निवळून जाईल. मुलाखतीच्या आधी कंपनीची माहिती काढणे, मुलाखतकारांची माहिती काढणे या गोष्टींबद्दल आपण याच प्रकरणाच्या सुरुवातीला बोललो आहोत. या सगळ्या संशोधनाचा वापर तुम्हाला मुलाखतीच्या वेळी अडचणीच्या काळात उपयोगी पडणार आहे.

३

प्रथमदर्शनी मत व तुमचे स्थान

तुम्हाला नोकरी शोधण्याचा बराच अनुभव असेल तर या प्रक्रियेचा एक ढाचा असल्याचं तुमच्या लक्षात येईल. आमच्या मते बहुतेकदा मुलाखतींमध्ये खालील गोष्टींचा अंतर्भाव होतो-

- तुमचे स्थान निश्चित करणे, नोकरीसाठी अर्ज करण्याची कारणे, तुमचं कंपनीबद्दलचं मत आणि तुमच्या कामाच्या स्वरूपाबद्दलची तुमची समज, तुम्ही त्या कामासाठी कसे योग्य उमेदवार आहात.
- तुमच्या आधीच्या कामाबद्दलच्या नोंदी, तुमची शैक्षणिक पात्रता, कौशल्य आणि अनुभव हे तुमचे महत्त्वाचे मुद्दे व त्यांचे भविष्यातील महत्त्वाकांक्षांसाठी महत्त्व.
- तुम्ही स्वत:ला कसे सादर करता, त्याबद्दलच्या समस्यांबद्दल विचार करणे.

- तुमचे व्यक्तिमत्त्व कसे आहे? तुम्ही कामाच्या ठिकाणी आणि वैयक्तिक आयुष्यात कसा विचार करता आणि कृती करता?
- समारोप आणि पुढची बोलणी.

यापुढच्या प्रकरणात, वरील सर्वच मुद्यांचा आपण क्रमाक्रमाने विचार करत आहोत. इथे कोणत्याही प्रश्नांची सरधोपट यादी देत नाही आहोत, तर कंपनीला वरील प्रत्येक घटकाबद्दल तुमच्याकडून काय अपेक्षित आहे, त्याची चर्चा करणार आहोत. '१० सर्वांत कठिण प्रश्न' किंवा '२०० मुलाखतीतील सर्वात मोठे प्रश्न' अशी जाहिरात करणारी पुस्तके व वेबसाईट्स तुम्हाला सापडतीलच. पण तुम्हीच विचार करा, जगात कोण अशी व्यक्ती आहे की, २०० प्रश्नांची उत्तरे लक्षात ठेवील? त्यामुळे त्यातील खोटेपणा लक्षात घ्या. महत्त्वाचं आहे ते, तुम्ही शांतपणे विचार करणे आणि विचारांत सुस्पष्टता आणि सुसंगती असणे, ज्याचा तुम्हाला मुलाखत देताना निश्चितच जास्त उपयोग होणार आहे.

लक्षात ठेवा, उत्तम मुलाखत हा सुसंवाद असतो, कल्पनांची देवाणघेवाण असते. एखाद्या पिंगपॉगच्या खेळासारखं! तुम्ही स्पष्ट बोलला नाहीत, तर तुम्ही कायम बचावात्मक पवित्र्यातच राहाल. योग्य, बुद्धिमान प्रश्न विचारा, त्यामुळे परिस्थिती तुमच्या नियंत्रणात राहिल. नाहीतर तुम्हाला विचारलेल्या प्रत्येक प्रश्नाचं फक्त उत्तर तुम्ही देत राहाल. त्यातले काही प्रश्न बोचरेही असू शकतील आणि 'हे आपण टाळू शकलो असतो', असा फक्त विचार करत बसाल. प्रत्यक्ष मुलाखतीकडे वळण्याआधी थोडी पायाभूत तयारी बघूया.

तुम्ही केबिनमध्ये आत आलात की तुमची प्रथमदर्शनी छाप पडणार आहे आणि त्यासाठी तुम्हाला दुसरी संधी मिळणार नाही. आतापर्यंत आम्ही सांगितलेल्या पोषाखाच्या टीप्स तुम्हाला पटल्या असतील, अशी आम्ही अपेक्षा करतो. पण केवळ पोषाखावरून तुमच्याबद्दल प्रथमदर्शनी मत तयार होत नाही. आता आपण टप्प्या-टप्याने याचा विचार करू.

ठिकाणाची शोधाशोध

हल्ली स्मार्टफोन्स आणि अद्ययावत ॲप्स उपलब्ध आहेत, ज्यावरून जगातले कोणतेही ठिकाण शोधता येवू शकते. तरीही आम्ही तुम्हाला जरा जुन्या पद्धतीचा सल्ला देत आहोत. नेटवर्कमध्ये अडचणी असू शकतात किंवा फोनची बॅटरीच संपू शकते. अशावेळी तुम्ही काय करणार? संबंधित व्यक्तीचा नंबर फक्त फोनमध्येच ठेवला असेल तर तुम्ही काय करणार? म्हणूनच काही गोष्टी कागदावर नोंदवून ठेवा-

पहिलं म्हणजे, कंपनीचा पूर्ण पत्ता आणि संपर्क क्रमांक, ठिकाणाच्या आसपासच्या काही खुणाही बघून ठेवा.

दुसरं म्हणजे, तुमच्या कंपनीच्या प्रतिनिधीचा लिंक्डइनवरून घेतलेला प्रोफाईल, संपर्क क्रमांक याची प्रवासात पुन्हा एकदा उजळणी करा. हे कागद हाताशी असतीलच अशा तऱ्हेने ठेवा.

तिसरी गोष्ट, तुमचा बायोडेटा एका चांगल्या फोल्डरमध्ये ठेवा. मुलाखतकार कदाचित तुमच्या बायोडेटा विसरला तर तुमच्याजवळ त्याची एक प्रत असलेली बरी. 'तुम्हाला माझा बायोडेटा मेल केलाय', असं सांगणं पुरेसं आणि योग्यही ठरणार नाही. म्हणूनच एक प्रत असू द्या. त्यामुळे तुम्ही किती नीटनेटके आहात, हेही मुलाखतकाराच्या लक्षात येईल.

अशी सगळी तयार करून मुलाखतीच्या १५ मिनीटे आधी तुम्ही आलात तरी रिसेप्शनवर जाऊन मुलाखतीच्या ठिकाणी पोहोचेपर्यंत, तेवढा वेळ पुरेसा असेल. त्यापेक्षा आधीच पोहोचलात तर तुमच्या मुलाखतकारालाच अवघडल्यासारखं होईल. त्याही पुढचा भाग म्हणजे, त्यांच्यासाठी ते अवघड असेल. कारण कोणत्याही कंपनीला आपल्याकडे आलेल्या उमेदवारांनी एकमेकांना भेटावं, असं शक्यतो वाटत नसतं. क्वचित असंही होईल की, तुमचा आत्ताच्या नोकरीतला सहकारीच तिथे उमेदवारांच्या यादीत तुमचा स्पर्धक म्हणून असेल आणि मग हे 'गुपित' ठेवण्यासाठी दोघांनाही तारेवरची कसरत करावी लागेल.

पण तरीही काही कारणाने १५ मिनीटांपेक्षा आधी पोहोचलातच तर काय कराल?

त्या ठिकाणी एक चक्कर मारून जागेचा अंदाज घ्या, वातावरणाचा अंदाज घ्या, तुम्ही तिथे काम करत आहात अशी कल्पना करा. पुढील पाच वर्षांसाठी तिथे रोज काम करण्यासाठी तुम्हाला ती जागा कशी वाटते आहे? आजूबाजूचं वातावरण, कर्मचारी, सहकारी, कसे आहेत? आजुबाजुला कोणतं कॉफी शॉप किंवा हॉटेल आहे का? तुम्हाला ज्या गोष्टी महत्त्वाच्या आणि आवश्यक वाटतात त्या गोष्टी तिथे आहेत का? तुम्हाला काम करताना तिथे आनंद मिळणार आहे का? या सगळ्या गोष्टींचा विचार करा. आम्हाला खूप गंमतशीर अशी काही कामाची ठिकाणे सापडली होती. जर्मनीमधल्या फ्रँकफर्टमध्ये एक कंपनी होती– तिथे एकदोन महागडी हॉटेल्स सोडली तर अतिशय कंटाळवाणं वातावरण होतं. तिथे काम करताना असं वाटलं की, दुसरीकडे काम करायला हवं होतं! बेंगलोर मधील एम्. जी. रोडवर एक ऑफीस होतं, तिथे तर आणखी निराळाच प्रकार होता. तिथे एक आईस्क्रीम पार्लर आणि खरेदीची भली मोठी दुकानं होती. म्युनिकमध्ये 'इंग्लिश गार्डन' मधील एक ऑफीस विलक्षण कंटाळवाणं होतं. लंडनमधल्या एका आर्थिक मंडळाच्या ऑफीसच्या जवळ बिअर शॉप, सलून, पब, हॉटेल्स आणि एक व्यायामशाळाही होती. असा अनुभव तुम्हालाही येवू शकतो. आजुबाजुच्या परिसराचा अंदाज घेताना पार्किंगची जागा कोठे आहे किंवा कंपनीचीच बस तुम्ही वापरणार का, याचंही निरीक्षण करा. जर तुम्ही अशा ठिकाणी नोकरी करण्याची शक्यता जास्त असेल, तर या सगळ्या घटकांचा थोडासा अभ्यास जरूर करा.

रिसेप्शनवर जाताना

रिसेप्शन टेबलवर जाऊन रिसेप्शनिस्टला तुमचे नाव सांगा. तुम्ही मुलाखतीसाठी आला आहात, तेही सांगा. तुम्ही तुमचे वैयक्तिक व्हिजिटिंग कार्ड तिथे देवू शकता, पण शक्यतो कंपनीचे नाव असलेले व्हिजिटिंग कार्ड वापरू नका. कारण तुम्ही तिथे वैयक्तिक कामाकरीता आला आहात, तुमच्या कंपनीचा प्रतिनिधी म्हणून नव्हे. म्हणूनच कंपनीचे कार्ड तुम्ही दिलेत तर गैरसमज होऊ शकतो. हीच गोष्ट व्हिजिटिंग रजिस्टरवर नाव घालतानाही पाळा. 'भेटण्याचा हेतू' या सदरात

'व्यावसायिक' किंवा 'कार्यालयीन' असे लिहा.

तुम्हाला कदाचित बसून वाट बघण्यासाठी सांगतील. अशावेळी तिथे काही मासिके व वर्तमानपत्रे असतील कार किंवा करमणुकीच्या मासिकांपेक्षा व्यावसायिक घडामोडी असतील अशी मासिके किंवा वृत्तपत्रे चाळा. जर तिथे संबंधित कंपनीबद्दलचे मासिक, स्मरणिका किंवा माहितीपत्र असेल, तर ते जरूर नजरेखालून घाला. तुम्हाला रिसेप्शनमध्ये भेटायला येणाऱ्या व्यक्तीचे तुमच्याबद्दल प्रथमदर्शनी मत काय होते, हेही महत्त्वाचे आहे. काही वेळा अशी अफवा उठवली जाते की तुम्ही रिसेप्शनमध्ये असतानाही तुमच्यावर लक्षं ठेवलं जातं! स्पष्टच सांगायचं, तर आजपर्यंत आम्हाला तरी असा अनुभव कधी आला नाही. पण तुम्ही सावधपणे, सजगपणे वावरलात तर हरकत नसते.

कोणीतरी तुम्हाला रिसेप्शनवरून मुलाखतीच्या खोलीत नेण्यासाठी येईल. कंपनीच्या धोरणांनुसार तो सहकारी, किंवा प्रत्यक्ष मुलाखतकारही असू शकतो. स्वत:ची त्याच्याशी ओळख करून द्या आणि हलका–फुलका संवाद साधा. त्यांच्याकडूनही प्रश्न विचारले जाऊ शकतात. उदा.

प्रश्न ३	तुम्हाला इथे पोहोचण्यात काही अडचण आली नसेल, अशी आशा आहे!

अशावेळी तुम्हाला कितीही धावपळ, किंवा तुमचा गोंधळ झाला असेल तरी दाखवू नका. त्याऐवजी, कंपनीने तुम्हाला इथे येण्यासाठी कसे छान मार्गदर्शन केले होते, त्याबद्दल त्यांचे आभार माना. तुमचं विमान चार तास उशीरा पोहोचलं असेल, रस्त्यावर एखाद्या अपघातामुळे रस्ता बंद झाला असेल, असं काहीही असलं तरी थोडक्यात उशीराचं कारण सांगा. तपशीलात शिरू नका व माफी मागा. माझ्याच बाबतीत एक किस्सा झाला होता. अर्ध्या तासाच्या अंतराच्या ठिकाणी रस्त्यावरच्या एका मोठ्या अपघातामुळे, पोहोचायला मला तीन तास उशीर झाला. गाडीमध्ये बसून फोन करून माफी मागण्या पलिकडे मी काहीच करू शकत नव्हतो. त्यामुळे तिथे पोचल्यावर माफी मागून पुन्हा मला संधी मिळेल का, अशी विनंती केली. माझं काहीही नुकसान झालं नाही, मला ती नोकरीही मिळाली.

मुलाखत घेणारीही माणसंच असतात आणि ते तुमचा सहृदयतेने विचार करू शकतात. अर्थात् त्यांच्या ऑफीसपाशी रोजच वाहतुकीची कोंडी होत असेल, तर हे कारण उपयोगी पडणार नाही. कारण याचा तुम्ही आधीच विचार करणे कंपनीला अपेक्षित असते. म्हणूनच, हातात थोडा वेळ ठेवून निघा किंवा पोहोचा.

चहा की कॉफी?

एकदाचे तुम्ही मुलाखतीच्या केबिनमध्ये पोहोचलात, सामान्यपणे, इथेही तुम्हाला चहा किंवा कॉफी (जी आधी तयार ठेवलेली असते) देऊन थोडा वेळ बसण्यास सांगितले जाते. सहकारी तुमच्याशी येवून बोलेल व चहा-कॉफी देवू करेल. आमच्या मते, अशावेळी त्या व्यक्तीकडे दुर्लक्ष करून तुमची मुलाखत घेणारा केबीनमध्ये येईपर्यंत तुम्ही वाट बघा. कारण, 'तुम्ही चहा घेणार, की कॉफी?' किंवा, 'तुम्हाला कॉफी कशी आवडेल, साखर आणि दुधासह?' अशा साध्या प्रश्नातून संवादाची योग्य दिशा पकडता येवू शकते. त्यामुळे औपचारिकता, अवघडलेपण कमी होऊन संवाद सुसह्य व सहज होऊ शकतो. मुलाखत घेणारा केबीनमध्ये यायच्या आधी तुम्ही चहा-कॉफी पित बसले आहात, हे चित्र फारसं शिष्टसंमत नाही. कारण तसं झालं, तर संवाद सुरू करताना अवघड होतं.

चहा-कॉफीबद्दल तुम्हाला विचारल्यावर, तुम्हाला हवा तो पर्याय निवडा. बहुतेकदा कंपन्यांमध्ये बाटली बंद पाण्यापेक्षा चहा-कॉफी सहजपणे उपलब्ध होते. ग्रीन टी किंवा एक्स्प्रे कॉफीची मागणी जरा अवघड होते.

व्यावसायिक चर्चा

मुलाखतीच्या केबिनमध्ये आल्यानंतर तुमच्या कंपनीचे कार्ड देणं हे ठीक आहे. कारण आत्ताच्या नोकरीबद्दल, कामाच्या स्वरूपाबद्दल प्रश्न विचारले जाणारच आहेत. त्यावरून तुमच्या नव्या कामाबद्दलही चर्चा होणार आहे.

तुम्हाला माहीत आहे, ९९% नोकऱ्या कशा मिळतात? मुलाखतकार प्रश्न विचारतो-

प्रश्न ४ तुमचा बायोडेटा माझ्याकडे आहेच. पण तुमच्याबद्दल किंवा व्यावसायिक अनुभवाबद्दल थोडं तुम्ही स्वत:च सांगता का?

असा प्रश्न का विचारला जातो? तुम्ही तुमच्या कव्हर लेटर किंवा बायोडेटामध्ये सगळी माहिती दिली नाहीए का? कदाचित, मुलाखतकाराला बायोडेटा वाचण्यासाठी वेळ मिळाला नसेल, किंवा तो त्यामधले तपशील विसरला असेल. किंवा तो कदाचित सहज विचारलेला प्रश्नही असू शकतो. पण हा प्रश्न म्हणजे, तुमच्याबद्दल योग्य प्रतिमा उभी करण्याची सुयोग्य संधी असते. मुलाखत- काराला सुद्धा एका पाठोपाठ एक प्रश्न विचारणं नीरस वाटत असेल. त्याला प्रश्नोत्तरांपेक्षा संवाद अपेक्षित असतो. त्यामुळे कारण काहीही असो, तुम्ही या प्रश्नाची तयारी जरूर काळजीपूर्वक करा.

सुरुवातीच्या या संवादामध्ये, तुमच्या मुलाखतकाराचे त्या कंपनीमधील स्थान काय, ते नक्की जाणून घ्या. विशेषत: तुम्हाला आधी जर त्या व्यक्तीविषयी माहिती नसेल तर योग्य प्रकारे माहिती काढून घ्या. जर तुम्हाला आधी माहिती काढता आली, तर संवादादरम्यान मुलाखत घेणाऱ्याच्या छोट्या यशांबद्दल बोलणं अधिक श्रेयस्कर ठरतं. त्यामुळे मुलाखतकारालाही बरे वाटते. अर्थात् त्यामध्ये तुमचा भोचकपणा दिसता कामा नये! प्रश्न विचारताना संयम बाळगा.

जर तुमच्या बायोडेटामध्ये तुमच्या छंदाचा उल्लेख असेल, तर त्याबद्दल तुम्हाला प्रश्न विचारले जातील असे बघा. उदा. वाचनाची तुमची आवड तुम्ही सांगितली असेल तर मुलाखतकाराला तुम्ही सध्या काय वाचत आहात, ते सांगा. तुमच्या बायोडेटामध्ये काय लिहिलं आहे, ते लक्षात ठेवा आणि त्याप्रमाणे उत्तरं तयार ठेवा.

तुम्ही अर्ज का केलात?

चहा-कॉफी, ओळख आणि बायोडेटाबद्दलची थोडक्यात कल्पना हे सगळं पार पडल्यावर आता खऱ्या प्रश्नांना सुरुवात होते.

प्रश्न ५	इतके पर्याय असताना, याच कंपनीत अर्ज करावा असं तुम्हाला का वाटलं?

तुम्ही अर्ज का केलात? या प्रश्नांसाठी तुमची तयारी नसेल तर तुम्ही अडचणीत येवू शकता! एकदा आम्हाला एका उमेदवाराने उत्तर दिले होते:

☹

खरं तर, मला तुमच्या कंपनीविषयी फारशी काहीच माहिती नाहीए. मी तुमची जाहिरात वाचली आणि अर्ज केला.

हे कारण खरं असू शकतं. कारण सध्या नोकऱ्या कमी आणि उमेदवार जास्त अशी स्थिती आहे, त्यामुळे हे उत्तर बरोबर असू शकतं. पण–मुलाखतकाराला तुमच्याकडून अशा उत्तराची अपेक्षा निश्चितच नसते!

कंपनीला तुमच्याकडून नक्की कोणतं उत्तर अपेक्षित आहे?

मुलाखतकार प्रश्न विचारतो–

प्रश्न ६	तुम्हाला हीच नोकरी का हवी आहे? तुम्ही इथेच अर्ज का केलात?

ॲन्ड्रयू अलेक्झांडर (अध्यक्ष, रेडरूफ इन इकॉनॉमी हॉटेल चेन) स्पष्ट करतात[1]–

> ''माझ्यासमोर उमेदवार आला की मी हा प्रश्न लगेच विचारतो. सुरुवातीचा धक्का पचवल्यानंतर मला त्याच्याकडून कामाच्या निष्ठेची आणि ग्राहकसेवेची तळमळ दिसणारं उत्तर अपेक्षित असतं. माझ्या असं लक्षात आलंय की, उमेदवाराला खरंच त्या विशिष्ट कामात रस आहे की फक्त कोणतीही नोकरी त्याला करायची आहे, जे समजण्याचा हा प्रभावी मार्ग आहे!''

वाक्यातला फरक कसा आहे पहा. ''तुम्हाला माझ्यासाठी इथे काम करायचं आहे?'' किंवा ''तुम्हाला मी नियमित पगार द्यावा अशी अपेक्षा आहे?''

मुलाखतकाराला कोणता उमेदवार पसंत पडेल? खाली उत्तरांचे काही नमुने दिले आहेत. त्यामुळे तुमचे संभाषण सुसह्य होऊ शकते. यामध्ये तुम्ही भर घालू शकता.

उदा.

> या कंपनीमध्ये मला काही कल्पना प्रत्यक्षात आणता येईल असं वाटतं. हे काम माझ्यासाठी आव्हानात्मक आहे.
>
> मला हे काम करायचं आहे. कारण माझ्यामधील क्षमतांचा मला इथे नीट वापर करता येईल व कंपनीचाही फायदा होईल. या क्षेत्रातील कोणालाही विचारलंत तर तेही सांगतील की, मला अशा तऱ्हेचं काम आवडतं आणि यापुढेही ते करू इच्छितो.

पुढे असा प्रश्न विचारला जाऊ शकतो-

> प्रश्न ७ तुम्ही या कंपनीत यशस्वीरीत्या काम कराल व या कामात प्रगती कराल असं तुम्हाला का वाटतं?

अशा प्रकारचा प्रश्न म्हणजे तुम्हाला कंपनीत काम करताना वाटणाऱ्या उत्साहाला वाट करून देण्याची संधी असते. त्यामुळे मुलाखत घेणाऱ्यालाही तुमच्या कामा बद्दलची तळमळ, आत्मविश्वासही दिसून येतो. या प्रश्नाचे उत्तर देताना तुम्हाला आधीच्या कामाबद्दल किंवा तुमचं ज्ञान तुमची कामं पूर्ण करण्याचे कौशल्य याचा विचार करा, ते जरूर मांडा. थोडक्यात, तुम्ही नवीन काम कसं करणार, ते स्पष्ट करा. यावेळी कंपनीबद्दलची तुम्ही काढलेली माहिती आणि तुमचं कामाच्या ठिकाणाचं निरिक्षण तुमच्या मदतीला येतात. औद्योगिक क्षेत्रातील वातावरणाचं विश्लेषण कसं करायचं ते नंतर पाहू.

कंपनीच्या मूल्य चौकटीत तुम्ही बसताय ना?

आता, तुम्ही कंपनीच्या व्यावसायिक वातावरणात स्वत:ला कसे जुळवून घ्याल ते

पाहू. मुलाखतकार तुम्हाला विचारेल -

प्रश्न ८ तुम्ही कंपनीच्या वेबसाईटवर कंपनीच्या ध्येय-धोरणांविषयी वाचलं आहेच. आता, तुमच्या दृष्टिने ती कार्यपद्धती कशी आहे आणि ती आम्हाला कशी उपयोगी आहे, ते सांगा.

तुम्ही तुमच्या अभ्यासात कंपनीच्या मूल्यव्यवस्थेबद्दल, कामाच्या पद्धतीबद्दल वाचलं असेल, असं गृहीत धरूया. कंपनी पब्लिकली लिस्टेड असेल, तर त्यांनी त्यांची ध्येयं व उद्दिष्ट त्यांच्या वेबसाईटवर किंवा वार्षिक अहवालात मांडलेली असतील. आता तुम्हाला कळलं असेल की, कंपनीबद्दल मुलाखतीला जाण्याआधी माहिती का काढायची? ही माहिती तुमच्याकडे असली तर तुम्ही स्वत: त्यांच्या वातावरणात नीट बसता की नाही, तेही तपासता येतं आणि मुलाखतीच्या वेळी प्रश्नांना नीट उत्तरे देताही येतात आणि प्रश्न विचारताही येतात.

मूल्यांना देखील व्यावसायिक पैलू असतो. एका कंपनीत निरनिराळ्या विचार सरणीच्या, व्यक्तिमत्त्वाच्या व विविध प्रकारच्या सवयी असलेल्या व्यक्ती काम करत असतात. थोडक्यात ती एक गुंतागुंतीची परिसंस्था आहे, ज्याचा कारभार चालवणं खूप जिकीरीचं काम आहे. अशा ठिकाणी कामाचं पोषक व व्यावसायिक वातावरण नसेल तर, कॉर्पोरेट संस्कृती नसेल तर ही कंपनी चालवणं खूपच अवघड होऊन जाईल. म्हणूनच अशा कंपनीचं वातावरण मनमोकळं, शिस्तबद्ध आणि एकजूट टिकवणारं ठेवण्यासाठी प्रयत्न करावे लागतात. आणखीन जास्तीची गोष्ट म्हणजे, हे वातावरण प्रत्येक कर्मचाऱ्याला समजणं महत्त्वाचं असतं. एका कंपनीची मूल्यप्रणाली ही लिखित स्वरूपात असणं, अंतर्गत ब्रँडिंग तयार करणं आणि त्याची सर्व कर्मचाऱ्यांना सुयोग्य कल्पना देणं, हे सारं स्ट्रेटेजी प्लॅनिंगमध्ये येतं. कार्यप्रणाली ही कार्यान्वित करावी लागते. त्यामुळे योग्य गोष्टी कर्मचाऱ्यांपर्यंत पोहोचतील व करूनही घेता येतील.

स्कॉट मॅकफलंड (डिजीटल मार्केटर आणि ब्रँडींग सल्लागार) स्पष्ट करतात:[2]

''मूल्यव्यवस्थेची स्पष्ट कल्पना कर्मचाऱ्यांना देणे हे कंपनीच्या सुयोग्य, पोषक वातावरणासाठी आवश्यक आहे. ते एका रात्रीत घडून येत नाही. परंतु ते एक प्रतिजैविकासारखं काम करतं. तुम्हाला इच्छित परिणाम मिळेपर्यंत तुम्ही चिवटपणे त्या मूल्यव्यवस्थेचे पालन केले पाहिजे. त्यामुळे त्याचा हळूहळू पण प्रगतीच्या दिशेने निश्चित परिणाम दिसू लागतो. हा परिणाम म्हणजे कंपनीला पोषक वातावरण, व कंपनीची सर्वांगीण प्रगती!''

आश्चर्याची गोष्ट म्हणजे अनेक बहुराष्ट्रीय कंपन्यांची ध्येये-उद्दिष्टे व मूल्यव्यवस्था एकसारखीच असते. उदा. न्याय, संवाद, प्रभाव, उत्सुकता, कल्पकता, धैर्य/ धाडस, तळमळ,ध्येय निष्ठा, प्रामाणिकपणा इ. पण या मूल्यांचा खरा अर्थ काय ?

नेटफ्लिक्स या ऑन-डिमांड इंटरनेट स्ट्रीमिंग मिडिया पुरवणाऱ्या कंपनीची मूल्यप्रणाली बघू. आ. ३.१ पहा.

आकृती: ३.१ कॉर्पोरेट मूल्ये म्हणजे नक्की काय ?

वर दिलेली यादी ही सर्वसमावेशक आहे. इतर कंपन्यांमध्येही यातील काही मूल्ये नक्कीच अंतर्भूत असतील व काही समानही असतील. या सगळ्याचा मुलाखतीला

जाताना सुयोग्य वापर करून घ्या.[3]

योग्य निर्णय – संदिग्ध परिस्थितीतही योग्य निर्णय घेणे, मूलभूत समस्येचे आकलन होणे व ती सोडवण्याचा प्रयत्न करणे. पद्धतशीर विचार करून, तुमच्या क्षमतेनुसार काय करायचं आणि काय नाही हे ठरवणे व ते कृतीत उतरवणे. नजिकच्या काळात काय करता येईल आणि भविष्यात काय करता येईल याची आखणी करणे. नंतरच्या सुधारणांचा विचार करणे.

संवाद– घाईने प्रतिक्रिया देण्याआधी काम नीट समजून घेणे. लिखाण, बोलण्यामध्येही नेमकेपणा असणे. सर्वांना समान न्यायाने व आदराने वागवणे. तणावाची परिस्थिती संयमाने हाताळणे.

प्रभाव– महत्त्वाची कामे जास्त संख्येने व कमी वेळात पार पाडणे. सहकारी तुमच्यावर विसंबून राहू शकतील असा विश्वास निर्माण करणारं काम करणे. कार्यप्रणालीपेक्षा परिणामांवर लक्ष केंद्रित करणे. अतिचिकित्सा टाळून धडाक्याने काम पूर्ण करणे.

औत्सुक्य– वेगाने नवीन गोष्टी शिकणे आणि ग्रहण करणे. कंपनीची धोरणे, मार्केट, ग्राहक व पुरवठादार यांची प्रक्रिया माहिती करून घेणे. व्यावसायाचे ढोबळ ज्ञान असणे. त्याचबरोबर तंत्रज्ञान आणि करमणुकीच्या क्षेत्राचीही थोडीफार माहिती असणे. आपल्या प्रावीण्याच्या क्षेत्राबाहेरची एखादी गोष्ट शिकणे.

कल्पकता – अवघड समस्यांवर व्यवहार्य उपाय शोधण्यासाठी घटनांचा नव्याने विचार करणे, गृहीतकांना आव्हान देऊन काही नवीन दृष्टिकोन विकसित करणे. उपयोगी पडतील अशा नवीन कल्पना शोधून काढणे. संकीर्णता कमी करून सुलभता आणणे.

धाडस– विवाद्य असले तरी स्वत:चं मत ठामपणे मांडणे. परिस्थितीनुरूप कठोर निर्णय घेणे. धोके पत्करणे. कंपनीच्या मूल्यांशी विसंगत गोष्टींना आव्हान देणे.

ध्येयनिष्ठा/कामाची तळमळ– सहकाऱ्यांनाही परिपूर्णतेचा ध्यास लावणे. कंपनीच्या यशाबद्दल सखोल विचार करणे. यशाचा आनंद साजरा करणे.

आपल्या मतांवर ठाम राहणे.

प्रामाणिकपणा– स्पष्टवक्तेपणा आणि थेटपणा. निस्पृहपणे असहमती दर्शवणे. तुम्ही सहकाऱ्यांना जे थेट सांगू शकता ते सरळपणे सांगणे. स्वत:च्या चुका मान्य करणे.

निस्पृहपणा/निरपेक्षपणा– स्वत:पेक्षा कंपनीचे हित कशात आहे याला अधिक महत्त्व देणे. स्वत:चा इगो बाजूला ठेवून कंपनीच्या प्रगतीसाठी नवीन कल्पना शोधणे. सहकाऱ्यांना निस्पृहपणे, वेळ काढून मदत करणे. नवीन माहितीबद्दल सगळ्या सहकाऱ्यांशी मोकळेपणाने चर्चा करणे.

आधी म्हटल्याप्रमाणे, या पातळीवर प्रत्येक कंपनीच्या ध्येय-धोरणांनुसार त्या-त्या कंपनीची मूल्यप्रणाली बदलते. एखाद्या कॉर्पोरेट स्ट्रेटेजिस्टसाठी हा सावधगिरीचा इशारा असतो, कारण शेवटी त्याचा अर्थ असा की, कंपनीने स्वत:च्या युनिक सेलिंग प्रोपोझिशनकडे लक्षच दिलेले नाही! सध्या कॉर्पोरेट स्ट्रेटेजी आणि स्लोगन्स यामध्ये गल्लत केली जाते आहे. अनेक तज्ज्ञ याचा विचार करत आहेत की आपली विचारप्रणाली इतकी कमजोर कशी आणि का आहे? त्यामागचे एक कारण हा सर्वसाधारण नियोजन आणि सर्वसामान्य (कोठेही आढळतील अशी!) कार्यप्रणाली हे आहे.[4] त्यामुळे वेगळेपण सिद्ध होऊ शकत नाही. पण हा आपल्या पुस्तकातील एक विषय असल्यामुळे, कॉर्पोरेट जगतामधील सत्यस्थिती आपल्याला मुलाखत देण्याआधी माहिती करून घ्यायला हवी.

असा प्रश्न तुम्हाला विचारला जाऊ शकतो –

प्रश्न ९	तुम्हाला आमच्या कंपनीकडून काय अपेक्षा आहेत? आणि तुम्ही आम्हाला काय देवू इच्छिता?

तुम्हाला, तुमच्या बुद्धीला चालना देणारं काम हवंय, की मूलभूत गोष्टींवर प्रभाव टाकणारं काम करायचं, की आयुष्यभर फक्त काम करताना शिकत राहायचं आहे, हे तुम्हाला ठरावायचं आहे किंवा कंपनीकडून तुमच्या या तीन पर्यायांपेक्षा काही

वेगळ्या अपेक्षा आहेत? उदा. अर्धवेळाचा एम्.बी.ए.चा कोर्स, तुम्ही एकच पालक असल्यामुळे तुम्हाला कामाच्या वेळा थोड्या लवचीक असाव्यात इत्यादी. या गोष्टी चर्चेच्या सुरुवातीलाच स्पष्ट करून घ्या. कारण एकदा तुम्ही कामाला सुरुवात केलीत की नंतर या गोष्टी बोलणं अवघड असतं. विशेषत: तुम्ही अर्धवेळ नोकरीसाठी अर्ज केला असेल तर कंपनीला नक्कीच तुमचा प्राधान्यक्रम जाणून घेण्यात रस असतो. तुमच्या कौटुंबिक जबाबदाऱ्या हे तुमचं प्राधान्य असेल तर हरकत काहीच नसते. कारण म्हणूनच तुम्ही कमी वेळेच्या किंवा अर्धवेळ नोकरीसाठी अर्ज केला आहे.

तुमचा गृहपाठ पक्का आहे ना?

काही मुलाखतकार थेट प्रश्न विचारू शकतात,

प्रश्न १०   आजच्या मुलाखतीसाठी तुम्ही कशी तयारी केली आहे?

असा प्रश्न विचारण्यामागे खरा हेतू असतो की, तुम्ही कंपनीची माहिती किती नियोजनबद्ध पद्धतीने गोळा करता, हे बघणे! म्हणजे, तुम्ही कंपनीची वेबसाईट बघितली आहे का, वार्षिक अहवाल वाचला आहे का, किंवा कंपनीचे मुखपत्र, माहितीपत्रक वाचले आहे का हे त्यांना कळतं. तुमच्या क्षेत्रात या कंपनीबद्दल तुम्ही मित्रांशी चर्चा केली आहे का? किंवा या कंपनीतील कोणी कर्मचारी तुमच्या ओळखीचे आहेत का? अशा विविध माध्यमांमधून तुम्ही माहिती कशी मिळवली आहे, तुमचा अभ्यास कसा झाला आहे आणि त्या आधारे तुम्ही नवीन कामाचे आव्हान कसे पेलू शकता ते तुमच्या मुलाखतकाराला पटवून द्या.

आता पुढचा प्रश्न थेट कामाविषयी असू शकतो–

प्रश्न ११   तुम्ही काम करू इच्छित असलेल्या विभागाबद्दल तुम्हाला किती माहिती आहे?

किंवा आणखीन तपशीलात विचारलं जाऊ शकतं –

प्रश्न १२ हा विभाग कंपनीच्या एकूण उद्दिष्टांसाठी काय योगदान देऊ शकतो?

तुमची तयारी किती आहे हे तपासण्यासाठी मुलाखतकार असे प्रश्न विचारत असतो. तुमच्या बोलण्यातील सत्यता पडताळून बघण्यात येत असते. तुम्ही म्हणाला असाल की, 'मी वेबसाईटवर बघितलं' आणि तुमच्या पुढच्या प्रश्नाच्या उत्तरात या वाक्याशी विसंगत विधान असेल तर तुम्ही अडचणीत येवू शकता. पण तुमचा गृहपाठ पक्का असेल, तर तुमच्या अचूक उत्तराचा नक्कीच सकारात्मक प्रभाव पडू शकतो. इथे तुम्हाला तुमच्या शंका विचारण्याची संधीही मिळते. जितक्या लवकर तुम्हाला छाप पाडता येईल, तितका मुलाखतीचा निकाल तुमच्या बाजूने लागण्याची शक्यता वाढते.

यापुढचा प्रश्न तुम्हाला कंपनीच्या बाहेरच्या व्यवहारांबद्दल विचारला जाऊ शकतो.

प्रश्न १३ कंपनीच्या एकंदरीत वातावरणाबद्दल किंवा कार्यप्रणालीबद्दल तुम्हाला काय माहिती आहे?

'तुम्ही इथे काम करण्यास योग्य व्यक्ती आहात असे तुम्हाला का वाटते?' या प्रश्नाचाच हा वरील प्रश्न आहे आणि अर्थातच तुमचा आधी थोडा अभ्यास झाला नसेल, तर या प्रश्नाचं उत्तर देता येणार नाही. म्हणूनच कंपनी नक्की कोणत्या क्षेत्रात काय काम करते, याचा चक्क गृहपाठ करा. कंपनी फायद्यात चालली आहे की तोट्यात? आऊटसोर्सिंग होतं का? कंपनीच्या मुख्य स्पर्धक कंपन्या कोणत्या? या सगळ्याची माहिती तुम्हाला कंपनीच्या वेबसाईटवर मिळू शकते. कंपनी जर पब्लिकली लिस्टेड असेल, तर कंपनीच्या शेअर मार्केटविषयीही माहिती वेबसाईटवर मिळू शकते. फायनान्शिअल टाईम्स (ft.com) किंवा वॉलस्ट्रीट जर्नल (wsj.com) या सशुल्क ऑनलाईन सेवा आहेत, जिथे या सगळ्याची माहिती मिळू शकते. काही स्थानिक स्त्रोतही असतील. उदा. ऑस्ट्रेलियन फायनान्शिअल रिव्हीव्यू (afr.com) (ऑस्ट्रेलिया), हँडलब्लास्ट

(handelsblatt.com) (जर्मनी), बिझनेस स्टँडर्ड (business-standard.com), इकॉनॉमीक टाईम्स (economictimes.com), द हिंदू बिझनेस लाईन (thehindubusinessline.com) (भारत), आय.एल. सोल २४ ओर (इटली) (ilsole24ore.com) आणि निक्की (जपान) (asia.nikkei.com) इत्यादी. कंपनीच्या माहितीखेरीज आणखी एक महत्त्वाचा घटक म्हणजे ही कंपनी ज्या क्षेत्रात काम करते, त्या क्षेत्रात काय घडतंय! जर तुम्ही बिझनेस स्कूलचे पदवीधर असाल तर पोर्टस फाईव्ह फोर्सेस मॉडेल ही संकल्पना वापरून तुम्हाला थोडक्यात विश्लेषण करता येईल. पोर्टर्सच्या फोर्सेस मॉडेल हे, काही निकषांवर औद्योगिक कंपनीच्या अर्थव्यवस्थेवर अवलंबून असते. कंपनीची स्पर्धात्मक क्षमता काय आहे आणि त्यानुसार मार्केटमध्ये तिचे स्थान काय आहे, हे शोधण्यासाठी पाच किंवा सहा मुद्दे/निकष या मॉडेलनुसार असतात. स्ट्रेटेजी ठरवणारे सल्लागार जे असतात, ते सहा निकषांच्या चौकटीचा वापर करतात आणि कंपनीची त्या क्षेत्रातील जागा किंवा स्थान नक्की काय आहे हे ठरवतात. तुम्हीही हे करू शकता.

आ. ३.२ मध्ये हे सहा घटक कोणते आणि त्याचे थोडक्यात स्पष्टीकरण दिलेले आहे. त्यानुसार तुमची कंपनीचे मूल्यमापन स्वतःच करू शकता.[5]

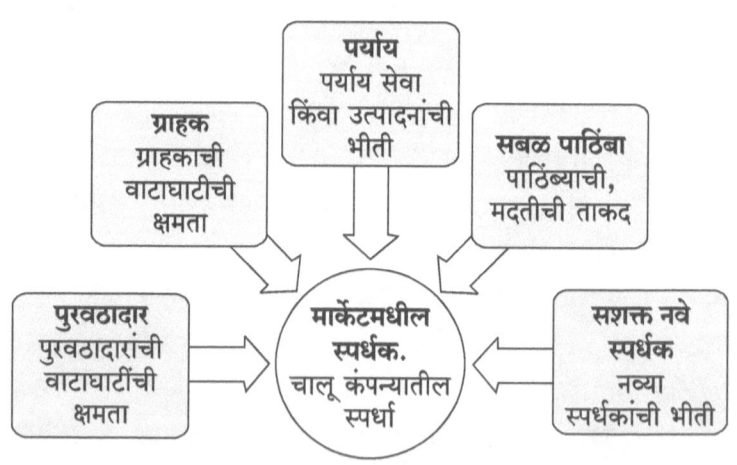

आकृती ३.२ औद्योगिक क्षेत्र समजून घेताना

पुरवठादाराची वाटाघाटीची क्षमता – बाजारात पुरवठादार एकच आणि अधिक मागणी करणारा असेल, तर त्याचं पारडं जड असतं. वाटाघाटी करून त्याचा दर कमी करण्याची शक्यता असते. पण त्याउलट पुरवठादार संस्थेने अधिक असतील तर वाटाघाटी करून कच्च्या मालाचा किंवा उत्पादनांचा दर खाली येण्याची शक्यता अधिक असते. पुरवठादाराची बाजू भक्कम असेल तर त्यांचे दर कमी होत नाहीत व नफ्याचाही मोठा वाटा त्यांना मिळू शकतो.

ग्राहकाची क्षमता – ग्राहकाची क्षमता वाढते जर बाजारात अनेक पर्याय उपलब्ध असतील, किंवा उत्पादनच फारचे साधे किंवा सामान्य असेल, उलट जर माहितीबद्दल पारदर्शकता ठेवली नाही तर तीच क्षमता घटते. जर ग्राहकाची क्रयशक्ती अधिक असेल तर उत्पादनाच्या किंमतीवर मर्यादा येवू शकतात किंवा किंमती वाढवाव्या लागतात.

पर्यायी सेवा किंवा उत्पादनांची उपलब्धता – उत्पादनाचा सशक्त पर्याय समान किंमतीस उपलब्ध असेल तर ग्राहक तिकडे वळण्याची शक्यता असते आणि अशी पर्यायी उत्पादने केवळ तुमच्या स्पर्धक कंपनीकडूनच नव्हे तर बाजारातील इतर कंपन्यांचीही असू शकतात. त्या कंपन्या कदाचित समान कार्यप्रणाली असणाऱ्या असतील, ग्राहकाची मानसिक गरज भागवणाऱ्या किंवा ग्राहकाच्या क्रयशक्तीला तुल्यबळ असतील! अर्थात् प्रत्येक उत्पादनाचा असा व्यवहार्य पर्याय असतोच असेही नाही.

परस्परांना पूरक असण्याची क्षमता– काही कंपन्या या ग्राहकांची मागणी व कंपनीची उत्पादनक्षमता या दोन्हीसाठी सेवा देतात, त्या कंपन्या स्पर्धक असत नाहीत. किंवा त्या ग्राहक किंवा पुरवठादारही नसतात. तर त्या कंपनी आणि ग्राहक या दोन्ही घटकांना पूरक असतात.

सशक्त नवोदित स्पर्धकांचा धोका – एकाच पद्धतीच्या अनेक कंपन्या एकावेळी बाजारात सहजपणे उतरू शकत असतील, तर नवीन कंपन्या नफा घेऊन जाण्याची शक्यता असते. हा धोका कमी करण्यासाठी कंपनी काय पावले उचलते आहे ?

अस्तित्त्वात असलेल्या कंपनीमधील स्पर्धा – सशक्त स्पर्धक ही प्रत्येक क्षेत्रातील

प्राधान्याने विचार करण्याची गोष्ट आहे. परस्पर स्पर्धा करणाऱ्या कंपन्या एकतर उत्पादनांच्या दरांमध्ये आक्रमकता दाखतात किंवा नेतृत्त्व, कल्पकता, ब्रँडिंग या घटकांमध्ये शक्ती वापरतात. एखाद्या कंपनीला योग्य ती ग्राहकसंख्या मिळणार की नाही, हे तपासण्याचा मुख्य मार्ग म्हणजे मागणीच्या तुलनेत कंपनी किती सेवा देऊ करते, ते तपासणे.

अर्थातच, पोंटरचे फोर्सेस विश्लेषण हे तुमच्या परीक्षेसाठी आहे, ते तंत्र मुलाखतीच्यावेळी वापरण्याचे नाही. कारण, तुमच्या मुलाखतकाराने हे पोर्टर्स फोर्सेस हे नावही न ऐकल्याची दाट शक्यता आहे. म्हणूनच, त्या तंत्राचा वापर तुमच्या अभ्यासासाठी करा, मुलाखतीत उत्तरे देताना नव्हे! योग्य तऱ्हेने, पद्धतशीरपणे दिलेले उत्तर तुम्हाला उपयोगी पडणारे आहे, पण त्या उत्तराची तयारी करण्यासाठी तुम्ही काय साधन वापरताय ते महत्त्वाचं ठरणार नाही !

दोन प्रश्नांमधील दीर्घ शांतता!

इतक्यात थकला नाहीत ना उत्तरे शोधून? बहुतेकवेळा मुलाखत घेणारा उमेदवाराला प्रश्न विचारतो आणि उमेदवाराने दिलेल्या उत्तरावरून मूल्यमापन करून पुढील प्रश्नाकडे वळतो. बहुतेकदा असं मानलं जातं की, जितके प्रश्न अधिक, तितकं उमेदवाराला अधिक जाणून घेता येईल.

पण काही वेळा, एखाद्या मुलाखतकाराने 'ऐकण्याचं' प्रशिक्षण देणाऱ्या कार्यशाळेत शिकलेलं असतं की, शांतपणे ऐका![6] अशावेळी ते एखादा योग्य प्रश्न विचारून तुम्हाला उत्तरासाठी वेळ देतील, तुमचे उत्तर शांतपणे ऐकून घेतील आणि तुमचे उत्तर नीट समजून घेतील आणि तरीही पुढचा प्रश्न ते लगेच विचारणार नाहीत! ते थोड्या वेळाचा पॉझ घेतील. पण ते असं का करतील?

शांतपणे ऐकून, समजून घेण्याच्या तंत्रामुळे तुमच्या मुलाखतीला संवादाचं स्वरूप प्राप्त होतं. **जीम लेरर** (सूत्रसंचालक, पी.बी.एस. न्यूज) स्पष्ट करतात.[7]

> ''तुम्ही घाईने प्रतिक्रिया देण्याचा मोह टाळलात तर कदाचित नव्याने काही गोष्टी समजतात. त्याचा प्रभाव जादूमय असू शकतो.

तुमच्याशी संवाद साधणारा एखादा मुद्दा तपशीलात स्पष्ट करेल किंवा दुसऱ्याच मुद्यावर संभाषण सुरू करेल. यापैकी काहीही झालं तरी तुम्हाला त्याच्या विचारांची आणि बुद्धीची स्पष्ट कल्पना येतेच!''

दोन प्रश्नांच्या मधल्या वेळेत, तुम्ही कदाचित अधिक मोकळेपणाने बोलू शकता किंवा क्वचित (तुमच्याही नकळत) थोडेसे आक्रमकही होऊ शकता. अर्थात यात वाईट काहीच नाही, त्यामुळे मुलाखत ही चौकशी न राहता संवाद होऊ शकतो, परंतु एक शक्यता अशीही असते की तुम्ही तुमच्या मुद्यापासून भरकटू शकता आणि तुमच्याही नकळत नको ते तपशील बोलू शकता! हे कशामुळे? तर मानवाची मूलभूत गरज आहे की तो शांतता, अवकाश, नि:शब्दपणा फार काळ सहन करू शकत नाही. म्हणून तो अवकाश, तुमच्या आवाजाने तुम्ही भरून काढू बघता आणि त्यामध्ये एक मोठा धोका असा आहे की, कदाचित तुमच्या बोलण्याचा ओघ, तुम्हालाच थांबवता येणार नाही. म्हणूनच अशा शांततेची परिस्थिती उद्भवली तर तुम्ही काय कराल, याचा थोडा आधीच विचार करून ठेवा!

४

तुमचा अनुभव आणि तुमची महत्त्वाकांक्षा

आत्तापर्यंत आपण, तुमचे प्रोफाईल, कंपनीची पार्श्वभूमी, कंपनीतील कामाचं वातावरण याबद्दलच्या संभाव्य प्रश्नांची चर्चा केली. आता पुढचे प्रश्न तुम्हाला व्यावसायिक अनुभव आणि तुमची स्वप्नं, महत्त्वाकांक्षा याबाबत विचारले जाऊ शकतात.

तुमचं शिक्षण व प्रशिक्षण तुम्हाला ज्ञान मिळवून देतं, परंतु अनुभव तुम्हाला व्यवसायाची समज मिळवून देतं. आणि त्यामुळे कौशल्य वाढतं. अनुभव ही वैयक्तिक बाब आहे, जी तुम्ही तुमच्या विचार व आकलनाने मिळवली आहे. तुमचा अनुभव हा तुम्हाला नोकरी मिळविण्यासाठीचा अत्यंत महत्त्वाचा आणि अत्यावश्यक घटक आहे. तसेच तुम्हाला एक विशिष्ट पद मिळविण्यासाठी कळीचा मुद्दा आहे आणि तुम्हाला भविष्यातील उद्दिष्टांकडे नेणारा राजमार्ग आहे.

थोडक्यात सांगायचं तर, तुमचा अनुभव हा तुमच्या भविष्यातील व्यावसायिक यशाचा पाया आहे! म्हणूनच, तुमच्या आधीच्या प्रोजेक्टमधील यश, किंवा व्यावसायिक दृष्टिकोन आणि अनुभव, हा तुमच्या मुलाखतीचा केंद्रबिंदू असतो.

मग जे नव्यानेच नोकरीसाठी अर्ज करत आहेत, त्यांनी काय करायचं? 'अननुभवी' याचा अर्थ 'काहीच काम न केलेला' असा नाही. कदाचित कुठेतरी अर्धवेळ नोकरी केली असेल किंवा उन्हाळ्याच्या सुट्टीत काही हौसेनं काम केलं असेल किंवा आर्थिकदृष्ट्या स्वावलंबी होण्यासाठी काही प्रयत्न केला असेल, तर तोही अनुभवच असतो! तुम्ही कॉलेजच्या क्रिकेट संघाचे कप्तान होतात का? किंवा एखाद्या समारंभाचे स्पर्धेचे आयोजन केले आहे का? कोणतेही काम तुम्ही जर यशस्वीरित्या पार पाडलं असेल, तर तो तुमचा अनुभवच असतो. ज्या कोणत्याही कामाने तुम्हाला आत्मविश्वास मिळवून दिला आहे किंवा आव्हानं स्वीकारण्याची सवय लावली आहे, ती प्रत्येक गोष्ट 'अनुभव' या सदरात मोडते!

यशस्वी कामगिरी!

तुमच्या आजपर्यंतच्या कामगिरीवर विचारलेल्या प्रश्नांना तुमच्या व्यक्तिमत्त्वातील योग्य व चमकदार पैलू दर्शविण्याची संधी समजा. अशा प्रश्नांना उत्तरे देताना तुमच्या सर्व क्षमता दर्शविण्यासाठी संधी मिळते. उदा.

प्रश्न १४ तुमच्या करियरमधील सर्वात यशस्वी कामगिरी कोणती होती?
प्रश्न १५ तुम्हाला आत्तापर्यंत सर्वांत आव्हानात्मक वाटलेलं काम किंवा प्रकल्प कोणता?

कदाचित, तुम्हाला अपेक्षेपेक्षाही तुमच्या आत्तापर्यंतच्या यशस्वी कामगिरीविषयी सांगण्याची संधी मिळेल! ऐकणारा चकित होईल, असं काही उत्तर देण्याची ही संधी आहे. त्यावेळी असे उत्तर देऊ नका–

''मी माझ्या कंपनीसाठी ३० लाखाचं डील मिळविलं.'' ☹

मुलाखत घेणाऱ्यांनी या गोष्टी कैकवेळा ऐकलेल्या असतात. त्यामुळे त्यापेक्षा तुमचं वेगळेपण काय आहे, ते सांगण्यावर भर द्या.

वरील दोन प्रश्नांसाठी तुम्हाला तयार रहावंच लागेल कारण ते तुमच्या मुलाखतीमध्ये महत्त्वाचे प्रश्न आहेत. तुम्ही छापिल उत्तर देणे अपेक्षित नाही. पण तुमच्या बायोडेटामध्ये तुम्हीच लिहिलेल्या काही महत्त्वाच्या कामगिरीवर एकदा नजर फिरवून ठेवा. त्यातील योग्य कामगिरी तुमची ओळखही बनू शकते. तुमचे प्रतिकूल परिस्थितीतही समस्यांवर तोडगा काढण्याचे कौशल्य, कल्पकता, नेतृत्वगुण आणि निर्णयक्षमता व जबाबदारी पेलण्याची क्षमता या सगळ्या गोष्टी उलगडून सांगा. **डेल** (भारत) कंपनी आग्रहाने सांगते[1]–

> ''संदिग्ध स्पष्टीकरण असलेल्या प्रतिक्रिया देऊ नका. त्यापेक्षा काही ठोस व्यावसायिक अनुभव असलेल्या व ठोस परिणाम दर्शविणाऱ्या गोष्टींवर लक्ष केंद्रित करा.''

हा प्रश्न जर सुरुवातीलाच विचारला असेल, तर त्याचे व्यावसायिक महत्त्व जाणून घ्या. त्यांना तुमचा व्यावसायिक दृष्टिकोन व काम करण्याची क्षमता जाणून घ्यायची आहे. यानंतर तुमच्या कामगिरीबद्दल अधिक तपशिलात प्रश्न विचारले जाण्याची शक्यता आहे. तुम्ही दिलेल्या माहितीचा उपयोग करून चांगला मुलाखतकार आता पुढचे प्रश्न विचारून तुम्हाला बोलतं करणारच व त्याला हवी ती माहिती काढून घेणार असे असंख्य प्रश्न तो विचारू शकतो आणि तुम्ही जर पूर्ण तयारीनिशी गेला असाल, तर समाधानकारक उत्तरे देऊ शकता. फक्त तुम्ही एखादी असत्य गोष्ट सांगितलीत, तर तेही मुलाखत घेणाऱ्याच्या लक्षात येतं, हे लक्षात घ्या. उदा. ही प्रश्नांची मालिका पहा.

प्रश्न १६ या प्रोजेक्टबद्दल आणखी सविस्तरपणे सांगू शकाल का?

प्रश्न १७ तुमची भूमिका एवढी महत्त्वाची का होती? या प्रोजेक्टसाठी तुमचीच निवड का झाली?

प्रश्न १८ तुमचा मॅनेजर कोण होता? त्यांची काम करण्याची पद्धत कशी होती? ती पद्धत तुम्हाला आवडली का?

प्रश्न १९ तुम्हाला नक्की कोणते परिणाम मिळाले?

प्रश्न २० हे कधी केलंत? आणि कुठे झालं? हा प्रोजेक्ट किती कालावधीचा होता?

प्रश्न २१ या प्रोजेक्टला पूर्णत्वाला नेताना तुमच्यातील तांत्रिक किंवा व्यवस्थापकीय कौशल्य नक्की कशी वापरलीत?

प्रश्न २२ तुम्हाला आव्हानात्मक वाटलेले ३ महत्त्वाचे प्रश्न कोणते? ते तुम्ही कसे सोडवलेत?

प्रश्न २३ तुम्ही कोणत्या घटकांमध्ये पुढाकार घेतलात?

प्रश्न २४ तुमच्या हातून घडलेल्या काही चुका सांगा.

प्रश्न २५ तुम्हाला तुमच्या कामातला नक्की कोणता भाग आवडला?

प्रश्न २६ तुम्हाला कोणत्या गोष्टी खटकल्या? मग तुम्ही त्या कशा हाताळल्यात?

प्रश्न २७ इतरांकडून काम करवून घेण्यासाठी तुम्ही काय उपाय केलेत?

प्रश्न २८ या प्रोजेक्टमधील कामाचा तुमच्यावर एक माणूस म्हणून काय परिणाम झाला? तुम्ही यातून काय शिकलात?

प्रश्न २९ अशीच परिस्थिती परत समोर आली तर तुम्ही वेगळे काही उपाय योजाल का?

प्रश्न ३० झालेल्या कामाबद्दल तुमच्या वरिष्ठांकडून किंवा कंपनीकडून काही औपचारिक प्रशस्तीपत्रक मिळाले आहे का?

कधीतरी, तुमची कामगिरी या प्रश्नांना उत्तर देण्याइतपत उल्लेखनीय नसेलही. अशावेळी, नक्की कोणत्या गोष्टी पुढे आणायच्या त्या निवडा व सांगा.

''या प्रसंगात, मला खरंतर बढती किंवा प्रशस्तीपत्र वगैरे मिळालं नाही. कारण तो माझ्या कामाचा भाग होता. पण मागच्या वेळची 'मॅनेजर' पदावर बढती कशी मिळाली ते मी सांगू इच्छितो/ इच्छिते...''

सगळ्याच यशस्वी कामगिऱ्या तुम्ही बायोडेटामध्ये लिहू शकता. कदाचित हे थोडं अतार्किक वाटेल, पण बऱ्याचदा उमेदवार त्याची एखादी महत्त्वाची कामगिरी लिहिणंच विसरून जातो! त्याचा मुलाखतकारवर काय परिणाम होईल बरं?

करियरचे नियोजन, सातत्य आणि अपयश

तुम्ही तुमच्या करियरमध्ये घेतलेले निर्णय तार्किक होते का आणि नवीन कंपनीमध्ये अर्ज दाखल करण्यासाठी तुमची शैक्षणिक पात्रता योग्य आहे ना, हे जाणून घेण्यासाठी मुलाखतकार काही प्रश्न विचारू शकतो. उदा. –

प्रश्न ३१   तुम्ही तुमच्या करियरचे काय नियोजन केले आहे?

प्रश्न ३२   तुम्ही तुमच्या मागच्या कंपनीतील नोकरी का स्वीकारलीत?

प्रश्न ३३   विद्यापीठात ही एक पदवीच तुम्ही का घेतलीत?

थोडक्यात, तुमच्या डोळ्यासमोर करियरचे काही विशिष्ट नियोजन आहे की तुम्ही विशिष्ट उद्दिष्टांशिवाय, सहजच या कंपनीत नोकरीसाठी अर्ज केलाय?

खरं सांगायचं तर, वैयक्तिकरित्या अशा तऱ्हेचे प्रश्न विचारणं मला कधीच पटलेलं नाही. करियर घडवताना आपण अनेकदा वेगवेगळ्या परिस्थितीत असतो. उदा. तांत्रिक आणि व्यावसायिक व्यवस्थापनाची कामे, सल्ले देणे–घेणे, अगदी देश आणि खंडदेखील बदलतात. तुमचं कौशल्य वेगळ्याच गोष्टीत असतं आणि प्रत्यक्ष काम करताना तुम्हाला वेगळ्याच जबाबदाऱ्या पार पाडाव्या लागतात. कधीतरी हा प्रश्न योग्यवेळी, योग्य जागी असण्याचासुद्धा असतो.

तरीही, मुलाखतकार हा प्रश्न विचारतातच कारण तो त्यांच्या ठरवलेल्या चौकटीतील प्रश्न असतो. अशावेळी त्यांना दाखवून द्या की, तुम्ही तुमच्या करियरचा किती गंभीरपणे विचार करत आहात आणि तुम्ही तुमचे लक्ष व्यवस्थित केंद्रित केले आहे. पण त्याचबरोबर हे सुद्धा सांगा की, काही संधी आल्या आणि हुकल्या, त्यामुळेच आज तुम्ही त्या व्यक्तिमत्त्वाचे आहात. प्रामाणिकपणे दिलेलं

उत्तर तुमच्यासाठी कैक पटीने योग्य ठरू शकतं. पद्धतशीर व विशिष्ट प्रकारे नियोजित करियर हे केवळ कल्पनारंजनेपेक्षा अधिक फलदायी असतं.

कदाचित मुलाखतकार एकदम उलटाच प्रश्न विचारू शकतो–

प्रश्न क्र. ३४ – तुमच्या मते तुमचे ठोस अपयश कोणते?

जोपर्यंत तुम्ही अपयशापासून शिकत आहात, तोवर अपयश येणे ठीक आहे. एखाद्या कसोटीच्या क्षणी, भावनिक न होता प्रश्नांवर तोडगा कसा काढता हे महत्त्वाचं. **सौगाता गुप्ता** (मेरिको, व्यवस्थापकीय संचालक) सल्ला देतात[2]–

> ''तुमच्या चुकीच्या कृतीचा पश्चाताप करत बसण्यापेक्षा, त्याचा वाईट परिणाम काढून कसा टाकता येईल व परिस्थिती सुधारता कशी येईल, त्याकडे लक्ष द्या. लोकं काय म्हणतील, याचा विचार करू नका.''

एखादा असा अपयशाचा प्रसंग निवडून सांगा, ज्यामुळे तुमच्या आधीच्या कंपनीचे फार नुकसान झालेले नाही. तसं का झालं आणि त्यावर तुम्ही काय उपाय योजले, ते स्पष्ट करा. तुमचं परिस्थितीचं आकलन कसं चुकलं? मग तुम्ही कसं सांभाळलंत? त्या अपयशातून तुम्ही माणूस म्हणून काय शिकलात? तुमचा आयुष्य आणि करियरकडे बघण्याचा दृष्टिकोन कसा बदलला?

यश–अपयशाबद्दल प्रश्न विचारताना भाषा कदाचित वेगळी असू शकते–

प्रश्न ३५ ॲप्रेझलमध्ये कधी तुम्हाला निम्न स्तराचे मार्क मिळाले आहेत का? आणि तसं झालं असेल, तर तुम्ही त्यासाठी काय केलंत?

या प्रश्नाचं उत्तर देताना तुम्ही, एकतर तुमची चिवट इच्छाशक्ती, तुमची समस्यांमधून मार्ग काढण्याची क्षमता या सगळ्या गोष्टी कशा शिकलात, अपयशाने त्या तुम्हाला कशा शिकता आल्या, ते सांगा. त्या अपयशामुळे तुम्ही तुमच्या कामाच्या नियोजनात काय बदल केलेत आणि त्याचा तुम्हाला फायदा कसा झाला, ते स्पष्ट करा. कॉर्पोरेट क्षेत्रातील व्यक्तींना, नकारात्मकतेचा सामना करून तुम्ही

सकारात्मक किंवा विधायक उपाय काय योजलेत, त्यामध्ये रस असतो. कारण शेवटी त्याचसाठी तुम्ही मुलाखत द्यायला आला आहात!

आता पुढचा प्रश्न असणार आहे-

प्रश्न ३६ तुमच्या पुढील भरीव यशासाठी तुम्ही काय करायचे ठरवले आहे?

पुन्हा, हे सगळं शिकण्याशी संबंधित आहे. तुमच्या भूतकाळाकडून, भूतकाळातील अपयशांकडून तुम्ही काय-काय शिकलात, जे तुम्हाला भविष्यात यशस्वी बनवेल? कंपनीला हे जाणून घेण्यात रस असतो की तुम्हाला जास्त पगार दिल्यावर तुम्ही कंपनीसाठी अधिक चांगल्यापैकी काम करू शकता की नाही?

अपयशाच्या उत्तरासारखंच, याही प्रश्नाला जर तुम्ही योग्य उत्तर दिलेत, तर ते तुमचा सजगपणा दाखवतं, तसंच कमजोर गोष्टींवर मेहेनत घेण्याची तुमची तयारीही दिसते किंवा तुमचे प्रावीण्य असलेल्या गोष्टींमधून तुम्ही तुमच्या कौशल्याने कार्य उद्दिष्ट पूर्णत्वास न्याल त्याबद्दलचा तुमचा आत्मविश्वासही दिसून येतो.

यानंतर असे काही प्रश्न विचारले जाऊ शकतात-

प्रश्न ३७ तुम्ही किती मेहेनत घेता?

प्रश्न ३८ तुमची उद्दिष्टं किंवा ध्येय गाठण्यासाठी तुम्ही काय आणि किती प्रयत्न करता?

अर्थातच, तुम्ही किती मेहेनती आणि शिस्तबद्ध आहात ते पटवून द्या. आळशी आणि एक डोळा घड्याळावर ठेवून काम करणारा कर्मचारी कोणत्याच कंपनीला नको असतो. पण या किमान अपेक्षेपेक्षा तुम्ही किती जास्त उत्साहाने काम करू शकता, हे पटवून सांगा. तुम्ही तुमच्या कामाचे नियोजन कसे करता आणि तडजोड न करता काम वेळेत पूर्ण करता का? शेवटी तुम्हाला वैयक्तिक आणि व्यावसायिक अनेक गोष्टी पार पाडायच्या असतात.

या नंतरचा प्रश्न तुमच्या वैयक्तिक वर्तुळाबद्दल असू शकतो -

प्रश्न ३९ गेल्या दोन-तीन वर्षात तुमच्या व्यावसायिक कामा व्यतिरिक्त तुम्हाला स्वत:ला अभिमान वाटेल असं तुम्ही काही कार्य केलं आहे का, ज्याच्या प्रभावामुळे तुम्ही एक चांगली व्यक्ती बनू शकलात?

ज्यावेळी तुम्ही झोपलेले नसता आणि काम करत नसता,तो सगळा वेळ हा तुमचा वैयक्तिक वेळ/वर्तुळ म्हणून गणला जातो. त्यामुळे तुमच्या उत्तरावरून मुलाखतकार तुम्हाला समजून घेणार असतो. तुम्हाला तुमच्या आयुष्यात काय करायचंय, तुमची स्वप्नं काय आहेत, तुम्ही किती कुतुहलाने जगाकडे बघता आणि तुमची तुमच्या कामाबद्दल नक्की बांधिलकी कशी आहे, या साऱ्या गोष्टी त्याला जाणून घ्यायच्या असतात. आपल्यासारखी सामान्य माणसं काही आपल्या बचतीमधून शाळा उघडणार नाहीत, पण तरीही समाजासाठी करण्यासारख्या बऱ्याच लहान-लहान गोष्टी असतात. अगदी एखाद्या स्थानिक संघटनेचे तुम्ही सभासद असलात, तरी तेही मोजलं जातं. त्या संघटनेसाठी पैसा गोळा करण्यासाठी तुम्ही काही हातभार लावलाय का? किंवा समूहगीतात गायला आहात का? किंवा भटका प्रवास केलाय का? तुम्ही नुकतेच पालक बनला आहात का? या आणि अशा असंख्य गोष्टी आपल्याबाबतीत घडत असतात. त्यात तुम्ही रस घेता, हे मुलाखतकाराला कळू दे. समूहगीतात एक गायक म्हणून उभं असणं ही व्यवस्थापन क्षेत्रासाठी एक प्रकारचं शिक्षण असूच शकतं. एखाद्या बॅकपॅक प्रवासात तुम्ही स्वयंसेवक म्हणून गेला असाल तर त्या अनुभवाचा उपयोग सी.एस.आर. च्या कामात होऊ शकतो आणि पालक असणं तर अनेक अनुभवांनी समृद्ध बनवतंच.

तुमचा कामातील वाटा आणि अपेक्षा

तुमच्या कामगिरीचा आढावा घेतल्यावर, आता मुलाखतकार तुम्ही कंपनीच्या कामात काय वाटा उचलू शकता त्याची चाचपणी करतो-

प्रश्न ४० आमच्या कंपनीत तुम्ही काय योगदान देऊ शकता?

तुम्ही स्वत:बद्दल बोलाच आणि अर्थातच तुमच्या विशिष्ट व्यावसायिक कौशल्यांनी तुम्ही कंपनीच्या प्रगतीत कसा हातभार लावू शकता, तेही स्पष्ट करा. कंपनीला अशा व्यक्तीची गरज असते, जी जबाबदाऱ्या घेईल, आव्हानं पेलेल आणि प्रगती करेल. इथे तुम्हाला तुमच्या तयारीचा, गृहपाठाचा उपयोग होणार आहे.

कंपनीच्या कामाची पद्धत, वातावरण आणि कंपनीसमोरची आव्हानं या सगळ्याच गोष्टींचा तुम्ही गृहपाठ केला असेल तर या प्रश्नाचं उत्तर देणं सोपं जाईल. तुम्ही विचार करून ही नोकरी स्वीकारत आहात, हे मुलाखतकाराला पटवून द्या. कंपनीचे काही मुखपत्र आहे का किंवा प्रसिद्धी माध्यमांतून / वृत्तपत्रांतून काही लेख आले आहेत का ? ते वाचून तुमची कामाची पद्धत कंपनीसाठी कशी योग्य आहे, ते पटवून द्या. जर तुमचा जनसंपर्क उत्तम असेल, तुम्हाला संधीचा लाभ उठवता येत असेल आणि सुरक्षित धोका पत्करायची तुमची तयारी असेल तर हे कदाचित तुमच्यासाठी सकारात्मक मुद्दे असू शकतात. किंवा एखाद्या आंतरराष्ट्रीय कंपनीत, एखाद्या वेगळ्या वातावरणातून, वेगळ्या प्रोजेक्टचा अनुभव असलेल्या आंतरराष्ट्रीय कंपनीतील उमेदवाराचं स्वागत होऊ शकतं!

ही एक संधी मानून, तुमच्या कामावर लक्ष केंद्रित करा व तेच मुद्दे विस्ताराने बोला आणि कृपया, खरं तेच बोला, प्रामाणिक राहा. शेवटी तुमच्या व्यक्तीमत्त्वाशी आणि कामाच्या पद्धतीशी मिळती-जुळती कंपनी निवडणं, हा तुम्ही निवडलेला पर्याय आहे.

कंपनीमधील तुमचा सहभाग व तुमच्याकडून कंपनीला असणाऱ्या अपेक्षा, यामध्ये समतोल साधता आला पाहिजे. 'दीर्घकालीन बांधिलकीसाठी दीर्घकालीन नोकरी' हा विचार जुना झाला. आता कंपनीच्या कर्मचाऱ्यांकडून अपेक्षा बदलल्या आहेत. कंपनी आता कर्मचाऱ्याला थोडं आणखी प्रशिक्षित करण्यासाठी पैसा खर्च करते आणि कर्मचारी त्या कामासाठी अयोग्य ठरू लागला, तर कंपनी त्या कर्मचाऱ्याला पुर्नप्रशिक्षित करू शकते किंवा कामावरून काढूनही टाकू शकते.

कंपनीतील
तुमचा
सहभाग
कंपनीकडून
तुमच्या
अपेक्षा

आकृती ४.१ अपेक्षा व सहभाग यातला समतोल.

आणि आता, मुलाखतकार, तुमच्या अपेक्षांबाबतच्या प्रश्नांकडे वळतो.

प्रश्न ४१ कंपनीकडून तुमच्या काय अपेक्षा आहेत?

प्रश्न ४२ या कंपनीत काम करण्यासाठी तुमच्या दृष्टिने महत्त्वाचे मुद्दे कोणते?

अर्थातच, तुमच्या अपेक्षा उच्चच असणार– भरपूर पगार, मानाचे स्थान, बढतीची शक्यता, जबाबदाऱ्या आणि तरीही रोज संध्याकाळी स्वत:च्या करमणुकीसाठी वेळ काढता आला पाहिजे वगैरे वगैरे... अशा अपेक्षा असतील, तर खरंच तुम्ही कामाकडे गंभीरपणे बघताय ना? कंपनीला खरंच अशा उत्तराची अपेक्षा असेल का? नीट विचार करा. या प्रश्नावरून मुलाखतकार, तुमचा प्राधान्यक्रम, तुमच्या महत्त्वाकांक्षा जाणून घेऊ इच्छितो किंवा कामाबाबतच्या तुमच्या आदर्श कल्पना जाणून घेऊ इच्छितो. म्हणूनच, तुमचे आधीचे अनुभव नीट आठवा, त्याचा नवीन कामासाठी कसा संबंध आहे, हे स्पष्ट करा. तुमच्या चांगल्या कामाची योग्य जाहिरात करणं, कंपनीच्या प्रगतीच्या उद्दिष्टांसाठी त्याचा वापर करणं, या गोष्टी बोलण्यात काहीच चूक नाही. किंबहुना, त्याचा फायदाच होऊ शकतो. कारण त्यातून तुमची शिकण्याची क्षमता, नवीन गोष्टी शोधण्याची क्षमता या सगळ्यांचा आढावा घेतला जाणार आहे.

उठा आणि मार्गस्थ व्हा!

'महत्त्वाकांक्षा' या शब्दाचा पहिला उल्लेख १४ व्या शतकात सापडतो. 'Ambitio' हा 'Ambition' चा मूळ लॅटिन शब्द आहे.[3] 'Ambitio' याचा अर्थ (चांगल्या) मतांसाठी प्रार्थना करणे. आपल्या संदर्भात चर्चा करताना, महत्त्वाकांक्षा याचा अर्थ तुमच्या सहकाऱ्यांकडून, क्षेत्रातील तज्ज्ञांकडून, पुरवठादारांकडून आणि ग्राहकांकडून सकारात्मक प्रतिक्रिया / मते मिळवणे. महत्त्वाकांक्षा याचा अर्थ, अधिकार, मान, किर्ती आणि आर्थिकदृष्ट्या भक्कम बनविणारे स्वत:चे स्थान मिळवणे.

तुमच्यातील महत्त्वाकांक्षा जाणून घेण्यासाठी मुलाखतकार प्रश्न विचारू शकतो –

प्रश्न ४३ पुढच्या पाच वर्षात तुम्हाला स्वत:चे कोणते स्थान अपेक्षित आहे?

तुमच्या व्यावसायिक आवडी-निवडींविषयी जाणून घेण्याची ही संधी असते. तुम्ही तुमचं ध्येय / उद्दिष्ट कसं ठरवता व ते मिळवण्यासाठी तुम्ही काय नियोजन केले आहे, हे जाणून घेण्यात मुलाखतकाराला रस असतो. आमच्या अनुभवाप्रमाणे, नियोजन केल्यानुसार आयुष्यात बऱ्याचदा गोष्टी घडत नाहीत. आणि ज्या गोष्टींसाठी तुम्ही 'नाही' म्हटला होतात किंवा ज्या जोष्टी तुमच्या नियोजनातच नव्हत्या, त्याच गोष्टींमध्ये आव्हानात्मक काम करण्याची संधी मिळू शकते. म्हणूनच, आम्ही शक्यतो उमेदवाराला असा प्रश्न विचारत नाही आणि अशा प्रश्नाला उत्तर देणं फारसं रुचत नाही. परंतु काही मुलाखतकार (विशेषत: ह्युमन रिसोर्स विभागातील) हा प्रश्न सक्तीचा असल्यासारखा विचारतात!

या प्रश्नाला उत्तर देण्याचा सर्वांत योग्य मार्ग म्हणजे, तुम्हाला काय करायला आवडतं, हे मनात पक्क ठरवा आणि तुमची आवड हेच तुमच्या कामातील बलस्थान कसं आहे, हे ठसवून सांगा. परदेशी शाखा असलेल्या एखाद्या आंतरराष्ट्रीय कंपनीसाठी तुम्ही मुलाखत देत असाल आणि तुम्हाला फिरण्याची नवीन संस्कृती जाणून घेण्याविषयी रस असेल, तर एखाद्या संभाव्य परदेशातील प्रोजेक्टसाठी तुम्हाला पाठवण्यात येवू शकतं. तुम्ही कंपनीच्या पार्श्वभूमीचा नीट

अभ्यास केला असेल, तर विशिष्ट टीमबरोबर काम करून नवीन गोष्टी शिकण्यात तुम्हाला रस आहे, हे कंपनीला कळू द्या. एखादी छोटी कंपनी ज्यांची ध्येय-धोरणंच मुळात मर्यादित आहेत, अशा कंपन्या सोडल्या तर तुमच्या शिकण्याच्या व नवीन शोध घेण्याच्या महत्त्वाकांक्षेला कोणीच बांधून ठेवू शकत नाही.

पण संभाषणादरम्यान व्यक्तिमत्त्वातील, कामाच्या पद्धतीतील कमजोर बाजूंपासून आणि त्याबद्दल वाच्यताही करू नका. जर संभाषण अशा मुद्यांकडे जाऊ लागलं तर संभाषण पुन्हा मुख्य मुद्यावर आणा, कारण तुमची कमकुवत बाजू त्यामुळे उघडी पडू शकते.

काही मुलाखतकारांना हेही जाणून घ्यायचं असतं-

प्रश्न ४४ तुम्हाला उच्चशिक्षण घेण्यात रस / इच्छा आहे का? जर असेल, तर पूर्णवेळ करायला आवडेल की अर्धवेळ?

हा प्रश्न दिसायला साधा-सरळ दिसत असला तरी त्याला अनेक पदर आहेत. तुमच्या महत्त्वाकांक्षा कोणत्या स्वरूपाच्या आहेत आणि त्या पूर्णत्वाला नेण्यासाठी तुम्ही वेळ आणि पैसा गुंतवणार आहात का? पुढील शिक्षण घेणे हा खूप मोठा निर्णय आहे. जर पूर्णवेळाचा अभ्यासक्रम असेल तर केवळ शुल्क भरून चालणार नाही, अप्रत्यक्षपणे तुम्हाला पगारही सोडावा लागणार आहे. जर अर्धवेळाचा अभ्यासक्रम असेल, तर तुमचा सगळा दिनक्रम अत्यंत धावपळीचा असेल आणि तुमच्या वैयक्तिक वेळेचा तुम्हाला त्याग करावा लागेल. पण अशा उच्च शिक्षणात रस न दाखवणे व एका चांगल्या अनुभवाला मुकणे हेही योग्य ठरणार नाही. तुमच्या महत्त्वाकांक्षेसाठी स्वत:त सुधारणा घडवून आणण्यासाठी किंवा काही गुंतवणूक (पैसा, वेळ, शक्ती) करण्यासाठी तुम्ही तयार आहात का? कर्मचाऱ्याची काम करण्याची क्षमता केवळ याच गोष्टीमुळे सुधारते, असं तर तुम्हाला वाटत नाहीए ना? म्हणूनच, तुम्ही विचारपूर्वक असे महत्त्वाचे वैयक्तिक निर्णय घेण्याची व तुमची क्षमता आहे, हे पटवून द्या. मुलाखतकाराला तुम्ही उलटा प्रश्न विचारू शकता की, अशा तऱ्हेचे उच्च शिक्षण देण्यासाठी कंपनीकडे काही योजना आहे का? बऱ्याच बहुराष्ट्रीय कंपन्यांमध्ये अशा तऱ्हेच्या योजना असतात,

फक्त त्यांची माहिती करून घ्यावी लागते. लहान कंपन्यांमध्ये या प्रकारच्या योजनेबद्दल वाटाघाटी, चर्चा कराव्या लागतात. परंतु तुमच्या संभाषणाचा / मुलाखतीचा हा मुख्य मुद्दा होऊ देऊ नका. अशा तऱ्हेच्या उच्च शिक्षणासाठी कंपनीला बराच पैसा खर्च करावा लागतो. अशावेळी, तुमच्यामधील स्पर्धात्मक घटक कमी होतो. कारण उमेदवाराला प्रशिक्षण देणे ही कंपनीची जास्तीची जबाबदारी होऊन बसते.

निराशेला सामोरे जाताना

तुमच्या कंपनीकडून असलेल्या अपेक्षा पूर्ण झाल्या नाहीत किंवा तुमची स्वप्नं प्रत्यक्षात आली नाहीत, तर त्यामुळे येणाऱ्या निराशेचा तुमच्या कामावर थेट परिणाम होतोच. **राज राघवन** (ॲमेझॉन, भारत) सांगतात[4]–

> ''अनेक छोट्या गोष्टींमधील अपयशावरून तुम्ही भविष्यात कदाचित कधीच यशस्वी होणार नाही, असे मत (तुमच्याबद्दल) तयार होऊ शकते.''

आता तुम्ही काय पर्याय निवडता, हे महत्त्वाचे ठरते. मुलाखतकार आता या प्रश्नांकडे वळणार आहे.

प्रश्न ४५ तुमच्या आधीच्या नोकरीमध्ये किंवा एकूणात तुम्हाला आलेल्या अपयशाला तुम्ही कसे सामोरे गेला आहात?

प्रश्न ४६ अपयश का आलं आणि ती परिस्थिती बदलण्यासाठी तुम्ही काय प्रयत्न केलेत?

प्रश्न ४७ तुमच्या आजूबाजूच्या व्यक्तींची प्रतिक्रिया कशी होती? त्यांच्या अपेक्षा तुम्ही कशा हाताळल्यात?

अनपेक्षितपणे विपरित परिस्थिती निर्माण झाली तर तुम्ही ती कशी हाताळता, याचा कंपनी अंदाज घेत असते. तुमच्या योग्य व संयमित वर्तनाने निराशा जाऊन,

सकारात्मक घटना घडू शकतात. आधीच्या अनुभवातून शिका. प्रोजेक्ट हातातून जाणे, महत्त्वाचे सहकारी मोक्याच्या वेळी प्रोजेक्ट सोडून जाणे, नियोजित वेळेत काम पूर्ण न होणे किंवा ग्राहक नाखुश असणे, अशा कितीतरी समस्यांमधून आपण गेलेलो असतो. अशावेळी तुम्ही सकारात्मक प्रतिक्रिया देऊन परिस्थिती योग्य तऱ्हेने नियंत्रणात आणली होतीत का? अशा अनेक कामगिरीबद्दल बोलायची ही संधी आहे. अशा स्थितीत तुमचं कामातील कौशल्य, संपर्क आणि संभाषण कौशल्य कसं पणाला लावून मार्ग काढलात ते सिद्ध करा.

हट्टी ग्राहक, दमदाटी करणारा बॉस, अजिबात सहकार्य न करणारे व आपल्या कामाचा वाटा न उचलणारे सहकारी अशा नकारात्मक व्यक्तींशी तुमचा सामना झालाय का? अत्यंत आव्हानात्मक प्रोजेक्टमध्ये हाताळायला अत्यंत गंभीर परिस्थिती निर्माण झाली होती का किंवा अशा परिस्थितीत तुम्ही ढकलले गेला होतात का?

मुलाखतीपूर्वी या सगळ्या घटनांचा नीट विचार करून ठेवा. तुम्ही अवघड परिस्थितीतून मार्ग कसा काढलात, त्यावरून तुमचे काणते गुण दिसून येतात आणि त्याचा कंपनीला काय फायदा आहे, याचा विचार करून ठेवा. जर तशी वेळ आली, तर प्रामाणिकपणे त्याबद्दल चर्चा करा. तुम्ही काय शिकलात आणि आता अशा अवघड परिस्थितीनंतर, अनुभवाने तुम्ही एक उत्तम व्यावसायिक व्यक्तिमत्त्व कसे बनलात, याचे ठोकताळे बांधून ठेवा.

५

कृतीशीलतेबाबतचे प्रश्न

कृतीशीलतेबद्दलचे प्रश्न हे आता मुलाखतीच्या साच्यातील ठरलेल्या चौकटीत मोडले जातात. उत्तम परिणामांकरिता तुम्ही कोणत्या दिशेने व कसे प्रयत्न करता, हे त्या प्रश्नांच्या उत्तरांवर जोखले जाते. भूतकाळातील प्रश्नांवर तुम्ही काय तोडगे काढले, त्यावरून भविष्यातील समस्या हाताळण्याची तुमची क्षमता, याबद्दल अंदाज बांधले जातात.

आधीच्या प्रकरणातील प्रश्नांपेक्षा हे प्रश्न वेगळे कसे आहेत, ते तुमच्या लक्षात आलं का? आधीच्या प्रकरणात तुमच्या कामगिरीबद्दलच्या प्रश्नांवर चर्चा होती, आता तुम्ही ती कामगिरी पार पाडण्यासाठी कसे प्रयत्न केलेत, यावर भर असणार आहे. तुमच्या पार्श्वभूमीवरून भविष्यात तुम्ही कशी कृती कराल, याबद्दल आडाखे बांधले जातात.

उत्तरांचा ढाचा

तुमची कार्यक्षमता सिद्ध करण्यासाठी, तुम्हाला तीन वर भर द्यायचा आहे –

१) तुमच्या कामाचे परिणाम काय झाले ?

२) तुमच्या कामात सातत्य कसे होते ?

३) तुमचे व्यक्तिमत्त्व व कार्यशैली.

कंपनी सर्वोत्तम उमेदवाराच्या शोधात असते. त्याचबरोबर त्याचं व्यक्तिमत्त्व प्रसन्न असलं पाहिजे. विशेषत: व्यवस्थापन क्षेत्रातील सल्लागार कंपनी आणि सेवा पुरवणाऱ्या कंपन्यांमध्ये तुमच्या व्यक्तिमत्त्वावर खूप भर दिला जातो. अशा कंपन्यांमध्ये प्रोजेक्टची टीम घरापासून अनेक आठवडे लांब असते. राहणं, काम करणं सगळंच एकत्र होत असतं. जर तुम्ही प्रोजेक्ट मॅनेजर असाल, तर तुम्हाला सहकाऱ्यांच्या टवाळखोरीत रस नसेल, तुम्हाला अशी माणसे हवी असतात, ज्यांचा स्वभाव तुमच्यासारखा असेल. जरी तुम्ही ऑफिसमध्येच काम करत असाल, ऑफिसमध्ये तुम्ही हवेहवेसे वाटत असाल, तरी तुमचे सहकारी किंवा मॅनेजर तुमच्या मनासारखे असतील / मिळतील असे नाही.

स्वत:बद्दल बोलताना तुम्ही खूप विनयाने बोलत असाल, तर तुम्ही स्वत:ला कमी लेखता आणि स्वत:ची किंमत जणू कमी करून घेत आहात. म्हणूनच तुमच्या कार्यक्षमतेबद्दल विचारल्या जाणाऱ्या प्रश्नांची तुम्हाला नीट विचारपूर्वक तयारी करावी लागेल. उत्तरं पाठ करून नका, पण उत्तराचे नियोजन नक्की करा. अशावेळी 'स्टार' चौकट तुमच्या मदतीला येते. आ. क्र. ५.१ मध्ये दाखवलेला 'स्टार' ढाचा नीट पहा.[1]

आकृतीत दाखविलेल्या ढाच्यानुसार तुम्ही एखादी कल्पना तीन टप्प्यात रचून सांगू शकता.

परिस्थिती आणि समस्या (Situation and Task) – परिस्थिती काय होती ते नीट उलगडून सांगा. तुमच्यासमोर असलेल्या आव्हानात्मक समस्या व त्यातील कठिण प्रश्न यांचे योग्य ते चित्र उभे करा. समस्या तुम्हाला कशी समजली तेही सांगा.

दृष्टिकोन (Approach) – तुम्ही काय पावलं उचललीत आणि का? तुमच्या सहकाऱ्यांना तुम्ही कसा धीर दिलात? तुमच्याबरोबर कोणकोण होतं? तुम्ही टीमला काम करण्याची प्रेरणा कशी दिलीत? सहकाऱ्यांची मते सकारात्मक तऱ्हेने कशी ऐकून घेतलीत?

परिणाम (Results)– तुमचं काम योग्य तऱ्हेने कसं पूर्णत्वास गेलं याचीही थोडी रंजक कथा सांगा. काही पुस्तकात सल्ला देतात की तुम्ही या प्रश्नाचा नाट्यमय शेवट करा. पण ते खरंच तसं आहे का? आमच्या अनुभवानुसार, आमच्या बढत्या या कधीही एकाच अभूतपूर्व कामगिरीमुळे झाल्या नाहीत, तर संपूर्ण कारकिर्दीत लहान–मोठे यशाचे प्रसंग बघून, (काही वेळा, नशीबाने) झाल्या आहेत. तुमची टीम हे तुमचं कुटुंबच कसं आहे आणि टीममधल्या सभासदांच्या जोडीदारांचीही कशी दोस्ती झाली आहे, हे सांगत बसू नका! त्याचा काहीही उपयोग होत नाही. आमच्या मते, तुम्ही अवास्तव गोष्टी बोलू नका. प्रभाव पाडण्यासाठी खोट्या गोष्टी उगाचच रंगवून सांगितल्यात तर तुम्हीत गोत्यात याल.

कामगिरी — तुमच्या प्रोजेक्टचं स्वरूप विशद करा. आव्हानात्मक प्रश्नाचं स्वरूप सांगा.

दृष्टिकोन — तुम्ही काय कृती/उपाय योजलेत?

परिणाम — कृतीचे योग्य परिणाम, मुद्यांच्या आधारे स्पष्ट करा.

आकृती ५.१ – उत्तरे कशी तयार कराल?

या 'स्टार' चौकटीची कृतीलाही जोड द्या. भूतकाळातील कृतींबद्दल मोकळेपणाने बोला. त्यातून तुमची बलस्थाने, तुमची क्षमता, सकारात्मक दृष्टिकोन समोर येईल,

तेही फुशारक्या न मारता! साध्या, सरळ, नैसर्गिक पद्धतीने!

एका कागदावर मुद्दे लिहून काढा आणि कागदाशिवाय बोलण्याचा सराव करा. (कारण मुलाखतीत तुम्हाला कागद न बघताच बोलायचे आहे.) एक किंवा दोन मिनीटांत उत्तर संपवा. मुलाखतकाराला पुढचे प्रश्न विचारायचे असतात, त्यामुळे वेळ काढू नका. पुढे प्रश्न असे असू शकतील.

प्रश्न ४८ तुम्ही हे कसं केलंत?

प्रश्न ४९ असंच का केलंत?

प्रश्न ५० तुम्ही हे शक्य कसं करून दाखवलंत, ते कृपया सांगा.

जर तुमचं बोलणं मध्येच कोणी थांबवलं, तर तुम्हाला हवा तो परिणाम साध्य होणार नाही. म्हणूनच प्रत्येक मुद्दयानुसार ('स्टार' नुसार) थोडक्यात उत्तर द्या. कदाचित उत्तराचा शेवटचा भाग (Result) मुलाखतकाराला अधिक महत्त्वाचा असेल.

टीमवर्क

आपल्या कार्यक्षमता तपासणाऱ्या प्रश्नांची सर्वसाधारण चौकट आपण पाहिली. आता प्रत्यक्ष कृती करूया. आता सर्वप्रथम आणि महत्त्वाची गोष्ट म्हणजे, कृतीशीलतेचे प्रश्न टीमवर्कशी संबंधित असतात व त्यातील तुमची भूमिका काय होती, त्याबद्दलचे असतात आणि जर तुम्हाला नोकरी हवी असेल, तर तुम्ही टीममधील उत्तम खेळाडू आहात, हे सिद्ध करा.

कंपनी टीमवर्कसंबंधी प्रश्न का विचारते? अर्थातच, कारण सर्वच कंपन्या मनुष्याशी संबंधित असतात किंवा 'मनुष्य' हा सर्व कंपन्यांच्या केंद्रस्थानी असतो. कॉर्पोरेट स्ट्रॅटेजी अमलात आणण्यासाठी कंपन्या कर्मचाऱ्यांना पगार देते. **देवाशिष चक्रवर्ती** (सी.ई.ओ. क्वेट्झेल ऑनलाईन) सल्ला देतात[2]–

> ''तुमची मूलभूत कौशल्ये कोणतीही असली तरी, तुमच्याबरोबर काम करण्यासाठी सहकारी आनंदाने तयार नसतील, मदत करू

इच्छित नसतील किंवा सहकार्य करत नसतील, तर तुमच्या यशाला काहीच अर्थ नसतो.''

बऱ्याचदा तुम्हाला तुमची कामे साध्य करून घेण्यासाठी चतुराईने वागावं लागतं. अशा कठीण प्रसंगी, तुम्हाला सतत समान ध्येयासाठी वाटचाल करणं गरजेचं असतं. आता जगभरातच हुद्यांचा चढता क्रम फारसा अस्तित्त्वात नाहीए. त्यामुळे सर्वत्र एका पातळीवरच काम चालतं. त्यात टीमवर्क येतं, तुम्ही नियंत्रण करण्याच्या टीम्सही येतात. अशावेळी लोकांबरोबर काम करणं, लोकांशी योग्य तऱ्हेनं वागणं आणि लोकांच्या माध्यमातून काम करणं हे तांत्रिक कौशल्यापेक्षा अधिक अवघड असतं. आक्रमक किंवा तटस्थ राहण्यापेक्षा सकारात्मक राहणं, विधायक प्रतिक्रिया देणं आणि टीका स्वीकारणं आणि टीकेला सकारात्मक तऱ्हेनं सामोरं जाणं, त्यातून शिकणं हे आजच्या घडीला सर्वांत जास्त महत्त्वाचे आहे.

टीमवर्कबद्दल असे प्रश्न अपेक्षित आहेत-

प्रश्न ५१ तुमचा टीममध्ये काम करण्याचा अनुभव कसा होता? कोणत्या टीम प्रोजेक्टमध्ये तुम्ही काम केलं होतं?

प्रश्न ५२ तुम्ही 'टीम प्लेयर' आहात का?

प्रश्न ५३ कंपनीच्या सर्व स्तरांवर काम करता आलं असा एखादा प्रोजेक्ट सांगा.

तुमच्या नवीन कामाच्या गरजा लक्षात घेऊन, त्या कामाच्या दृष्टिने टीमवर्क म्हणजे काय, याचा विचार करा. मग तुमचा टीमवर्कबद्दलचा अनुभव सांगा. तुम्ही सदस्य म्हणून कसे आहात, हे नीट विचार करून सांगा. तुम्ही उत्तम श्रोता आहात का, जेव्हा प्रत्येक जण स्वत:वरील नियंत्रण सोडतो, तेव्हा तुम्ही ती स्थिती कशी हाताळता? किंवा चर्चेच्या प्रत्येक टप्प्यावर तुम्हाला काही सांगायचे आहे का? किंवा अत्यंत तणावाच्या क्षणीही एखादा विनोद करून वातावरण हलकं-फुलकं बनवण्याइतकं प्रसंगावधान तुम्हाला आहे का? तुमच्या स्वभावाची जी काही वैशिष्ट्ये आहेत, ती सांगा. आणि हे पटवून द्या की प्रतिकूल परिस्थितीतही तुम्ही स्थिरबुद्धीने विचार करू शकता!

तुम्ही अननुभवी असाल तर काय कराल? नुकतेच पदवीधर होऊन बाहेर पडला असाल तर कामाचा अनुभव तुम्हाला अर्थातच नसणार. मग त्यावेळी विद्यापीठात, महाविद्यालयात तुम्ही काय काय केले होते, ते नीट आठवा. कदाचित एखाद्या व्यावसायिक प्रकल्पापेक्षासुद्धा अशा एखाद्या प्रोजेक्टवर तुम्ही जास्त पैलूंवर काम केलं असेल!

एखादा मुलाखतकार टीमवर्कबद्दल नेमकेपणाने प्रश्न विचारेल–

प्रश्न ५४   तुमचे तुमच्या सहकाऱ्यांशी संबंध कसे आहेत?

प्रश्न ५५   एखाद्या अवघड स्वभावाच्या सहकाऱ्याला तुम्ही कसं सांभाळून घेतलंत?

आता इथे थोडे कल्पनारंजन करून पण सत्यात घडलेला एखादा प्रसंग तुम्हाला सांगता येईल. एखादा आडमुठा सहकारी कसा होता, तुम्ही त्याला कसं समजावलंत आणि शेवटी समस्येतून मार्ग कसा काढला, हे तुम्हाला सांगता येईल. अशा हाताळायला 'अवघड' व्यक्ती बऱ्याच असतात. कोणी तुमच्या मेल्सना कधीच उत्तर दिलं नसेल, किंवा कोणी त्याच्या कामात चालढकल केली असेल, कोणी कामाची जबाबदारी टाळली असेल, कोणी सतत तुमच्याबद्दल तक्रार करत असेल किंवा तुमच्या पाठीमागे तुमच्यावर टीका करत असेल. अशी कोणतीही व्यक्ती हाताळायला अवघडंच असते.

या प्रश्नाचं उत्तर देणं खरंच अवघड आहे कारण तुम्ही तुमच्या सहकाऱ्यावर टीका करणं योग्य नाही. पण त्याचबरोबर असेही म्हणू नका, की तुमचं सगळ्यांशीच व्यवस्थित पटतं, कारण ते खरं नाही. तुमच्या सहकाऱ्यांमधील उणिवा झाकायचा तुम्ही कसा प्रयत्न केला, हे दाखवणं महत्त्वाचं आहे. बरेच लोक आपल्या कामाबद्दल, कंपनीबद्दल नाखुशच असतात. कारण त्यांनी सहकाऱ्यांशी कधी जुळवून घ्यायचा प्रयत्नच केलेला नसतो. तुम्ही त्या लोकांपैकी नाही, हे पटवून द्या.

आम्ही स्वत: एक प्रश्न टीमवर्कच्या संदर्भात आवर्जून विचारतो, तो असा–

प्रश्न ५६   जेव्हा टीमवर्कच उपयोगी पडलं नाही, त्यावेळी तुम्ही काय केलंत ? काही उदाहरणं द्या.

टीमवर्क कधीतरी अयशस्वी होऊ शकतं! त्याला अनेक वास्तववादी कारणं आहेत. त्यामध्ये काही भावनिक कारणं असतात. १:१ असं यशाचं किंवा परिणामांचं प्रमाण नसतं. किंवा १:१ असं टीममधील व्यक्तीचं यशस्वी परिणामांचं गुणोत्तर जुळत नाही. जेव्हा एखादी टीम खूप मोठी असते, त्यावेळी संवाद आणि व्यवस्थापन यात अडचणी येवू शकतात. मूळातच एका टीममध्ये भिन्न व्यक्तिमत्त्वाचे, भिन्न पार्श्वभूमीचे, भिन्न दृष्टिकोन असलेल अनेक लोक एकत्र येतात व त्यामध्ये प्रत्येकाची जबाबदारी अगदी भिन्न आणि टोकाची असू शकते. संपूर्णपणे चूक किंवा संपूर्ण बरोबर असं कधीच नसतं, फक्त प्रत्येकाची काम करण्याची जबाबदारी पेलण्याची क्षमता वेगवेगळी असते. प्रभावी परिणामांसाठी, सुयोग्य परिणामांसाठी ही शक्यता गृहीत धरून एकदिलाने काम करता आले पाहिजे.

तुमच्या बाबतीत असे एखादे उदाहरण शोधा ज्यात असे विविध प्रकारचे सदस्य, कोणत्याही पूर्वतयारी शिवाय किंवा पूर्वकल्पनेशिवाय एकत्र आले आहेत. क्वचित वेगळ्या देशांमधील व्यक्ती एका टीममध्ये एकत्र आल्या असतील. सध्याच्या काळात, असेही घडू शकते की एकाच टीममधल्या विविध व्यक्ती वेगवेळ्या देशात आहेत आणि प्रत्यक्षात एकमेकाला भेटल्याच नाहीत किंवा एखाद्या टीममध्ये अर्धवेळ काम करणारेच सदस्य अधिक असतील, तर तिथल्या समस्या वेगळ्या असतील. किंवा एखाद्या टीममध्ये सुरुवातीच्या टप्प्यावर फक्त चर्चेतच वेळ वाया गेलेला असेल आणि त्यामुळे संधी गेली असेल. कंपनीचं यश हे कोण्या एका व्यक्तीच्या प्रयत्नाचं फलित असू शकत नाही. पण तरीही टीममधलं पोषक वातावरण व ध्येय गाठण्याची समान महत्त्वाकांक्षा यामुळे यश मिळणे शक्य असते. ज्यांना टीमच्या व्यवस्थापनाचा व प्रोजेक्टचा अनुभव असेल, त्यांना ही बाब नक्की पटेल.

नेतृत्त्वाची पद्धत आणि कौशल्य

बहुतेक कंपन्यामध्ये तुम्ही पुढाकार घेऊन सहकाऱ्यांना प्रोत्साहित कसे करता, यावर कामाचे यश अवलंबून असते. नेतृत्वाबद्दल **रॉब गॉफी** आणि **गॅरेथ जीन्स** हे लंडन बिझनेस स्कूलमधील प्राध्यापक व तज्ज्ञ काय म्हणतात ते बघू.[3]

> ''नेतृत्व हे नेते आणि अनुयायी यामधले नाते आहे. एखाद्या संघटनेतील लोक कसे वागतात आणि 'नेतृत्व' ही गोष्ट कशी समजून घेतात व अनुसरतात याचा एक बंध असतो. नेते आणि अनुयायी. अनुयायी आणि नेते असा तो संबंध असतो.''

हा अगदी साधा आणि पारंपरिक नियम आहे. पण आता अपेक्षा बदलल्या आहेत. **रॉब** आणि **गेराथ** पुढे म्हणतात–

> ''अनुयायांना काय करायचं हे सांगण्याची अपेक्षा नसते. त्यांना नेतृत्व, आदर आणि बक्षीस म्हणून हवं असतं. जे योग्य व खरेपणाने नेतृत्व करतील, तो नेता अनुयायांना हवा असतो, अपेक्षित असतो. नेत्यांना माहिती असतं की त्यांच्या अनुयायांनी कंपनीसाठी काय गोष्टी दिल्या आहेत. त्यामुळे अशा अनुयायांचा कंपनीच्या यशामध्ये मोलाचा वाटा असतो आणि तरीही याच अनुयायांचं नेतृत्व करणं ही अवघड बाब असते!''

पूर्वीच्या काळची बॉसची चढती, उतरती भाजणी, सहकाऱ्यांवर दबदबा निर्माण करणारी कार्यप्रणाली, पदाचा उपयोग करून सहकाऱ्यांवर नियंत्रण मिळवणे वगैरे बाबीच आता अस्तित्त्वात राहिलेल्या नहीत. बहुतेक कंपन्यांमध्ये आता अशी पदांची चढती श्रेणी उरलेली नाही. **मार्वीन बोवर** (व्यवस्थापकीय भागीदार मॅककिन्सी) यांच्या मते[4]–

> ''मला असं वाटतं की अधिकाराचं रुपांतर नेतृत्वात व्हायला हवं. याचा अर्थ कंपनी कोणा एकाच्या नेतृत्वाखाली चालवावी असा नव्हे. पण योग्य जागी नेमलेल्या योग्य नेत्यांच्या गटाने कंपनी चालवावी. नेते आणि त्यांची टीम यांनी एकत्रितरीत्या चांगले काम

केले तर हुकूमशाही किंवा अधिकार-नियंत्रण प्रकारच्या यंत्रणेपेक्षा अधिक प्रभावी काम होईल.''

आता या पार्श्वभूमीवर पुढचा प्रश्न विचारला जाईलच—

प्रश्न ५७ तुम्हाला कधी नेतृत्व करायची आणि सहकाऱ्यांना प्रोत्साहित करण्याची वेळ आली आहे का?

प्रश्न ५८ तुमच्या सुरक्षित कोशाच्या बाहेर, तुम्ही कधी काम केले आहे का, त्याबद्दल सांगा.

तुमच्यात खरेच नेतृत्व कौशल्य आहे का, हे कंपनीला जाणून घ्यायचे असते. आता तुम्हाला असे वाटेल, की याचा इथे काय संबंध? म्हणजेच, जर तुम्ही व्यवसाय विश्लेषक किंवा टीम मॅनेजर म्हणून काम करणार असाल, तर सी.ई.ओ. ला विचारले जाणारे प्रश्न मला का विचारले जात आहेत?

पहिलं कारण म्हणजे, केवळ रिक्त पदे भरण्यासाठी कंपनी तुम्हाला नोकरी देत नाहीए, तर त्यांना तुमच्याकडून मूलभूत नेतृत्वगुण अपेक्षित असतात. अर्थातच, रिक्त जागी योग्य उमेदवार असावा असंच कंपनीला वाटतं आणि स्पर्धेत बरेच उमेदवार असतात. म्हणून तुमच्यातील नेतृत्वाचं कौशल्य दिसलं पाहिजे. बहुतेकवेळा स्वतःची स्तुती आपल्याला करता येत नाही आणि आपले गुण आपणच तोंडाने सांगत नाही. पण अवघडलेपणा वाटला तरी स्वतःबद्दल इतकी माहिती सांगणं, तुम्हाला जमलंच पाहिजे.

दुसरं कारण म्हणजे, नेतृत्वाचा अर्थ प्रत्येक व्यक्तीसाठी वेगळा असू शकतो. एखाद्या प्रोजेक्टचे नेतृत्व करणाऱ्या व्यक्ती, त्या प्रोजेक्टमधील व्यवस्थापकीय गटापेक्षा वेगळ्या असतात. खरे नेतृत्व म्हणजे - पुढाकार घेणे, डावपेच किंवा योजना आखणे, इतरांना प्रेरणा देणे, निर्णय घेणे, कधीतरी कठोर निर्णय घेणे, इतरांना घडवणे आणि योग्यवेळी आपण माघार घेणे. नेतृत्वाबद्दल आणखी तपशीलात प्रश्न विचारला जाऊ शकतो—

प्रश्न ५९ तुम्ही प्रभावीरित्या बोलणी / वाटाघाटी कशा पार पाडल्यात ?

प्रश्न ६० उदाहरणांवरून तुम्ही दिशा कशी दिलीत ?

प्रश्न ६१ तुम्ही कोणाला प्रशिक्षण दिलं आहे का ?

प्रश्न ६२ एखाद्या मिटिंगमध्ये नेतृत्वगुण कसा दिसला पाहिजे ?

आधी सांगितलेली 'स्टार' योजना वापरून तुमचा अनुभव तुमच्या भविष्यात कसा उपयोगी पडेल, ते स्पष्ट सांगा. शून्यापासून सुरुवात करण्याची तुमची तयारी आहे. योग्यवेळी योग्य निर्णय घेण्याची क्षमता आहे, नेतृत्वगुण आहेत आणि कामे योग्य तऱ्हेने पूर्णत्वास नेण्याची तुमची क्षमता आहे, हे पटवून द्या.

आता नेतृत्वगुण गृहीत धरायचे म्हणजे काय ? नेतृत्व करणे म्हणजे हाताखालील कर्मचाऱ्यांवर परंपरागत पद्धतीने अधिकार गाजवणे नव्हे आणि मुलाखतीत अशा तऱ्हेचं उत्तर दिलंत तर स्वतःच्या पायावर धोंडा पाडून घ्याल.

तुम्हाला नेतृत्व करण्याची तीव्र इच्छा असेल, तर त्यासाठी काही मूलभूत गुण असावे लागतात. 'गुण' ही तुमच्या व्यक्तिमत्त्वाचा असा हिस्सा आहे, जो बदलता येत नाही आणि शिकताही येत नाही, पण अशक्य मात्र नसतात. काही कौशल्य मात्र प्रयत्नाने शिकता येतात आणि कधीकधी अंगभूत गुणांनाही मागे टाकतात. नेतृत्वगुणाच्या काही धारणा आ. ५.२ मध्ये दिल्या आहेत.

वेग वाढवा

विश्वास संपादन करा

प्रामाणिक राहा

गृहीत धरू नका

सजगपणे ऐका

प्रेरीत करा

कृतीवरून परीक्षा करा

प्रत्यक्षता दाखवा

संवेदनशील राहा

दृष्टिकोन खुला असू दे

आकृती ५.२ – नेतृत्वगुणाच्या धारणा

आकृतीतील गुणांकडे बघितल्यावर तुम्हाला काय वाटतंय? यापैकी तुमच्यातील कोणता गुण तुम्हाला स्पष्ट करता येईल?[5]

विश्वास संपादन करा: आपण मागच्या प्रकरणात कॉर्पोरेट क्षेत्रातील मूल्यांची चर्चा केली होती आणि कंपनीमध्ये मूल्यांचे अर्थ कसे असतात / असू शकतात हेही पाहिलं होतं. विश्वासूपणा तुमच्या कृतीतून येतो. कायम सत्यच बोला, कथा-कल्पना फुलवून सांगण्याचा विचारही करू नका. केवळ नैतिकता म्हणून नव्हे तर त्यापेक्षा मोठं कारण म्हणजे, सत्य हाताळायला सुलभ असतं! **मार्क ट्वेन** या प्रख्यात साहित्यिकाने १८९४ मध्ये म्हणून ठेवलंय-

> ''तुम्ही कायम खरंच बोललात तर तुम्हाला काहीच लक्षात ठेवायची गरज नसते.''

शेवटी, तुमच्यातील एकात्मता आणि कंपनीची एकात्मता यावर बरंच काही अवलंबून आहे. सत्य बोलण्याचा पर्यायच निवडा आणि नेतृत्वासाठी संधी तयार करा. असत्यामुळे तुम्ही सहकाऱ्यांचा, अनुयायांचा आणि कंपनीचाही विश्वास गमावून बसाल!

न्यायाने वागा: खेळामध्ये कोणती गोष्ट योग्य झाली आणि कोणती अयोग्य, हे समजणं सोपं आहे. तुम्ही कोणावर अन्याय केलात तर कोणी तुम्हाला माफ करणार नाही. तुम्ही पार पाडायच्या जबाबदाऱ्या तुमच्या अधिकाराखाली तुमच्या सहकाऱ्यांवर ढकलू नका. कदाचित, सहकाऱ्यांच्या दृष्टीने तेच काम अवघड, अशक्य आणि क्वचित अनावश्यकही वाटू शकतं. अन्याय्य वागणूक देणं किंवा अयोग्य वर्तन हा नेतृत्वामधील सर्वांत मोठा दोष ठरू शकतो. कारण तुमची टीम, सहकारी, कंपनी आणि ग्राहक सुद्धा नेता म्हणून तुमचा आदर्श ठेवून अपेक्षा करत असतात.

विनम्र रहा: मुलाखतीमध्ये तुम्हाला तुमचा लाजाळू किंवा बुजरा स्वभाव सोडून तुमची योग्यता पटवून द्यावी लागेल. पण त्याचबरोबर उद्धटपणा, उद्दामपणा कॉर्पोरेट क्षेत्रात चांगला नाही, तसाच टोकाची विनम्रताही योग्य नाही. म्हणून तुमच्या स्वभावानुसार साधे, सरळ आणि नम्रतेने वागा, बोला. कदाचित ही गोष्ट

तुम्हाला शिकावी लागेल. माझ्या कारकिर्दीच्या सुरुवातीलाच एका लाईन मॅनेरजरने एका अवघड प्रोजेक्टची सर्व सूत्रे मला हाती घेण्यास सुचविले होते. त्याचवेळी त्याने माझ्या टीममधला एक सदस्य म्हणून नाव नोंदवले व प्रोजेक्ट पूर्ण होईपर्यंत त्याचे वर्तन अतिशय नम्र व सहकार्याचे होते. इतका विनम्र व्यावसायिकपणा मी माझ्या करियरमध्ये आजवर बघितला नाही. विनम्र स्वभावाचा नेता किंवा मॅनेजर कधीही सहकाऱ्यांना त्याच्या खुर्चीत बसून सामोरा जात नाही, तर तो जागेवरून उठून सहकाऱ्यांमध्ये मिसळून वागतो. कॅन्टीनमध्ये कॉफीच्या रांगेत इमानदारीने उभा राहतो, सगळ्यांबरोबर कॉफी पितो. थोडक्यात, कंपनीमध्ये अशा विनम्र नेतृत्वामुळे कामासाठी खूपच पोषक व खेळीमेळीचे वातावरण तयार होते.

सजगपणे ऐका: बोलण्यापेक्षा दुसऱ्याचं म्हणणं ऐकून घेणं हे जास्त महत्त्वाचं आहे. बरेचसे मॅनेजर्स त्यांच्या टीममधील सदस्यांकडे असलेली योग्य माहितीही ऐकून घेत नाहीत. फक्त सूचना देण्यात त्यांचा वेळ जातो. त्याऐवजी, तुम्ही सांगण्यापेक्षा किंवा बोलण्यापेक्षा ऐकण्यावर भर दिलात, तर सहकाऱ्यांना सुरुवातीला आश्चर्य वाटेल, पण ते तुमच्याबरोबर आनंदाने काम करतील. ऐकून घेताना शिकायची संधी मिळते. नेतेगिरी करणे म्हणजे दुसऱ्यांना कामे सांगणे व त्याचे रिपोर्टस् सादर करायला लावणे नव्हे! चांगला श्रोता होण्याची दुसरी पायरी म्हणजे, सहकाऱ्यांच्या नकळत तुम्हाला हवी ती माहिती मिळवणे होय. आंतरराष्ट्रीय स्तरावर काम करताना त्या-त्या देशांचे संस्कृती-संकेत लक्षात घ्या. त्याचे संदर्भ ऐकताना लावा. उदा. इंग्लंडमध्ये तुम्ही मान हालवलीत की त्याचा अर्थ तुम्हाला कळतंय असा होतो, पण याच कृतीचा अमेरिकेत अर्थ 'मी सहमत आहे' असा होतो. खांद्यापासून खांद्याकडे मान हालवणे याचा दक्षिण भारतात अर्थ होतो, 'मला समजतंय, पुढे सांगा'. पण त्याचाच अर्थ बहुसंख्य ठिकाणी 'माफ करा, मला पटत नाही!' असा होतो!

दृष्टिकोन खुला असू दे: मनाचा मोकळेपणा दाखवा! बऱ्याचदा नेत्याने काही गोष्टी मनाशी ठरवल्या की त्याबद्दल नकारात्मक प्रतिक्रिया ऐकायला तो तयार नसतो. त्यांचा निर्णय त्यांना बदलायचा नसतो. पण त्याऐवजी मोकळ्या मनाने तुम्ही

दुसऱ्यांची मतं ऐकलीत, तर त्यांचे फायदे खूप असतात. टीममधले सदस्य तुमच्याकडे चांगली आणि वाईट माहितीही घेऊन येतील. विनोद बुद्धीने वागलात तर लोकांना तुम्ही हवेहवेसे वाटता. विचार करा, याचा किती सकारात्मक परिणाम तुमच्या प्रतिमेवर आणि कंपनीच्या कामावरही होईल. निकोप, खुल्या मनाने दुसऱ्याचं म्हणणं ऐकून घेणं, तितकं अवघड नाही. मात्र नवीन टीममधल्या नवीन सदस्याला तुमचा हा गुण कळणं खूप महत्त्वाचं आहे. कोणत्याही सूचनेला पटकन् नकार किंवा थेट 'नाही' म्हणण्यापेक्षा थोडी वेगळी भाषा वापरा. ''सूचना चांगली आहे. मी नक्की विचार करेन'', हे विधान सकारात्मक आहे. नुसतं म्हणू नका, त्यावर विचार करा आणि थोड्या वेळाने (कदाचित एखाद्या दिवसानंतर) निर्णय घ्या, तो जास्त योग्य असेल. आणि ती सूचना करणाऱ्या व्यक्तीला तसे सांगण्यास विसरू नका. कोणी तुम्हाला मेलद्वारे किंवा कोणत्याही मार्गाने काही सुचवलं तर त्याची दखल घ्या व त्यासंदर्भात संबंधित व्यक्तीशी पुन्हा संवाद साधा. काही कंपन्यांमध्ये अशा तऱ्हेचा आढावा घेतला जातच नाही आणि पुढे होऊन काही करण्याची टीममधील सदस्यांची मानसिकताच संपून जाते. आणि टीममधील एक चांगला सदस्य तुम्ही गमावून बसता.

संवेदनशीलता दाखवा: सहकाऱ्यांच्या अडचणी आणि गरजा कळल्याशिवाय तुम्ही त्यांना प्रोत्साहित करू शकणार नाही. प्रत्येकवेळी पुढच्या गोष्टींचा अंदाज सगळ्यांना बांधता येत नाही, त्यामुळे तुम्हीच पुढाकार घेऊन त्यांच्या मनात काय चाललंय, याचा अंदाज घ्यायला शिकलं पाहिजे. टीममधल्या सदस्यांना गृहीत धरून चालू नका. प्रत्येकाकडे जातीने रोज लक्ष द्या, संवाद साधा. त्यावरून त्यांच्या मन:स्थितीचा तुम्हाला अंदाज येईल.

घडवून आणा: नेता जोपर्यंत पुढाकार घेऊन काही करत नाही, तोवर गोष्टी पूर्णत्वास जाणार नाहीत. त्यामुळे संधी चालून आली, तर तिचा थोडा अभ्यास करा, तुमची विचारशक्ती वापरा, व्यवसायाच्या प्रगतीचा अंदाज घ्या आणि कृती करा. कोणतीही कंपनी किंवा स्वतंत्र व्यक्ती जेव्हा कृती करेल, गोष्टी घडवून आणल्या जातील, तेव्हाच प्रगतीच्या दिशेने पाऊल टाकले जाईल, स्वत:चे स्थान निर्माण करता येईल. खूप विचार करत राहिलात आणि फक्त पॉवरपाईंटच्या स्लाईडस्

धुंडाळत राहिलात, तर त्याचा काहीच उपयोग होत नसतो. कॉर्पोरेट जगतात संधी, कल्पना आणि डावपेच यांची कधीच कमतरता नसते, फक्त त्या अंमलात आणल्या जात नाहीत, हीच खरी समस्या आहे.

योग्य कृतीची निवड: जॉन गार्डनर (सचिव, आरोग्य, शिक्षण व युद्धनीती विभाग, अमेरिका) आपल्या नेतृत्वाबद्दलच्या पुस्तकात निवडीबाबत म्हणतात[6]–

> ''निवड किंवा निर्णयक्षमता ही, तुमच्याकडची माहिती, संदिग्ध माहिती आणि तुमची अंत:प्रेरणा या सगळ्यांचं मिश्रण असते. तुमच्या अंत:प्रेरणेत योग्य परिणाम देणाऱ्या निष्कर्षाचा अंदाज घेण्याची क्षमता असते. कृतीशील निवड क्षमतेमध्ये, समस्येवर तोडगा काढणे, डावपेच आखणे, प्राधान्यक्रम ठरवणे आणि अंत:प्रेरणा किंवा बुद्धिवादी निर्णय समाविष्ट असतात.''

अंकांचा खेळ महत्त्वाचा, प्रयोगसिद्ध पुरावे महत्त्वाचे. व्यवसाय आणि त्याच्या फायद्याचे गणितदेखील महत्त्वाचे असते. आणि याचा अंदाज घेणेही अवघड असते. निवड करणे किंवा महत्त्वाचा निर्णय घेण्याची प्रक्रियाही तेवढीच अवघड असते. ज्या व्यक्तींचे निर्णय योग्य ठरतात व त्याचे योग्य परिणाम दिसून येतात, अशा व्यक्ती कंपनीसाठी महत्त्वाच्या असतात. कारण व्यवसायातील अचानक बदल किंवा अत्यंत अवघड समस्येच्या वेळी अशा व्यक्तींचे बौद्धिक व अंत:प्रेरित निर्णय बहुतेकदा योग्य ठरतात.

चालना द्या, प्रोत्साहन द्या: आपले सहकारी, बॉस, हाताखालील कर्मचारी यांच्यावर विश्वास ठेवून त्यांची कार्यक्षमता बळकट करणे व त्यांना त्यांच्या कृतीबद्दल आत्मविश्वास देणे, हे नेत्याचं कर्तव्य आहे. बऱ्याचदा अशा तऱ्हेचे प्रोत्साहन आर्थिक बक्षीस देऊन दिले जाते, व ते महत्त्वाचेही आहे. प्रत्येकालाच थोडा अधिक पैसा हवा असतो. पण प्रत्येक दिवशी असा बोनस मिळणार नाही! पण प्रत्येक दिवशी तुम्ही कामाचे समाधान घरी घेऊन जाल. ''मी एका उत्तम टीमचा सदस्य आहे, उत्तम व अर्थपूर्ण काम करणाऱ्या कंपनीमध्ये मी आहे.'' याचं समाधान निश्चित मिळेल. खरा नेता असा प्रोत्साहन देतोच आणि थोडा बोनसही देतो!

वेग महत्त्वाचा आहे: तातडीने काम करण्याची आवश्यकता जाणवणे आणि त्यानुसार वेगाने काम करणे, याचा टीमच्या प्रभावीपणे व उत्पादक काम करण्यावर चांगला परिणाम होतो. नेता काम करण्याचा वेग ठरवतो आणि सहकाऱ्यांनी त्याच वेगाने काम पूर्ण करावे यासाठी तो आग्रही असतो. कृतीशील वातावरणात काम करणे सामान्यपणे साऱ्यांनाच आवडते कारण तिथे गोष्टी घडत असतात व मरगळ नसते. पण दाखवणे नव्हे. विशेषत: महत्त्वाचे निर्णय घेताना घाई करून चालत नाही. कॉर्पोरेट क्षेत्र म्हणजे बेसबॉल किंवा क्रिकेटचा सामना नाही. खेळात तुम्हाला सेकंदात हालचाली कराव्या लागतात. पण कामात दर्जा आणि सहकाऱ्यांना योग्य निर्णय घेऊन कृतीशील बनवण्याची अधिक आवश्यकता असते. योग्य निर्णयात वेगापेक्षा समतोल विचार महत्त्वाचा असतो.

नेतृत्वगुणांबद्दल आपण तपशीलात माहिती घेतली, आता पुन्हा मुलाखतीकडे वळू. आतापर्यंत चर्चा केलेल्या गुणांमधले कोणते गुण तुमच्यात आहेत व ते तुम्ही आधीच्या प्रोजेक्टला कसे वापरले ते मुलाखतकाराला पटवून द्या. किंवा त्या गुणांचा तुमच्या नवीन कामात कसा उपयोग होणार आहे, हे स्पष्ट करा. योग्य उत्तर तुम्हाला योग्य नोकरीच्या दिशेने घेऊन जाईल!

प्रभाव पाडणे आणि प्रेरक ठरणे

आजच्या काळात, ज्या कंपनीमध्ये हजारो कर्मचारी, तेही विविध देशात काम करतात, त्या कंपन्यांची कार्यपद्धती अधिक गुंतागुंतीची असते. अशा बहुतेक ठिकाणी 'Matrix' पद्धतीची कार्यप्रणाली असता, जिथे वेगवेगळ्या प्रकारच्या आणि ठिकाणच्या अनेक कर्मचाऱ्यांना एका विशिष्ट कामासाठी एकत्र आणले जाते. एक कर्मचारी म्हणून तुम्ही याचा कसा अर्थ लावाल? मुलाखतकार कदाचित थेट प्रश्न विचारेल–

प्रश्न ६३ तुम्हाला अपेक्षित असलेली कृतीच लोक करतील याची शाश्वती तुम्ही कशी द्याल?

जिथे तुमच्या सहकाऱ्याला त्याच्या कामाचा रिपोर्ट तुम्हाला द्यायचा नाहीए, तिथे तो सहकारी तुमचं म्हणणं ऐकण्यासाठी बांधिल नाही. किंवा त्यांच्या कामाचा प्राधान्यक्रम निराळा असू शकतो आणि तुमचा असा गैरसमज होऊ शकतो की, तुमच्या विनंतीकडे दुर्लक्ष केले जाते आहे. पण त्यांनी तुमच्याकडे दुर्लक्ष केले कारण तुम्ही सांगितलेलं काम त्याक्षणी त्यांच्या प्राधान्यक्रमात नसेल.

कधीतरी असेही होण्याची शक्यता असते की, वेगवेगळ्या मतांचे, दृष्टिकोनांचे किंवा वेगवेगळ्या कामाच्या पद्धती असेल अनेक व्यवस्थापक एकत्रित असतील व त्यांच्याशी तुमचा सामना होईल. त्यातील तुमच्या लाईन मॅनेजरने वर्षभर तुमच्या कामाकडे फारसे लक्ष दिले नसले, तरी तुमच्या कामावर त्याची भिस्त असेल व तुमचे मुद्दे तो उचलून धरेल!

तुमचा गोंधळ उडाला का? काम करणं, बॉसच्या आज्ञा पाळणे, आणि ॲप्रेझलच्या वेळी तुमच्या कामाचे समाधानकारकपणे (तुमच्या) मूल्यमापन होईल की नाही, याची चिंता करणे, तुमच्याकडून परंपरेपेक्षा वेगळ्या गुणवत्तेची अपेक्षा असते. सायलो ड्राईव्ह कार्यपद्धतीत, तुमच्या हुद्यावरून तुमच्या अधिकाराचा विस्तार ठरतो. अशा बहुस्तरीय, बहुप्रदेशीय कंपन्यामध्ये तुमचा प्रभाव पाडावाच लागतो. तुम्ही सहकाऱ्यांशी कसे वागता, त्यांच्या गरजा जाणून घेता का, आणि तुम्हाला अपेक्षित परिणाम तुम्ही साध्य करून घेता का, या गोष्टी महत्त्वाच्या ठरतात. तुम्ही इतरांचा विचार न करता स्वतःच्याच मतावर अडून राहता की तुम्ही इतरांचे ऐकता, विचार करता आणि एक चौकट ठरवून सगळ्यांच्याच दृष्टिने योग्य असा तोडगा काढता? एखाद्या परिस्थितीमध्ये तुम्हाला कठोर निर्णय घ्यावे लागतील तर एखाद्या परिस्थितीत सर्वसमावेशक दृष्टिकोन ठेवावा लागेल. सांगायला सोपं असलं तरी कोणत्या परिस्थितीत काय करायचं, याचा निर्णय तुम्हाला घ्यावा लागेल. तुमचा प्रभाव सहकाऱ्यांवर कसा पडतो आणि तुम्ही सहकाऱ्यांना प्रेरणा देऊ शकता का, हेच मुलाखतकाराला तपासायचे असते.

आकृती ५.३ मध्ये कोहन-ब्रॅडफोर्ड मॉडेल दिले आहे. अधिकार हातात नसतानाही प्रभाव कसा पाडायचा, हे या मॉडेलवरून शिकता येते व वरील प्रश्नाच्या उत्तराची तयारी करायलाही ते उपयोगी पडेल.[7]

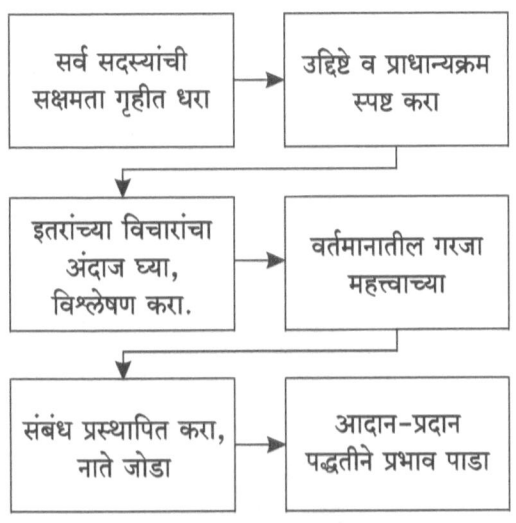

सर्व सदस्यांची सक्षमता गृहीत धरा
उद्दिष्टे व प्राधान्यक्रम स्पष्ट करा
इतरांच्या विचारांचा अंदाज घ्या, विश्लेषण करा.
वर्तमानातील गरजा महत्त्वाच्या
संबंध प्रस्थापित करा, नाते जोडा
आदान-प्रदान पद्धतीने प्रभाव पाडा

आकृती ५.३ – अधिकाराशिवाय प्रभाव कसा पाडाल?

जेव्हा सहकारी नीट मदत करत नाहीत किंवा त्यांच्याकडून तुम्हाला काही विरोध होतो, अशावेळी हे मॉडेल उपयोगी पडते.

सर्व सदस्यांची सक्षमता गृहीत धरा: कोणतीही नकारात्मक भावना मनात न आणता, सहकाऱ्यांमधील समान ध्येये, उद्दिष्ट्ये शोधा व सगळ्यांच्याच सक्षमतेवर विश्वास ठेवा.

उद्दिष्ट्ये व प्राधान्यक्रम स्पष्ट करा: तुमच्याकडून काय विचार मांडले जातात, याचा विचार करा. संबंधित व्यक्तीकडून किंवा टीमकडून तुम्हाला कमीतकमी काय अपेक्षित आहे? तुम्हाला जे साध्य करायचंय त्यासाठी ते किती महत्त्वाचं आहे? त्यासाठी तुम्ही स्वत:ची चांगली प्रतिमा कशी बनवू शकाल? ''मला 'हे' हवंय आणि मी ते मिळवणारच'', असं आपल्या सगळ्यांनाच वाटत असतं. पण त्याची व्यावहारिक प्रत्यक्षता तपासून बघा. तुम्हाला आत्ताचं काम महत्त्वाचं आहे की भविष्यातील मैत्रीपूर्ण संबंध याचाही विचार करा.

इतरांच्या विचारांचे विश्लेषण करा: तुम्ही तुमच्या कंपनीच्या हितचिंतकासाठी,

गुंतवणुकदारांसाठी काही विचार केला आहे का? तुमच्या कंपनीच्या कामांचा प्राधान्यक्रम काय आहे आणि त्यासाठी तुम्ही काय तरतूद केली आहे? तुमचे सहकारी तुम्हाला मदत करत नाहीत, यापेक्षाही त्यांचा वेळ, त्यांची कामे आणि त्यासाठी अपुरे पडणारे स्त्रोत याबाबत तरतूद करावी लागते. त्यांच्या अडचणी किंवा समस्या तुम्ही लक्षात घेतल्यात, तर तुमच्यासाठी सकारात्मकरीत्या काम करतील.

गरजा ओळखा: तुमच्यासाठी व सहकाऱ्यांसाठी महत्त्वाचे काय आहे ते ओळखा. त्याचा चलनासारखा वापर करून कामे सोपी करा. तुम्हाला सहकाऱ्यांसाठी अमर्याद स्त्रोत वापरावे लागतील असे नाही. क्वचित कोणाचा संदर्भ किंवा ओळख जरी करून दिलीत तरी सहकाऱ्यांना त्याची मदत होऊ शकते. तुमच्या कोणत्या कृतीचे कोणासाठी किती महत्त्व असेल, ते सांगता येत नाही. म्हणून गरजा (इतरांच्या) ओळखा व जमेल तितकी मदत करा.

मैत्रीपूर्ण संबंध प्रस्थापित करा: एखाद्या मित्राशी तुमच्या भूतकाळात काही कामानिमित्ताने संबंध आला असेल व तोच आता तुमच्या टीममध्ये असेल, तर त्याला समजून घ्यायचा प्रयत्न करा. तुमची स्वत:ची संवादाची शैली विकसित करा आणि तरीही तुमच्या मित्राला आवडेल त्याच्यासाठी योग्य असेल अशा पद्धतीने त्याच्याशी संवाद साधा. अशा रितीने त्यांच्याकडून तुम्हाला योग्य ती मदत योग्यवेळी मिळू शकेल. म्हणूनच त्यांच्या पद्धतीने योग्य संवाद साधून विश्वासाचे नाते निर्माण करा.

आदान-प्रदानातून प्रभावी रहा: कोणाशी कसा संवाद साधायचा ते कळलं, आता तुम्हाला काम करून घेण्यासाठी इतरांसाठी काय प्रयत्न करता येतील, याचा विचार करा. मैत्रीच्या, विश्वासाच्या नात्यामधून प्रभावी काम पार पाडा.

या सहा पायऱ्यांच्या माध्यमातून तुम्हाला स्वत:ची छाप पाडून इतरांना प्रोत्साहितही करता येईल. तुमच्या हातात अधिकार नसतील तरीही इतरांकडून तुम्हाला योग्य पाठिंबा मिळवून काम पार पाडता येईल.

या दीर्घ प्रक्रियेत काम करवून घेणे जेवढे महत्त्वाचे तितकेच विश्वासाचे, दूरगामी नाते

प्रस्थापित होणेही महत्त्वाचे आहे. तुमच्या व कंपनीशी संपर्कातील कोणाशीही संबंधात कटूता येवू देऊ नका. आज कदाचित तुमच्या सहकाऱ्यांना डावलून तुमच्यावर जबाबदारी टाकली जाईलही, पण उद्या याच सहकाऱ्यांची तुम्हाला मदत घ्यायची आहे. त्यामुळे वेगळ्या कामासाठी विभक्त जरूर व्हा, पण संबंध चांगलेच असू द्या. त्यांच्या संपर्कात राहा, त्यांच्यासाठी थोडं जास्तीचं काही काम करावं लागलं तर जरूर करा. सकारात्मक संबंध दोघांसाठी फायदेशीर असतात आणि नकारात्मक संबंधांमुळे सगळ्यांचीच कामं बिघडू शकतात. म्हणूनच तुमचे सहकारी, मित्र यांच्याशी चांगलेच संबंध प्रस्थापित करा.

थोडा वेगळा प्रश्न विचारला जाऊ शकतो-

प्रश्न ६४ तुमच्या सहकाऱ्यांच्या, कंपनीबद्दलच्या माहितीचा फायदा कधी काम पूर्ण करून घेताना, तुम्हाला झालाय का?

काही कंपन्याचं कामकाज अत्यंत गुंतागुंतीचं व जटिल असतं. त्यामुळे स्वकौशल्यावर काम करणाऱ्या कर्मचाऱ्यांना चांगलीच मागणी असते. या प्रश्नाचं उत्तर देताना तुमच्या कंपनीतील सर्व स्तरांतील लोकांशी संबंध कसे चांगले आहेत, ते पटवून द्या. तुमच्या नेटवर्कमधून कधीतरी बाहेर मार्केटमध्ये न आलेली बातमीही कशी मिळू शकते ते स्पष्ट करून सांगा. कदाचित एखाद्या प्रोजेक्टमध्ये तुम्ही निरनिराळ्या क्षेत्रातील तुमच्या सहकाऱ्यांना एकत्र आणले असेल किंवा एखादे अवघड काम पूर्ण करण्यासाठी तुम्ही एकत्र काम केले असेल किंवा एखादा ग्राहक विचारतो की, "विविध विभागातील माणसांना तुम्ही एकत्र कसे आणणार?" किंवा कॉर्पोरेट क्षेत्राव्यतिरिक्त उदा. महाविद्यालयीन स्तरावर एखादे माहितीपत्रक तयार करण्यासाठी किंवा आर्थिक मदत मिळवण्यासाठी तुम्ही विविध प्रकारच्या लोकांशी कसे जमवून घेता?

प्रसंग कोणताही असो, तुम्ही कोणत्याही परिस्थितीत व कोणाही व्यक्तीशी जुळवून घेऊन काम करू शकता, हे स्पष्ट करा. त्यामुळे जेव्हा वेळ येईल, त्यावेळी तुम्हाला हवी ती मदत तुम्ही मिळवू शकता, वेगवेगळ्या विभागातील लोकांना एकत्र आणून काम पार पाडू शकता व कंपनीच्या हितालाच प्राधान्य देऊ शकता, हे समजावून

सांगा. प्रतिकूल परिस्थितीत, दबावाखाली देखील (कोहन ब्रॅडफोर्ड मॉडेल वापरून) तुम्ही पद्धतशीर काम करू शकता हे सांगा.

आंतर्विरोधांचे व्यवस्थापन : मतभेद कसे हाताळाल ?

घर असो की ऑफिस, मतभेद ही सर्वसामान्य बाब आहे. दोन व्यक्ती एकसारख्या नसतात. त्यामुळे त्या सर्वकाळ एकमेकांशी सहमत राहू शकत नाहीत. मुलाखतीत कदाचित विचारले जाईल–

प्रश्न ६५ तुम्हाला कधी एकाच कंपनीच्या परंतु भिन्न दृष्टिकोन असलेल्या भागीदार, गुंतवणूकदार किंवा ग्राहकांशी एकत्रित सामना करावा लागला होता का ?

प्रश्न ६६ तुम्ही बरोबर आहात हे माहीत असूनही जेव्हा तुम्हाला विरोध झाला, तेव्हा तुम्ही काय केलंत ?

प्रश्न ६७ कंपनीच्या व्यवस्थापनाकडून कोणतीही मदत तुम्हाला मिळाली नाही असं कधी झालं का ? त्यावेळी तुम्ही काय केलंत ?

मतभेद तुम्ही कसा हाताळता, हे जाणून घेण्यासाठी हे प्रश्न विचारले जातात. मोठ्या कंपनीत मतभेद असतात, हे प्रत्येकाला माहीत असतं. छोट्या-मोठ्या फरकांमधून मतभेदाला सुरुवात होते. उद्दिष्ट्ये आणि कामाचे प्राधान्य यातील फरक, व्यक्तिमत्त्वातील फरक, संस्कृतीतील फरक ज्यामुळे मतभेद होतातच, परंतु ते विकोपाला जाऊ न देता, वेळीच सोडविले पाहिजेत. कधीतरी किरकोळ भासणारे मतभेद उग्र रूप धारण करतात. कारण त्यामुळे कोणाच्या भावना दुखावल्या जाण्याची शक्यता असते. अशावेळी तार्किक विचार कामी येतो व उग्र रूप धारण करण्याआधीच मतभेदातून वाट काढली गेली पाहिजे. आकृती ५.४ मध्ये अशा मतभेदांबद्दल काही माहिती दिली आहे.[8]

मतभेद

- मतभेद हे असहमतीच्या पुढचं पाऊल आहे. मतभेदामध्ये दोन्ही घटकांना (खरी किंवा काल्पनिक) असुरक्षितता किंवा भीती वाटत असते.
- दुर्लक्ष केल्यावर मतभेद उग्र रूप धारण करतात. कारण मतभेदांमध्ये दृष्य भीती दडलेली असते. त्यामुळे जोपर्यंत मतभेद संपत नाहीत, तोपर्यंत ती भीती सतत आपल्याबरोबर राहते.
- आपल्या दृष्टिने आपण मतभेदांना प्रतिक्रिया देतो. आपण परिस्थिती जशी समजून घेतो, तसा प्रतिसाद देतो. आपली समज ही अनुभव, संस्कृती, मूल्ये व धारणा यातून बनलेली असते.
- मतभेदांमध्ये भावनांचे उद्दीपन होते. तुम्हाला तुमच्या भावनांवर योग्य नियंत्रण नसेल, तर मतभेदही व्यवस्थित हाताळता येत नाहीत.
- मतभेद म्हणजे शिकण्याची उत्तम संधी! जर तुम्ही यशस्वीरीत्या मतभेद सोडवू शकलात तर त्याने विश्वासाचे नाते तयार होते. कोणत्याही अवघड परिस्थितीत तुमच्या विश्वासाच्या नात्यामुळे तुम्हाला भावनिकदृष्ट्या सुरक्षित वाटतं.

आकृती ५.४ – मतभेदांबद्दल काही मुद्दे

एखाद्या अवघड परिस्थितीला सामोरे जाण्याचा एक मार्ग म्हणजे ऐकून घेणे व समजून घेण्याचा प्रयत्न करणे. तुमच्या दृष्टिकोनातून इतरांकडे बघताना, तुम्ही कठोर किंवा एककल्ली तर होत नाही ना? म्हणूनच तुम्ही काही करू शकत असाल, तर जरूर करा व तुमच्या कंपनीच्या हितचिंतकांना आश्वस्त करा. वाकडी वाट करून मदत करा. मग तुमच्या अडचणीत तेही नक्कीच मदतीला येतील.

उदा. मी स्वत: एका प्रोजेक्टमध्ये काम करत होतो. तिथे आम्ही सगळे प्रत्येक काम नीट होण्यासाठी धडपडत होतो. पण आमची मिटिंगची सूचना धुडकावून लावली जायची, वेळेची मर्यादा पाळली जात नव्हती आणि आमच्या महिन्याच्या अहवालात आम्ही कायमच मागे पडलेलो दिसायचो. आमच्या प्रोग्रॅम मॅनेजरने शेवटी स्वत:चं वजन वापरून लाईन मॅनेजरना काम करायला भाग पाडलं. आम्ही काही प्रयत्न केले असते तर त्यांनी आम्हाला मदत केली असती का? आश्चर्य म्हणजे त्यांनी मदत केली. जरी त्यांच्यासाठी ते जास्तीचं काम होतं, तरीही त्यांनी आम्हाला जी मदत केली ती अमूल्य होती. वरिष्ठ अधिकाऱ्यांपर्यंत जायची वेळच न येता आमचा प्रोजेक्ट टीमवर्कमुळे यशस्वी झाला.

वरच्या अधिकाऱ्यांपर्यंत शक्यतो असे प्रश्न सुरुवातीलाच नेवू नयेत. खरं सांगायचं तर, सतत तक्रार करणाऱ्या कर्मचाऱ्यांमुळे मॅनेजर्स खूप वैतागतात. तुम्ही तुमच्या पातळीवर छोटे–मोठे अगदी तुमच्या वरिष्ठांकडे तक्रार नेण्याआधी ती समस्या तीव्र होण्याआधी स्वत: सोडवायचा प्रयत्न करा. असं जरी असलं, तरी समस्या नियंत्रणाबाहेर जाण्याआधी बॉसला त्याची कल्पना नक्की असली पाहिजे.

आणखी एक मॉडेल सांगतो. आकृती ५.५ पहा. त्यामध्ये दाखविलेल्या मॉडेलचा तुम्हाला मतभेदांच्या व्यवस्थापनावरच्या प्रश्नाला उत्तर देताना उपयोग होतो का बघा.[९] या मॉडेलनुसार तुमचे वैयक्तिक नातेसंबंध जपणे आणि त्याचबरोबर ध्येय पूर्णत्वास नेणे, या दोन्ही गोष्टींचा समतोल जपण्यास थोडा सुलभपणा येईल.

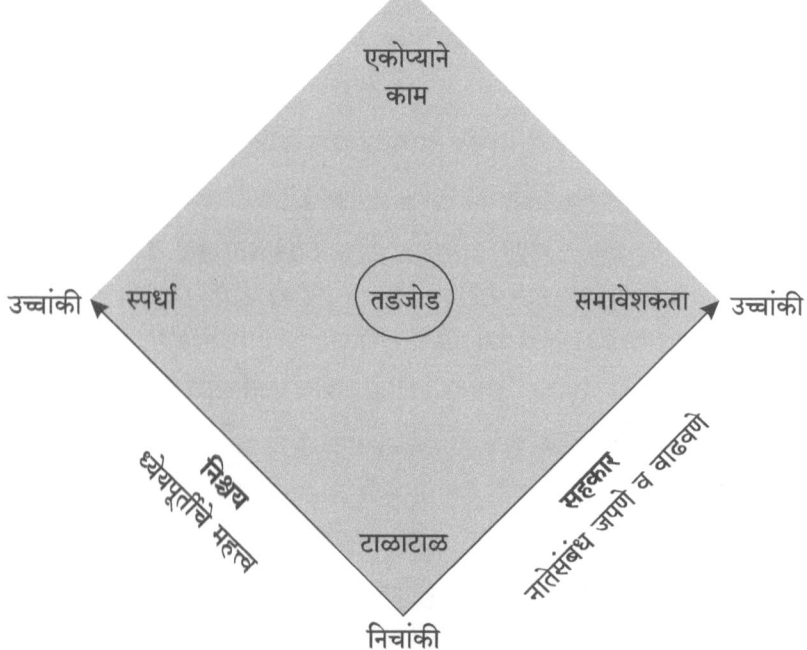

आकृती ५.५ – मतभेद हाताळण्याच्या काही योजना

परिस्थितीनुसार तुम्हाला खालीलपैकी एखादी योजना आखावी लागेल.

टाळणे: तुम्हाला तुमची रात्रीची झोप घालवायची नसेल, तर हा उपाय सर्वोत्तम

आहे. छोट्या-किरकोळ समस्यांकडे तुम्ही दुर्लक्ष करू शकता. पण मोठ्या समस्यांच्या बाबतीत मात्र ही योजना घातक ठरू शकते !

समावेशन करणे: अनेक वर्षांपासूनचे तुमचे संबंध टिकवून ठेवायचे असतील, तर सर्वसमावेशकता, सामंजस्य ही योजना उपयुक्त ठरते. उदा. वेळेची मर्यादा थोडी शिथिल केली तर सहकाऱ्यांना योग्य तऱ्हेने काम करता येईल. मात्र यामध्ये एक सावधगिरी बाळगावी लागते, की शेवटी जो परिणाम अपेक्षित आहे, त्यावर या योजनेमुळे काही वाईट प्रभाव पडता कामा नये.

तडजोड: हा पर्याय खरंतर आदर्श नाहीच, परंतु कधीतरी तडजोडीचे आश्चर्यकारक परिणाम दिसून येतात. कधीतरी कामगिरी पूर्ण करण्यासाठी तुम्हाला काही कामं स्वत:लाच करावी लागतात किंवा तुमची काम दुसऱ्यांवर सोपवावी लागतात.

स्पर्धात्मकता: कधी कधी वैयक्तिक संबंध बाजूला ठेवून ठरलेली ध्येयं साध्य करण्यासाठी कठोरपणानेही वागावं लागतं. उदा. एखादे काम वेळेत पूर्ण करण्यासाठी सहकाऱ्यांना कधीतरी हातातील कामे टाकून या कामाकडे वळवावे लागते. तुम्हाला थोडी घाई करावी लागते किंवा क्वचित सहकाऱ्यांवर दडपणही आणावं लागतं. अर्थात, यामुळे तुमच्यावर 'उद्धट', 'खडूस', 'कडक', 'कटकट्या बॉस' असे शिक्केही बसू शकतात.

एकोपा: अतिशय योग्य वातावरणात, प्रोजेक्टमधील संबंधित व्यक्ती आपसातील मतभेद मिटवून कंपनीचे एक समायिक उद्दिष्ट गाठण्यासाठी एकत्रित काम करतात. जेव्हा आपसातील संबंधही सलोख्याचे राहतात व उद्दिष्टही साध्य होते, तेव्हा सर्वात मोठं यश असतं आणि त्यामुळे प्रत्येकजणच (टीममधील) आनंदी व आत्मविश्वासी बनतो.

मतभेदांबद्दल आणखी वेगळ्या शब्दातही प्रश्न विचारला जाऊ शकतो.

प्रश्न ६८ तुम्हाला आत्तापर्यंत हाताळावी लागलेली सर्वांत अवघड परिस्थिती कोणती ?

पुन्हा, याही प्रश्नाचे उत्तर तुमची मानसिकता, वैचारिक कुवत व कंपनीसाठी तुम्ही

योग्य की अयोग्य उमेदवार हे ठरवते. तुम्हाला दिवसाचे नीट नियोजन करून, थोडा धोका पत्करून, पण पोषक वातावरणात काम करायला आवडतं? मग सतत अस्थिर वातावरण, कामाची अनिश्चितता असलेल्या कंपनीत तुम्ही काम करू शकणार नाही. काम आणि कुटुंब याबद्दलच्या प्रश्नाच्या उत्तराबद्दलही असेच आहे. तुमच्या आयुष्यातील कोणत्या टप्प्यावर तुमची परिस्थिती काय आहे, याचा आढावा घेऊन काय योग्य किंवा अयोग्य ते तुम्ही ठरवा.

असं असलं तरीही, झटक्यात एखाद्या निष्कर्षाला पोहोचू नका. उदा. काही मुलाखतकार तुमच्या आधीच्या नोकरीतील कामानिमित्त घडणाऱ्या प्रवासाबद्दल विचारतील. हा प्रश्न तुम्ही न डावलता, नव्या नोकरीत किती प्रवास करणं अपेक्षित आहे याचा अंदाज घ्या. रोजच्या कामाच्या वेळा, आठवड्याची सुट्टी याबाबतीतही हाच नियम लागू होतो. काही ठिकाणी जास्त काम, कमी सुट्ट्या हाच अजेंडा असू शकेल, तर काही ठिकाणी अत्यंत व्यग्र दिनक्रमातही काही विरंगुळ्याच्या गोष्टी असू शकतात.

दडपणाखाली योग्य गुणवत्ता सांभाळताना

आता 'काय करायचं' यापेक्षा 'कसं करायचं' याकडे लक्ष देऊया. गुणवत्ता आणि दडपण हे दोन्ही समानार्थी शब्दांसारखे कधी-कधी येतात. त्याबद्दल तुम्हाला प्रश्न विचारला जाऊ शकतो.

> **प्रश्न ६९** प्रत्येकालाच उत्कृष्ट परिणामांची अपेक्षा असते. पण याबाबत तुमचा अनुभव काय आहे?

इथे 'स्टार' मॉडेलचा संदर्भ वापरून उत्तर देता येते ते पहा. उत्कृष्ट दर्जा आणि योग्य तपशीलाचा ध्यास, यासाठी तुम्हाला प्रयत्न करावे लागतील व इतरांकडून करवून घ्यावे लागतील.

जोखमीच्या कामांमध्ये कुठेही शॉर्टकट घेता येत नाही. तेव्हा हातातल्या प्रत्येक कामात परिपूर्णता गरजेची आहे का याचा विचार करा. प्रत्येकवेळी परिपूर्णतेचा

आग्रह धरायचा की बऱ्यापैकी काम केलेलं तुम्हाला चालणार आहे, याचे निरीक्षण करत राहा. कधीतरी उत्पादन किंवा परिणाम वेळेवर हातात येणं हे परिपूर्णतेचा आग्रह धरण्यापेक्षा जास्त महत्त्वाचं असतं. त्यामुळे वाचलेला वेळ दुसऱ्या व्यावसायिक कामासाठी वापरता येतो. काही व्यावसायिक वृत्तीच्या व्यक्तींना हे पटणार नाही, पण काहीजण या मताशी सहमत असतील. ही जी दोन टोकांमधली दरी आहे ती तुम्ही कशी साधता यावर तुमच्या नेतृत्वगुणांची पारख होत असते.

कमी वेळात योग्य परिणाम मिळवणे हे खरोखरंच आव्हान आहे. पण अशा दडपणाखाली (वेळेची मर्यादा असताना) तुम्ही काय कृती करता? चूक किंवा बरोबर, पण बहुतेक कंपन्या दडपणाखाली क्षमतेने काम करणारे कर्मचारी पसंत करतात. त्यामुळे पुढचा प्रश्न असा असू शकतो.

प्रश्न ७० दडपण किंवा कामाच्या ताणामध्ये तुम्ही कसे काम करता?

कॉर्पोरेट कंपन्यांमधील कोणत्याही स्तरावरच्या, कोणत्याही हुद्याच्या माणसाला वेळेची मर्यादा व त्यामुळे येणारं दडपण यांचा सामना करावाच लागतो. **लेस्ली पर्लो** (प्राध्यापक, हार्वर्ड बिझिनेस स्कूल) असाही दावा करतात की, अमेरिकेतील कॉर्पोरेट जगतात तर काम अति आणि ती पूर्ण करण्यासाठी वेळच नाही अशी परिस्थिती आहे.[10] त्यामुळे सदैव ताण-तणावाची आणि अडचणीचीच परिस्थिती असते. तुम्ही सर्व शक्ती पणाला लावून त्या समस्येसाठी स्वतःला झोकून दिले पाहिजे, कठोर परिश्रम केले पाहिजेत. कारण पुढचं काम आधीच हजर असतं. असं सतत दडपणाखाली आणि टोकाच्या परिस्थितीत काम करण्याचं दुष्टचक्र संपतच नाही. आश्चर्य म्हणजे, सातत्याने व कल्पकतेने काम करण्यापेक्षा जे कर्मचारी अशा अवघड परिस्थितीतच सतत काम करतात, त्यांना बक्षिस दिलं जातं. युद्धजन्य परिस्थितीत काम करणं म्हणजे कंपनीमध्ये सतत वरिष्ठांच्या दृष्टिपथात असणं, मॅनेजर्स, सहकाऱ्यांच्या नजरेसमोर सतत असणं, जे याच परिस्थितीशी झगडत असतात. या सगळ्या प्रक्रियेमध्ये, मॅनेजर्सची त्यांच्या हाताखालच्या टीमशी नीट ओळख होते व त्या कर्मचाऱ्यांचं काम त्यांच्या लक्षात येतं. कर्मचाऱ्यांच्या दृष्टिने, अवघड समस्या म्हणजे सतत नजरेत राहणे, नजरेसमोर

राहणे म्हणजे दखल घेतली जाणे आणि दखल घेतली गेली की पदोन्नती!

अशा परिस्थितीत तुम्ही स्वतःला कुठे पाहता? जर तुम्हाला अशा गर्दीत, धावपळीत काम करणं चालत असेल, पण तरीही मुळात तुम्हाला शांतपणे, निश्चित वेगाने काम करणं आवडत असेल, तर तुम्हाला विचार करायला ही चांगली संधी आहे. सर्वसामान्यपणे कंपन्या अडचणीच्या काळात समस्या सोडवण्यासाठीच कर्मचारी नेमतात, त्यामुळे अशा प्रकारच्या कामात सुरुवातीला जास्त वेळ आणि जास्त कष्टाने काम करावे लागते. म्हणून कामाचा स्वीकार करताना, तिथली परिस्थिती किंवा अडचणी नीट डोळे उघडे ठेवून समजून घ्या.

कल्पकता

कल्पकता म्हणजे, पारंपरिक चौकटीच्या, सरधोपट विचारांच्या पलीकडे जाऊन काही नव्या वाटा शोधणे आणि विचारांची नवीनता दाखवणं. आता पुढचा प्रश्न असेल –

प्रश्न ७१ तुम्ही कल्पकतेने विचार करू शकता?

इथे तुम्ही प्रामाणिकपणे उत्तर देणे अपेक्षित आहे. कारण कल्पकता सोपी गोष्ट नाही. काम शेवटच्या क्षणापर्यंत पुढे ढकलण्यामध्ये कल्पकता येत नाही! त्याउलट, तुमच्या हातात काम आल्याबरोबर त्यावर विचार करायला सुरुवात करा. संपूर्ण समस्येचा त्याच्या गुंत्यासकट साकल्याने विचार करा आणि त्याप्रमाणे योजना आखा. **तेरेसा अमाबाईल** (प्राध्यापक, हार्वर्ड बिझनेस स्कूल) सल्ला देतात[11]–

> ‘‘बराच काळ एखाद्या समस्येवर विचार केलात की ती समस्या काही काळापुरती बाजूला ठेवा. दुसरं काम हातात घ्या. नवीन कल्पनांना अंतर्मनात तशाच राहू द्या. अचानक, नवीन कल्पना, उत्तरे तुमच्या समोर येतील. कारण त्यावर तुम्ही आधीच खूप मेहेनत घेतली आहे.

पण हातात वेळ कमी असेल, तर हे होऊ शकत नाही. किंवा तुम्हाला तयारी करायलाही वेळ मिळू शकत नाही. त्यामुळे बऱ्याचदा प्रश्नांची समाधानकारक उत्तरेही सापडत नाहीत, कारण नवीन उत्तरे शोधण्यासाठी, आवश्यक तो वेळच आपण दिलेला नसतो!''

एका सर्वेक्षणात, **तेरेसा अमाबाईल** आणि **लेस्ली पर्लो** (प्राध्यापक, हार्वर्ड बिझनेस स्कूल) यांनी अशी सूचना केली आहे की,

''वेळेच्या मर्यादेमुळे आपण कल्पकतेने काम करू शकतो.''

असा बऱ्याच जणांचा गैरसमज असतो. त्याचबरोबर वेळेची काहीच मर्यादा नसणेही कल्पकतेला घातक असते. महत्तम कल्पकतेसाठी काही निकष नाहीत, पण काही अटी किंवा मर्यादा असू शकतात, ज्याचा तुमच्या कल्पकतेवर, निर्मितीवर सकारात्मक किंवा नकारात्मक परिणाम होऊ शकतो. त्यांच्या संशोधनानुसार, वेळेचे सातत्याने अतिदडपण निर्मितीसाठी, कल्पकतेसाठी योग्य नसते.

पण तरीही अत्यंत व्यग्र दिनक्रमात, तुम्हाला उत्तम परिणामच देण्याचं प्रोजेक्टमध्ये बंधन असेल, तर काय कराल? अशावेळी तुमचं लक्ष वेधून घेणाऱ्या अनावश्यक बाबी दूर सारून जास्तीत जास्त लक्ष आवश्यक कामाकडे द्यायला हवं.[12] तर तुम्ही सातत्याने काम करू शकता. तुम्ही महत्त्वाच्या कामगिरीवर आहात, हे नीट लक्षात घ्या. या प्रश्नाचं व्यवहार्य उत्तर देता येईल. पटतंय? मग पूर्ण शक्तीने ते मुलाखतकाराला समजावून सांगा. कदाचित त्यामुळे तुमची छाप पडू शकते. आता पुढचा प्रश्न टीमसंबंधी–

प्रश्न ७२   तुम्ही लोकांची सृजनशीलता, कल्पकता कशी कामाला लावाल?

तुम्ही मॅनेजर असाल व तुमच्या कर्मचाऱ्यांनी कल्पकतेने काम करावे असे वाटत असेल, तर कर्मचाऱ्यांना त्यांच्यावर सोपवलेल्या अवघड व अत्यावश्यक कामगिरीची जाणीव करून द्या. बहुतेकवेळा, कर्मचारी अशा दडपणाखाली फार काळ काम करू शकत नाहीत, हे लक्षात घ्या व वागा.

याउलट, तुम्हाला कामाचं फारसं दडपण नसलेल्या एखाद्या कामगिरीवर नेमलं, तर कर्मचारी अकार्यक्षम बनण्याची शक्यता असते. वरिष्ठ अधिकाऱ्यांना कर्मचाऱ्यांना प्रोत्साहन द्यायला सांगा, त्यांच्यासाठी काही वेगळ्या गोष्टी करायला सांगा. कर्मचाऱ्यांच्या चांगल्या कामाची दखल घेण्यासाठी वरिष्ठांना उद्युक्त करा. त्यातून कर्मचाऱ्यांचा उत्साह व कल्पनाशक्ती अधिक कार्यक्षम होईल.

कल्पकतेइतकाच मोठा प्रश्न त्यातील तपशीलांचा असतो.

प्रश्न ७३ तपशील तुमच्यासाठी किती महत्त्वाचा आहे?

छोट्या -छोट्या गोष्टींच्या एकत्रीकरणातून मोठी गोष्ट बनते. म्हणूनच तुमच्या या उत्तरावरून, तुमची कामाची निष्ठा, दर्जाबद्दलची दक्षता आणि कामाबद्दलची तपशीलात जाण्याची कृती, याचं परीक्षण होणार आहे. खूप जास्त तपशील कदाचित योग्य ठरणार नाही. पण तरीही तपशीलाचा विचार करणाऱ्या माणसांना कमी लेखू नका. कारण कधीतरी तपशीलांवर मेहेनत घेण्यामध्येच यशाचे गमक असते. नियोजनावर भर द्या. दर्जात्मक काम व त्यासाठी सुरुवातीपासून नियंत्रण, यामुळे बरेचसे गैरसमज टाळता येवू शकतात. कोणता तपशील महत्त्वाचा आहे आणि नाही, हे ठरवताना गोंधळ होत नाही. म्हणूनच तुमची नियोजन व व्यवस्थापनातील कौशल्ये दाखविण्याची ही उत्तम संधी आहे

६

तुमचे व्यक्तिमत्त्व आणि तुमची कार्यपद्धती

तुमच्या अंतरंगावरून तुमचे व्यक्तिमत्त्व ठरते आणि व्यक्तिमत्त्वावरून तुमची ओळख, तुमचा स्वभाव, तुमचे विचार, तुमची काम करण्याची पद्धत, तुमचा जनसंपर्क या सगळ्यावरून तुमचे व्यक्तिमत्त्व कळून येते. त्यामुळे मुलाखतकाराला तुमच्या व्यक्तिमत्त्वाबद्दल प्रश्न विचारावेसे वाटणारंच! तुमची वैशिष्ट्ये जाणून घेण्यात मुलाखतकाराला रस असतो का? कारण तुम्ही कंपनीत तुमच्या सहकाऱ्यांबरोबर काम करता, त्यांच्याबरोबरच दिवसाचा बराचसा वेळ जातो. कोणालाच वाकड्या किंवा वाईट स्वभावाची व्यक्ती, सहकारी, म्हणून नको असते. काम अवघडच असतं, त्यामुळे ते खेळीमेळीच्या वातावरणात पार पाडलं जावं, ही प्रत्येक कर्मचाऱ्याची जणू सुप्त इच्छा असते.

अनोळखी कामांना सामोरे जाताना

जग झपाट्याने बदलत आहे. त्यामुळे एखाद्या परिस्थितीचे एकाच व्यक्तीला साकल्याने ज्ञान असणे अवघडच असते. तुम्हाला फ्लॉपी डिस्क आठवते? त्या १९८०, १९९० च्या उपकरणांपेक्षा आजची यु.एस्.बी. स्टीक्स आणि एस.डी. कार्डस् यात किती तफावत आहे. तसाच बदल आताच्या कंपन्यांच्या आणि आपल्या कामाच्या स्वरूपातही झपाट्याने होत आहे. कंपन्या आपल्या संघटनेची पुनर्बांधणी करतात, आऊटसोर्सींग करतात आणि नवीन प्रणालींमध्ये काम करतात. अशा बदलांच्या वातावरणात काम करणं थोडं जाचाचं वाटलं तरी अपेक्षित आणि आवश्यकही आहेच. म्हणूनच त्यासंबंधीचे काही प्रश्न येतातच–

प्रश्न ७४ तुम्ही नवीन वातावरण किंवा बदलांना कसे सामोरे जाता?

याचं हमखास तंत्र म्हणजे लवचिकता, खुला दृष्टिकोन आणि 'मला माहीत नाही, पण शिकायला आवडेल', अशी वृत्ती! तुमच्या आधीच्या कामातील कोणतीतरी कौशल्ये ही नवीन कामात वातावरणात उपयोगी ठरतातच. फरकांपेक्षा साम्यस्थळांवर भर देऊन तुमच्या त्रुटी भरून काढण्यावर तुमचा विश्वास आहे, हे सांगा. त्यासाठी तुमच्या भूतकाळातील वैयक्तिक व व्यावसायिक कामांच्या उदाहरणांचे दाखले द्या. योग्य संधी व प्रोत्साहन मिळालं तर तुम्ही नव्या गोष्टी शिकू शकता व नवीन कामात स्वत:ची प्रगती करून घेऊ शकता, हे स्पष्ट करा.

माझ्या करियरच्या सुरुवातीच्या एका नोकरीच्या मुलाखतीमध्ये कंपनीला बँकींग क्षेत्रातील एका ग्राहकाला आपल्याकडे ओढण्याची इच्छा होती. पण ती कंपनीही नवखी होती. त्यामुळे फारसे लाभदायक नसणारे उमेदवार कंपनीला परवडणारे नव्हते. जर बँकिंगचे प्रोजेक्ट मिळाले तर ठीक नाही तर नवीन कौशल्ये शिकण्याची इच्छा असणारे उमेदवार ही कंपनी शोधत होती. पण मला ही गोष्ट नोकरी मिळेपर्यंत ठाऊक नव्हती.

तुम्ही जर वरच्या, अधिकाराच्या जागेसाठी मुलाखत देत असाल, तर या प्रश्नाला नीट विचार करून उत्तर द्या. बदलाला सामोरं जाणं हे विचार आणि कृतीचे एकत्रित

मिश्रण आहे. आकृती ६.१ पहा.

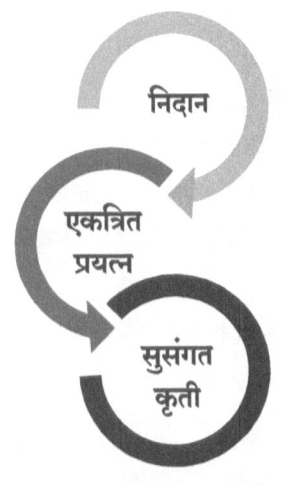

बदलाचे स्वरूप समजून घ्या व परिस्थिती थोडी सोपी करण्याचा प्रयत्न करा.

तुमच्या कृती एका दिशेने वळवा.
तुमची बलस्थाने व अनुभव यांचा विचार करा.

लक्ष केंद्रित करून, सहकाराने निर्णय घ्या.
तुमची सर्व शक्ती पणाला लावा.

आकृती ६.१ बदलाला सामोरे जाताना

पहिली पायरी म्हणजे प्रश्नाचे, बदलाचे स्वरूप समजून घ्या. बदलामुळे नव्याने तयार झालेली परिस्थिती जाणून घ्या. समस्या समजली की त्याचे गुंतागुंतीचे व अवघड पैलूही लक्षात येतात. त्यामुळे एकंदरीत समस्या हाताळायला सोपी पडते. इतरांशी त्या समस्येबद्दल संवाद साधणे सोपे होते. इतरांना समजेल अशा शब्दात ती स्पष्ट करा. दुसरा टप्पा, म्हणजे, ती समस्या सोडविण्यासाठीची योजना तयार करणे. तुमच्या सगळ्या कृती एका विशिष्ट दिशेने व्हायला लागतात. यामध्ये तुम्ही अनेक पर्याय बघाल, काही नाकाराल आणि सुवर्णमध्य शोधण्याचा प्रयत्न कराल. तुमच्या लक्षात आलेली समस्या सोडवण्यासाठी तुम्ही काय प्रयत्न करणार? इथे तुमची बलस्थाने, गुण व पूर्वीचा अनुभव तुम्ही कसा वापराल? आणि शेवटच्या टप्प्यात, तुम्ही योग्य व सुसंगत कृतीकडे वळाल व सर्व शक्तीनिशी समस्या सोडवायचा प्रयत्न कराल. विशेषत: नवीन परिस्थितीमध्ये, तुम्हाला मदतीची आणि लक्ष केंद्रित करण्याची विशेष आवश्यकता असते. योग्य पर्याय निवडून त्यानुसार कृती करणे, हे सर्वांत महत्त्वाचे असते.

वर दिलेले मॉडेल हे **रिचर्ड रुमेल्ट** (प्राध्यापक, यु.सी.एल.ए. अँडरसन स्कूल

ऑफ मॅनेजमेंट) यांनी बनवलेले आहे.[1] त्याचा साधनासारखा वापर करता येईल. वरील तीन टप्पे तुम्ही वापरले असतील, असा भूतकाळातील एखादा अनुभव आठवा. इतर उमेदवारांपेक्षा तुम्हाला हा अनुभव वेगळा ठरवेल.

माझ्या करियरच्या सुरुवातीलाच, माझी एका कंपनीतून दुसऱ्या सहकारी कंपनीत परस्पर बदली झाली. मला त्याची कल्पनाच नव्हती. माझा बायोडेटा मला कल्पना न देता परस्पर पाठवला गेला होता व त्यात माझे नसलेले गुणही घालण्यात आले होते. त्या काळात प्रत्येकवेळी मुलाखत घेण्याची पद्धत नव्हती. केवळ बायोडेटावर अंतर्गत बदल्या होत असतात. नवीन कामावर रुजू झाल्यावर लगेच माझ्या लक्षात आले की ग्राहकाला एका तज्ज्ञाची गरज होती व तो मी नव्हतोच! माझ्या लक्षात सगळा प्रकार आल्यावर त्या ग्राहकाबरोबर बसून मी नीट चर्चा केली. माझ्या काम करण्याच्या जागा व माझ्या क्षमता त्यांना समजावून सांगितल्या. मला कोणत्या गोष्टी शिकाव्या लागतील तेही सांगितले. आता इतक्या वर्षानंतर माझ्या लक्षात येतंय की त्यावेळी माझीही अवस्था अवघड होती आणि ग्राहकाचाही माझ्या नव्या गोष्टी शिकण्यामुळे बराच वेळ वाया गेला, याचा पश्चातापही होतो आहे. पण मी नीट बोलून प्रश्न सोडवल्यामुळे माझी नोकरी गेली नाही आणि प्रोजेक्ट यशस्वी होण्यासाठी माझा वाटा उचलू शकलो.

आता थोडा अवघड प्रश्न बघू, जिथे अचानक परिस्थितीत बदल होतात व माहितीच्या गोष्टी अनोळखी होतात.

प्रश्न ७५ कंपनीमध्ये कामांची पुनर्ररचना झाली आणि तुमची नवीन बॉसच्या हाताखाली नेमणूक झाली, तर तुम्ही काय कराल?

आम्ही आजवर अनेक कॉर्पोरेट कंपन्यांच्या पुनर्रचनेमध्ये सहभागी झालो आहोत पण तो अनुभव फारसा सुखद नव्हता. तुम्ही उद्या काय काम करणार? तुमची नोकरी टिकेल की नाही? तुमच्या कामाचं स्वरूप काय असेल? तुमचा नवा बॉस कोण आणि कसा असेल? असे अनेक अनिश्चितता असलेली परिस्थिती निर्माण होते आणि तुम्हाला इतके प्रश्न छळत असले, तरी पगार मिळत असल्याने, सर्व

राग, वगैरे बाजूला ठेवून बधीर झाल्यासारखे काम करत राहावे लागते. अशा वेळी आपला सकारात्मक दृष्टिकोन ठेवणे, काम चालू ठेवणे व बदल योग्य रीतीने स्वीकारून नवीन परिस्थितीशी जुळवून घेण्यातच शहाणपणा असतो. अशा गोंधळाच्या किंवा अनिश्चिततेच्या वातावरणातही संयमाने तुम्ही काम करू शकता याची कंपनीला खात्री पटवून द्या. कंपनीलाही तक्रार न करता कामाचा भार उचलणारेच कर्मचारी हवे असतात.

अनपेक्षित घटना/प्रसंग हाताळताना

व्यवसायातही, आयुष्याप्रमाणेच अनेक अनपेक्षित धक्के बसत असतात. या गोष्टीकडे जरा विस्ताराने पाहूया. अशा अनपेक्षित घटनांची खरंच पूर्वकल्पना नसते का? जगभरात शेकडो कंपन्या नफ्याचे खरे आकडे कधीच दाखवत नाहीत. त्यांच्या वार्षिक अहवालात, कंपनीच्या नकारात्मक बाबी मांडतात, अनपेक्षित तोटा किंवा कंपनीच्या अर्थव्यवस्थेत एकाएकी मंदी अशा बाबी दाखवतात आणि अशा अनपेक्षित वातावरणात तुम्ही कसे वागता, हे कंपनीला बघायचे असते.

प्रश्न ७६ तुम्ही व्यवसायातील अनपेक्षित घडामोडींकडे कसे बघता? बदलत्या परिस्थितीत तुम्ही काय कराल?

सर्वांत महत्त्वाची गोष्ट म्हणजे, 'अपनेक्षित' असं कधीही काही नसतं, त्याची पूर्वसुचना नक्की मिळतेच. त्यामुळे तो 'धक्का' नसतोच. ९/११ अमेरिकेवरील हल्ला आठवतोय ना? गुप्तचर यंत्रणेला सूचना मिळाली होती. परंतु ती योग्य वेळी मिळाली नाही, त्यामुळे पुढचा भीषण हल्ला टाळता आला नाही.

ज्या कॉर्पोरेट कंपन्या कृती करण्यात असमर्थ ठरतात, तिथे माहिती न मिळणं, माहिती कालबाह्य असणं किंवा विसंगत, निरुपयोगी असणं, असा परिणाम घडतो. या कमतरता दूर करण्याची जबाबदारी कंपनीतील प्रत्येकाची असते व ती प्रत्येक कर्मचाऱ्याला समजली पाहिजे.

धक्का बसण्याआधी, काहीतरी तुम्हाला जाणवतं. तुमच्या विक्रीचा आलेख खाली येत असेल, तर ही धोक्याची घंटा आहे. हातात उपलब्ध असलेल्या माहितीचा वापर करून त्याचे नकारात्मक परिणाम कमी करण्याचा प्रयत्न करा. सोशल मिडियासारख्या गोष्टींचा वापर करा. विपरित परिस्थितीतून मार्ग काढण्यासाठी केवळ समस्या अचूक ओळखणे पुरेसे नसते, तर त्यानुसार तातडीने कार्यवाही होणे अत्यंत आवश्यक असते. जसजसा वेळ हातातून निघून जातो, तसतसं त्यातून मार्ग काढण्याची शक्यताही धूसर होऊ लागते.

अशा वेळी, तुम्हाला एकाग्रचित्ताने, इतरांचे सल्ले व स्वत:चा विचार यांचा नीट समन्वय साधून तुमच्या हितचिंतक, भागीदार, ग्राहक यांच्याशी योग्य तऱ्हेने व योग्य अर्थाचा संवाद साधावा लागतो. बोलणं सोपं आहे, कृती अवघड आहे. म्हणूनच असा अचानक धक्का बसल्यावर तुम्ही काय कराल?

अशा वेळी, तुमच्या दृष्टिकोनावर सर्व गोष्टी अवलंबून आहेत. सकारात्मक दृष्टिकोन बाळगून, तुम्ही संयमाने कोणत्याही परिस्थितीतून मार्ग काढू शकता. न घाबरता, न चिडता शांतपणे विचार करा. क्षणभर थांबा, वेळ घ्या, समस्या समजून घ्या. घडलं ते तात्पुरतं आहे का, ते सहजपणे दुरुस्त करणं शक्य आहे का? आणि जरी ती गोष्ट अत्यंत कठीण असली तर त्रागा करून, ताण घेऊन मार्ग निघणारंच नाही. बदललेल्या सर्व परिस्थितीचा पुन्हा नव्याने विचार करा. आत्ताच्या क्षणी मी काय करू शकतो, त्या शक्यता तपासून बघा. 'का झालं?' आणि 'कसं झालं?' याचा विचार करण्यात वेळ फुकट घालवू नका, त्याने परिस्थिती सुधारणार नाही. वर्तमानात योग्य कृती करण्याला प्राधान्य द्या. तुम्ही आणि तुमची कंपनी कोणत्या दिशेला जाताय? तुमच्या ध्येयापर्यंत पोचण्यासाठी काय करता येईल? कोणाशी संवाद साधता येईल? तुमच्या कंपनीकडे अशा वेळी उपयोगी पडणारी, आपात्कालीन योजना आहे का? कंपनीतील कोणत्या तज्ज्ञांची तुम्ही मदत मिळवू शकता? बाहेरून काही मदत घेता येईल का? प्रश्नापासून स्वत:ला भावनिकदृष्ट्या दूर करा. त्याने तुम्हाला शांतपणे विचार करता येईल व परिस्थितीवर नियंत्रण मिळवता येईल. या संकटातही प्रगतीची संधी लपलेली आहे, हे लक्षात घ्या. त्याचा साकल्याने विचार करा, यातून मार्ग नक्कीच निघेल!

बलस्थाने व कच्चे दुवे

यानंतर सर्वांत अवघड व नकोसा प्रश्न विचारला जातो–

प्रश्न ७७ तुमच्यातील बलस्थान आणि कमवुत दुवे कोणते ?

जवळजवळ ८०% मुलाखतीत हा प्रश्न विचारला जातोच. तुमच्या कच्च्या बाजूबद्दल विचारलं गेलं नसलं तरी त्याबद्दल सांगण्याची तयारी ठेवा.

मी पदवीधर झाल्यानंतर पहिल्याच मुलाखतीत मला हा प्रश्न विचारला गेला होता. त्यावेळी मी स्वत:ला सिद्ध करण्यासाठी, काम यशस्वी करण्यासाठी अतिउत्सुक होतो. पण मला माझ्या कमजोरीबद्दल विचारल्यावर मला धक्काच बसला. मी गुन्हेगार असल्यासारखे वाटत होते. माझ्या तयारीमधील उणीवा या उत्तराने उघड्या पडल्या आणि अर्थातच मला नोकरी मिळाली नाही. पण मी धडा शिकलो. या प्रश्नासाठी समाधानकारक उत्तर शोधलंच पाहिजे. थोड्या दिवसांनी माझा राग थोडा शांत झाल्यावर, एका पुस्तकाच्या दुकानात जाऊन मुलाखतीच्या तंत्रावरची पुस्तके वाचू लागलो. हा प्रश्न का विचारला असेल, ते समजेपर्यंत मी माझा अभ्यास चालू ठेवला. त्याकाळात, या प्रश्नांवर फारसे अर्थपूर्ण लिखाणंच होत नव्हते. आजही अनेक वरिष्ठ लोकांना वाटते की हा खूप महत्त्वाचा प्रश्न आहे. **ॲन्ड्र्यू शॅपीन** (सी.ई.ओ., लाँग टॉल सॅली, कापड उत्पादनातील ब्रँड) अशा तऱ्हेच्या 'चौकशी'बद्दल म्हणतात[2]–

> "जेव्हा उमेदवार प्रामाणिक असतो, तेव्हा तो प्रामाणिकपणा म्हणजे स्वत:बद्दलची जाणीवही दर्शवतो आणि भविष्यात अडचणीच्या ठरू शकणारे स्वभावातील दोषही दाखवतो. पण त्यामुळे माझ्या उमेदवारांकडून उत्तम काम करवून घेण्याची खात्रीही होते."

दुर्दैवाने, हा गैरसमज आहे. कारण, जेव्हा उमेदवार अनपेक्षित प्रश्नांची काहीच तयारी/गृहपाठ न करता मुलाखतीत उत्तरे देत असेल, त्याच्या व्यक्तिमत्त्वातील गुणदोषांची कल्पना येणे अशक्य आहे. अशा अचानक विचारलेल्या प्रश्नांनी उमेदवाराचा गोंधळ उडतो व तो उत्तर देण्यास असमर्थ ठरतो. योग्य व विचारपूर्वक

उत्तर देण्यासाठी नीट अभ्यासाची गरज असते. उत्तरे तयार करून आलेला उमेदवार प्रामाणिक असण्याची शक्यता कमी असते. विशेषत: स्वत:च्या दोषांबद्दल उत्तरे देताना हे घडू शकतं.

हे पुस्तक वाचताना तुमच्या लक्षात आलं असेल की पुस्तकी उत्तरांवर आमचा भर नाही. पण या प्रश्नाचे उत्तर मात्र याला अपवाद आहे. या प्रश्नाच्या उत्तराची नीट तयारी, क्वचित पाठांतरही करावं!

गुण/बलस्थाने

प्रथम तुमच्या गुणांकडे बघू. बहुतेक उमेदवार स्वत:चे गुण उघडपणे सांगताना अवघडतात. **देवाशीष चक्रवर्ती** (सी.ई.ओ., क्वार्टझे ऑनलाईन) विचारतात[3]–

> ''आत्मस्तुती किंवा स्वत:बद्दल बोलणाऱ्या माणसांचा तुम्हाला राग येतो का? तसं असेल तर तुमचं अवघड आहे. मुलाखतीत, बॉसशी तुम्ही स्वत:च्या गुणांबद्दल कसे बोलणार? तुम्ही स्वत:ची बाजू नीट मांडली नाहीत, तर इतर कोणीच मांडणार नाही.''

आता या प्रश्नाचं उत्तर देताना, तुम्ही इतरांपेक्षा वेगळे व त्या कामासाठी अधिक लायक कसे आहात, हे सांगण्याची संधी मिळाली आहे. पण मुलाखतकार तुम्हाला स्वत:च्या गुणांबद्दल किंवा बलस्थानाबद्दल का विचारत असेल? याचं कारण, तो कंपनीसाठी, विशिष्ठ कामासाठी योग्य माणूस शोधतोय. त्यामुळे यासारखे प्रश्न ओघाने आलेच. तुम्ही त्या पदासाठी सर्वार्थाने योग्य आहात, हे त्याला समजावून सांगण्याची हीच संधी असते.

इथे लाजू नका. सगळ्यांनी सांगितलेली व्यक्तिमत्त्वाची वैशिष्ट्ये सांगू नका. फार विनम्रपणाही योग्य नाही. स्वत:साठी वेळ घेऊन, तुमची खरोखर काय वैशिष्ठ्ये आहेत, याचा आढावा घ्या.

'ब्रेनस्टॉर्मिंग'ने सुरुवात करा. एका कागदाच्या मध्यभागी 'माझी बलस्थाने' असे लिहून त्यावर तुमच्या मनात जे काही येईल ते लिहा. याला आम्ही 'माईंड मॅप' म्हणतो. जास्तीचे मुद्दे नंतर खोडू. आकृती ६.२ मध्ये दाखवल्याप्रमाणे तुम्हाला सुरुवात करता येईल. पण तुम्हाला तुमचं म्हणणं नेमकेपणाने व उदाहरणांसहीत

सांगता आलं पाहिजे. 'लोकांशी सतत चांगले वागणे' कदाचित दुर्गुण ठरू शकतो आणि नव्व्याण्णव टक्के उमेदवार हा गुण सांगतातच. पण त्याऐवजी 'पर्यटन' आणि 'नवीन गोष्टींचा शोध घेणे' हा गुण तुम्ही सांगितलात की तुम्ही संभाषणात आणि विविध प्रकारच्या माणसांशी एकत्रित संभाषणात आणि विविध प्रकारच्या माणसांशी एकत्रित मिसळून काम करू शकता, हे कळते. आंतरराष्ट्रीय कंपनीत (जिथे खूप फिरावं लागतं) अशा ठिकाणी हा गुण खूपच महत्त्वाचा ठरतो.

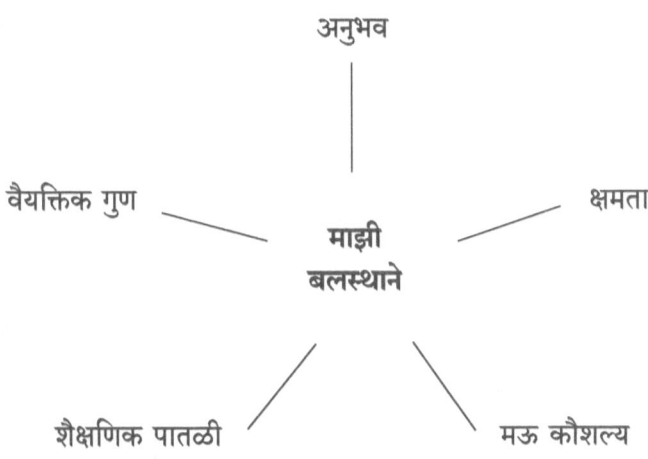

आकृती ६.२ तुमच्या गुणांचा मानसिक नकाशा.

'अनुभव' या सदरात तुमचा आजवरचा कामाचा अनुभव अर्थातच येतो. त्यामध्ये कदाचित सेल्स निर्माण करणे, नवीन ग्राहक मिळवणे, किंवा या दरम्यान तुम्ही एखादे सॉफ्टवेअर शिकून त्यात तरबेज झाला असाल, तर त्याचाही उल्लेख येईल. तुमच्या क्षमतेमध्ये, प्रोग्रॅमिंग कौशल्ये, तुम्हाला अवगत असलेल्या आंतरराष्ट्रीय भाषा, किंवा प्रपोजलचे लिखाण अशा बाबी येतील आणि तुम्ही सॉफ्ट स्किल्समध्ये कसे आहात? वाटाघाटी करणे, टीम तयार करणे, छोट्या-मोठ्या समस्या सोडवणे, इत्यादी गोष्टी तुम्ही कशा करता? तुमच्याकडे तांत्रिक क्षेत्राबरोबरच व्यवस्थापनाचीही पदवी आहे का? तुम्ही कधी परिसंवादात भाग घेतला आहे का? सर्वांत महत्त्वाचं म्हणजे तुमची वैयक्तिक वैशिष्ट्ये कोणती?

त्याचा तुम्ही व्यावसायिक कामात कसा उपयोग करून घेणार? पण, लक्षात ठेवा. ऑफिसमध्ये १००% हजेरी' किंवा 'वेळेचा काटेकोरपणा' अशा गुणांबद्दल शंका येवू शकते.'

आता, या सगळ्या यादींमध्ये महत्त्वाचे गुण शोधा. असे गुण ज्यामुळे तुमची ओळख बनली आहे. त्या गुणांचा तुम्हाला खरा उपयोग होणार आहे. जर एखादा गुण सगळ्यांमध्ये किंवा तुमच्या कामाच्या ठिकाणी इतरांमध्ये असण्याची शक्यता असेल. तर दुसरा गुण निवडा जो तुम्हाला इतरांपेक्षा वेगळं ठरवेल. तीनच गुण यादीमध्ये ठेवा. तुम्हाला ते निवडावे लागतील. अन्यथा मुलाखतकार गोंधळून जाईल.

आता या तीन गुणांना स्पष्ट करता येईल अशी उदाहरणे शोधा. कारण कॉर्पोरेट जगात ते तीन गुण कसे महत्त्वाचे आहेत, ते तुम्हाला पटवून द्यावे लागेल. कसं वर्णन करायचं, त्याबद्दल पुष्कळ चर्चा आपण केली पाहिजे.

कमकुवत दुवे

आतापर्यंत आपण आपल्या कमकुवतपणावर बोललो नाही. पण मुलाखतकार त्याबद्दल विचारणार नाही, असे नाही. मग, तुमच्या कमकुवत बाजू कोणत्या? तुम्हाला कदाचित मुलाखतकार उद्दाम किंवा खवटपणे विचारतो आहे, असे वाटेल. असही वाटेल की, माझी कच्ची बाजू किंवा दोष त्याने समजून घ्यावेत किंवा ओळखावे. पण यातील तुम्ही काहीच उघडपणे बोलू शकत नाही. तुम्हाला या प्रश्नाचं थोडं चलाखीनेच उत्तर द्यावं लागेल. पुन्हा, आम्हाला असं वाटतं की हा राखीव प्रश्न आहे. कारण या प्रश्नाचं प्रामाणिक उत्तर मिळणे खूपच कठीण आहे. आपण आपल्या नकारात्मक बाजूचा कधी विचारही केलेला नसतो, परंतु मुलाखतीदरम्यान उमेदवार म्हणून बऱ्याचदा या प्रश्नाला सामोरं जावं लागतं. उगाचंच तुम्हाला टार्गेट केलं जातं आणि त्याचा नक्कीच वैताग येतो. तुमचा संयम राहणार नाही, असंही तुम्हाला वाटू शकतं. पण थांबा, मुलाखतकार तुमच्यातला एखाद्याच अवगुणापाशी अडकून पडलाय का?

तुमचे उत्तर उद्धट किंवा उद्दामपणाचे वाटता कामा नये, त्याने तुमच्या मर्यादा

उघड्या पडता कामा नयेत आणि उत्तराने थोडी करमणूकही झाली पाहिजे! हा प्रश्न दोन पद्धतींनी हाताळता येईल.

पहिलं म्हणजे, तुमचा एखादा अवगुण किंवा कमकुवत मुद्दा निवडा आणि त्याला सकारात्मक बाजू कशी आहे, ते स्पष्ट करा. उदा. तुम्ही खोल तपशीलात (एखाद्या गोष्टीच्या) जाता आणि तुमचे १००% प्रयत्न करता. आता तुम्हाला हे स्पष्ट करावं लागेल की, या मर्यादेची तुम्हाला जाणीव आहेच, पण यामुळे प्रोजेक्टमध्ये कामाची बांधणी व अचूक अंदाज कसे तयार करता येतील. आता असे अर्धे सकारात्मक 'दुर्गुण' तुम्हाला शोधावे लागतील व तुमचं खरंखुरं उत्तर तयार करावं लागेल.

दुसरा पर्याय म्हणजे मुद्यालाच बगल देणे! लहान असताना, किंवा नवीन असताना तुम्ही कशा तुमच्यातील काही त्रुटी पूर्ण करायचा प्रयत्न केला पण त्या दूर होऊ शकल्या नाहीत आणि काही कमतरता कशा जन्मभर तशाच राहतात कारण त्या स्वभावाचाच एक भाग असतात वगैरे वेगळ्याच मुद्दे स्पष्ट करायला लागा. पण ती त्रुटी जरी असली तरी तुम्हाला तुमच्या स्वभावातल्या काही सकारात्मक गोष्टी सापडल्या आहेत, तेही सांगा. त्रुटींवर लक्ष देण्यापेक्षा तुम्ही आता योग्य गोष्टींवर लक्ष केंद्रित केले आहेत, यावर भर द्या. **अझीम प्रेमजी** (अध्यक्ष, विप्रो) म्हणतात तसं[4]–

> ''आपण आपल्या दुर्गुणापेक्षा गुणांवर अधिक लक्ष दिलं पाहिजे.
> कारण तेच आपली शक्ती असतात आणि तेच गुण आपल्या त्रुटी
> दूर करायलाही मदत करतात.''

तुम्ही ज्या पदासाठी मुलाखत देता आहात, त्याला सुसंगत असे उदाहरण द्या. तुम्ही तुमच्यातील सकारात्मकतेला प्रोत्साहन देता आहात आणि त्यामुळे तुमचा प्रभाव पडू शकतो, हे मुलाखत घेणाऱ्याला पटलं पाहिजे.

प्रश्नांमधील वैविध्य

एखादा कसलेला मुलाखतकार तुमच्यातील उणीवा शोधून काढेलच. पण तो तुम्हाला ते जाणवूही देणार नाही. उदा.

प्रश्न ७८ तुमच्या शेवटच्या ॲप्रेझलमध्ये तुमची कोणत्या गोष्टीत प्रगती होणे अपेक्षित होते? आणि तसे करण्यासाठी तुम्ही काय केलेत?

हा प्रश्नही तितकाच बोचरा आहे नाही का? दुसरा एखादा विचारला की 'आणखी दोन वर्षानंतर तुम्ही स्वत:ला कुठे बघता?' हा प्रश्न ऐकायला बरा वाटतो. आता तुम्ही जे उत्तर द्याल, त्यावर पुढचा प्रश्न विचारला जाईल–

प्रश्न ७९ मग त्यासाठी तुम्ही आताच्या तुमच्या व्यक्तिमत्त्वात काय बदल घडवून आणू इच्छिता? स्वत:च्या प्रगतीसाठी तुम्ही काय विचार केला आहे?

म्हणजे, आपण पुन्हा तिथेच आलो, जिथून सुरुवात झाली होती. तुमच्या कमतरता... वरच्या प्रश्नातून मुलाखतकार अप्रत्यक्षपणे तुमच्या उणीवांबद्दल तुम्हाला बोलतं करत असतो. पण मुलाखतकाराचा हेतू उमेदवाराच्या उणीवा शोधण्यापेक्षा, उमेदवाराचा आत्मविश्वास व स्वत:च्या त्रुटींवर मात करण्याची वृत्ती तपासण्याचा असतो. प्रगतीबद्दल बोलताना उमेदवारालाही बरं वाटतं. मात्र यासाठी तुमची तयारी आणि उत्तर यात सुसंगती हवी.

आणखी एक खेळीमेळीचा प्रश्न उणीवांबद्दल विचारता येतो–

प्रश्न ८० तुमचे मित्र तुमचं कसं वर्णन करतात?

या प्रश्नाला साचेबद्ध किंवा पारंपरिक उत्तर देऊ नका. 'का?' असा उलटा प्रश्न तुम्ही विचारू शकता. 'कष्टाळू' आणि 'मनमिळावू' हे दोन्ही फारच फसवे शब्द आहेत. 'मनमिळावू' किंवा 'मोकळ्या मनाचा' याचा अर्थ तुमच्या लेखी सेक्स, दारू आणि अमली पदार्थ असा आहे का?' हे एखाद्याला जाणून घ्यायचे असू शकते. त्यामुळे चर्चा कुठल्या रोखाने चालली आहे ते ओळखा. त्यामुळे काही गोष्टीत पारदर्शकता असू द्या.

'तुमचे मित्र तुमचं वर्णन कसं करतात?' या प्रश्नाला काही भरीव शब्दांनी उत्तर द्या.

उदा. विश्वासू, जबाबदार, नर्मविनोदी, धीरगंभीर आवाजाचा व संयमी इत्यादी. मुलाखतकारांना या उत्तरात रस असतो, कारण काम करताना तुमचे सहकारी मित्रांसारखेच असतात. जरी ते मैत्री दीर्घकालीन नसली तरीही मुलाखतकाराला मोकळ्या स्वभावाच्या व विश्वासू उमेदवाराची अपेक्षा असते.

तुमच्या मित्रांचे तुमच्याबद्दल काही नकारात्मक मत असेल, तर ते मात्र सांगू नका. पण मुलाखतकाराने फारच आग्रह धरला तर काही गोष्टी सांगा. पण अशा त्रुटी सांगा, ज्यांचा इतरांना त्रास होणार नाही.

वैयक्तिक व व्यावसायिक आयुष्याचा समतोल

तुमची कामाबद्दलची निष्ठा, कौशल्य आणि इतर गुणांची माहिती करून घेण्यासाठी मुलाखतकार आणखीही प्रश्न विचारेल—

> **प्रश्न ८१ काम आणि वैयक्तिक आयुष्य यातील समतोल तुमच्यासाठी किती महत्त्वाचा आहे?**

तुमची सध्याची स्थिती काय? तुम्ही अविवाहित आहात की नुकतेच लग्न झाले आहे? तुमच्यावर तुमच्या पालकांची जबाबदारी आहे का? तुम्ही एखादा अर्धवेळ शैक्षणिक अभ्यासक्रम शिकताय का? तुमच्या घरातील वातावरण तुमच्या महत्त्वाकांक्षेला पूरक आहे की नाही? तुम्हाला नोकरीत प्रवास किती करावा लागणार आहे? सुट्टीच्या दिवशीही एखादे काम पूर्ण करण्यासाठी तुम्हाला जावे लागेल का? किंवा रात्री उशीरा एखादा कॉन्फरन्स कॉल करावा लागणार आहे का? की तुम्हाला आठवड्याचे फक्त ३५ तास काम करून जास्त कामाचे जादा पैसे मिळणार आहेत आणि बाकीचा वेळ तुम्हाला सामाजिक उपक्रमांसाठी देता येणार आहे का? डोळे उघडे ठेवून या गोष्टी तपासा. तुमची कौटुंबिक पार्श्वभूमी, कामाची गरज आणि कामाच्या ठिकाणची पद्धत सगळ्या गोष्टी नीट बघा.

आम्ही दोघांनीही दिवसरात्र काम असणाऱ्या नोकऱ्याही केल्या आहेत आणि उन्हाळ्याच्या संध्याकाळी युरोपमध्ये खुल्या खिडकीत बसून काम करण्याच्या

नोकऱ्याही केल्या आहेत. त्यावेळी आम्ही तरुण होतो, त्यामुळे कामासाठी आम्हाला वेळेचं बंधन नव्हतं.

दुर्दैवाने असं म्हणतात की आपल्याला हवं ते आपल्याला मिळवता येतंच! आयुष्यात एका गोष्टीवर लक्ष केंद्रित केल्यावर दुसऱ्या गोष्टीकडे दुर्लक्ष होणारंच. तुम्हाला काय महत्त्वाचं आहे आणि कोणत्या टप्प्यावर हे ठरवणं सोपं नाही. पण आयुष्याची ध्येय-उद्दिष्टं ठरवताना ह्या गोष्टी खूप महत्त्वाच्या आहेत.

आकृती ६.३ मध्ये आयुष्यातील सात महत्त्वाचे पैलू दाखवले आहेत. त्याने तुम्हाला काही मदत मिळते का पहा[5]-

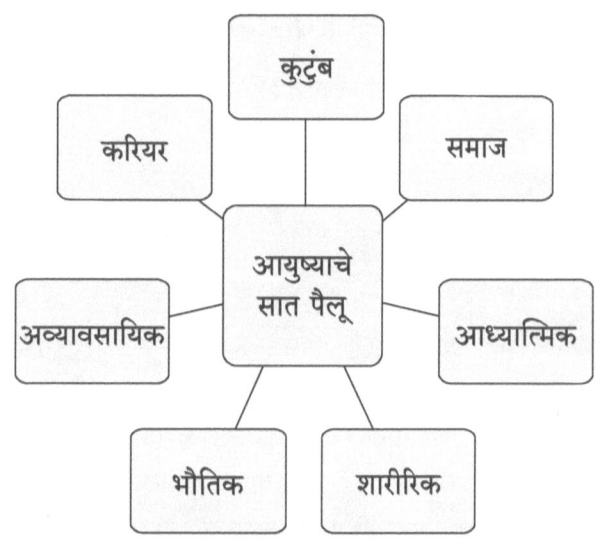

आकृती ६.३ आयुष्याचे सात पैलू

- **कुटुंब-** आईवडील, जोडीदार, मुले, भावंडं व इतर सर्व नातेवाईक.
- **समाज-** मित्र व सामाजिक जबाबदाऱ्या.
- **आध्यात्मिक-** धर्म, तत्त्वज्ञान आणि भावनिक दृष्टिकोन.
- **भौतिक-** आजूबाजूचे वातावरण आणि जमीन-जुमला.

- **अव्यावसायिक–** छंद, आवडीनिवडी.
- **करियर–** तुमचे व्यावसायिक काम.

एरिक सी. सिनोवे, (अध्यक्ष, ॲक्सेस वल्डवाईट) सुचवतात[6]–

> ''यातील प्रत्येक पैलूसाठी स्वत:ला तीन प्रश्न विचारा – या पैलूमध्ये मी नक्की कसं असावं, असं मला वाटतं? या पैलूचा मला नक्की अनुभव घ्यायचा आहे? जर माझ्याकडे वेळ, शक्ती आणि स्त्रोतांची कमतरता असेल तर हा पैलू इतरांपेक्षा मला महत्त्वाचा का आहे?''

आपल्या आवडीची नोकरी आपल्याला मिळू शकते व आपण स्वत:ला झोकून देऊन कामही करू शकतो. पण अथक परिश्रमांनी व योग्य मूल्यांच्या आधारे आपल्याला सर्वोत्तम यश मिळवता येते. वरच्या पदाच्या, अधिकाराची भरपूर पगाराच्या नोकरीत तुमची मेहेनतही तशीच अपेक्षित आहे. सुट्टीच्या दिवशीही तुम्हाला काम करायला लागू शकतं. **सी. केमन्स विल्सन** (संस्थापक, हॉलिडे इन हॉटेल्स) त्यांच्या सहकाऱ्यांकडून असलेल्या अपेक्षा स्पष्ट शब्दात सांगतात[7]–

> ''अनेक लोकांना सध्या आठवड्याचे फक्त चाळीसच तास काम करायचे असते. माझ्या सर्व मॅनेजर्सना मी सांगतो, की तुम्हाला यशस्वी व्हायचे असेल तर तुमच्या जोडीदाराबरोबर रोज रात्री आरामात जेवता येईलच असे नाही!''

रेने सी. मॅकफर्सन (डाना कॉर्पोरेशन) यांचंही म्हणणं, तसंच आहे[8]–

> ''रात्री सव्वाआठला टी.व्ही.वर कोणता कार्यक्रम लागतो, हे सांगू शकणारी व्यक्ती मला कामावर नकोच आहे.''

नारायण मूर्ती, (सहसंस्थापक, इन्फोसीस) म्हणतात की उद्याच्या यशासाठी आजचा त्याग आवश्यकच आहे[9]–

> ''तुमची मेहेनत, त्याग, निराशा, कुटुंबापासून दूर असणं या सगळ्या मागे उद्याच्या उज्ज्वल भविष्याची आशा असते.''

तुम्हाला हेच हवं आहे का? तुम्ही हे सगळं करू शकाल? तुमचे निकष काय आहेत? काम व आयुष्याच्या समतोलाबद्दलच्या प्रश्नाला उत्तर देताना, हे सगळं तुम्हाला लक्षात घ्यावं लागणार आहे. स्वत:च्या वैयक्तिक मूल्यांना कामाच्या ठिकाणी आदर मिळेल का, ते तपासून बघा आणि काम व व्यक्तिगत मूल्ये परस्पर पूरक नसतील, तर कामाचे परिणामही फारसे चांगले नसतील! त्यामुळे तुमच्या योग्यतेची नोकरी शोधा.

कामातील नैतिकता

नैतिकता म्हणजे योग्य-अयोग्य याची नीट समज असणे, असे ढोबळ मानाने म्हणता येईल. पण नीतीमत्ता ही दिसते तितकी सोपी गोष्ट नाही आणि त्याचा अर्थही गहन आहे.

म्हणूनच, काही मुलाखतकारांना या विषयाबद्दल उमेदवाराचे विचार जाणून घ्यायचे असतात. असा प्रश्न विचारला जाऊ शकतो–

प्रश्न ८२ तुमच्या एखादा सहकारी चोरी करतो आहे, असं तुमच्या लक्षात आलं तर तुम्ही इतरांना तसं सांगाल का?

ही थोडी द्विधा मन:स्थिती आहे ना? अर्थातच तुम्ही त्या सहकाऱ्याची चोरी वरिष्ठांच्या नजरेस आणून द्याल, असंच उत्तर देऊ इच्छिता. पण दुर्दैवाने, असे घाईने काढलेले निष्कर्ष तुम्हाला अडचणीत आणू शकतात. कल्पना करा, कदाचित तुमचा गैरसमज झालेला असू शकतो. एखाद्या कृतीचा तुम्ही वेगळाच अर्थ काढलेला असू शकतो. त्यामुळे घाईने तुम्ही तक्रार करायला गेलात, तर तुम्हीच गोत्यात याल. त्यामुळे असा प्रश्न विचारला तर थोडा वेळ घ्या, विचार करा व योग्य व्यवहार्य उत्तर द्या. ''परिस्थितीची नीट पडताळणी करून घेईन आणि मगच बॉसपर्यंत जाईन'' असा तऱ्हेचं उत्तर देऊ शकता.

थोडा आणखी गुंतागुंतीचा प्रश्न–

प्रश्न ८३ तुमची कंपनी ग्राहकाला कामाचे तास, प्रवास खर्च इत्यादी बाबत अवाजवी बिले पाठवते आहे. अशावेळी तुम्ही काय कराल?

तुम्ही सर्वप्रथम हा विचार करा की तुम्हाला याबद्दल खरंच काही करायचे आहे का? तुमच्या वैयक्तिक व व्यावसायिक मूल्यांना धरून वागणे, कधीतरी करियरमध्ये अडचणीचे ठरते, तो ताण ओळखला तर कंपनी मुद्दामच अशी अवाजवी बिले लावत असेल तर वरिष्ठांपैकी हा पायंडा पाडलेला असू शकता जास्त बिले लावणे ही फार सामान्य बाब आहे. मी एका व्यवस्थापन सल्लागार कंपनीत काम करत असताना, एका सोमवारी सकाळी विमानतळावर जाताना माझ्या फोनमधील निरोप मी बघत होतो. त्यात आमच्या विभागाच्या सी.ई.ओ.चाही निरोप होता. त्यात म्हटलं होतं की 'चालू वर्षातील आर्थिक गरजा पूर्ण करण्याकरता जास्तीचे बिले ग्राहकाला पाठवा!' मंदीने जवळजवळ सर्व कंपन्यांवर वाईट वेळ आली होती आणि कंपनीचा नफ्यातोट्याचा दर ऐतिहासिकरीत्या खाली आला होत त्यामुळे मॅनेजर आमच्याकडून हे नुकसान भरून काढू इच्छित होता. अशावेळी अवाजवी बिलाबद्दलची नैतिक चर्चा कितपत योग्य ठरली असती? कदाचित, कंपनीतील कर्मचाऱ्यांच्या पगारावरच थेट परिणाम झाला असता.

पण हा ताण तुमच्या नैतिक वर्तणुकीच्या आणि तुमच्या प्रगतीच्या पुढे जातो आणि तुमच्या कंपनीच्या आर्थिक परिस्थितीवर याचा परिणाम होतो. नैतिकतेची मर्यादा तुमच्या आर्थिक कमाईच्या आड येऊ शकते. शेवटी, कंपनीचा कर्मचारी म्हणून तुमच्यावरही कंपनीची काही प्रमाणात जबाबदारी असतेच. थोडीशी बिलाची रक्कम वाढवली फार फरक पडणार नाही. हे कदाचित नैतिक आचरण नसेल पण कंपनीच्या धोरणांसाठी अनुकूल आचरण असेल. कंपन्यांना पैसा निर्माण करून तो भागधारकांना व त्यांच्या कर्मचाऱ्यांना द्यावा लागतो व कर्मचाऱ्यांच्या नोकऱ्याही सुरक्षित ठेवाव्या लागतात आणि तुम्हालाही नोकरीची आवश्यकता असतेच. जादा बिलासारखे वादग्रस्त मुद्दे, कंपनीचे तिच्या ग्राहकांशी असलेल्या नात्यावर

अवलंबून असतात, त्यांची समान भागीदारी आहे का, जिथे कामही एकत्र केलं जातं आणि तोट्याची समान जबाबदारी उचलली जाते; की 'एकाचा तोटा तो दुसऱ्याचा फायदा' या तत्त्वावर आधारित हे नातं आहे? व्यवसायातील अनैतिक आचरणाचे दूरगामी दुष्परिणाम काय होऊ शकतात? कंपनीच्या तोट्यांबद्दल, समस्यांबद्दलची बातमी ग्राहकाला बाहेरून कळली तर त्यामुळे कंपनीची प्रतिष्ठा धोक्यात येवू शकते व त्याचा नवीन व्यवसाय मिळण्यावर परिणाम होऊ शकतो. कर्मचाऱ्यांना बील वाढवण्यासाठी सांगण्यामागचे तत्त्व असे की, थोडेफार गैरसमज सुधारता येतील पण ग्राहकाशी असलेले व्यावसायिक संबंध तुटता कामा नयेत. तुमच्या तक्रारीने कंपनीतील कर्मचाऱ्यांमधील आपसातील मतभेद उघड होऊ शकतात.

अशा नैतिकतेबद्दलच्या प्रश्नांची उत्तरे नीट आणि वेगळ्या दृष्टीने शोधावी लागतात. एक लक्षात घ्या, इथे नैतिकता ही प्रतिष्ठेसाठी आहे. कोणत्याही गुन्हेगारी किंवा नियमबाह्य वर्तनाच्या नैतिकतेचा इथे काहीही संबंध नाही. इथे सांगितलेली परिस्थिती द्विधा मनःस्थितीत टाकणारी आहे. प्रत्येक पर्यायाला एखादी तरी नकारात्मक छटा असणारच आहे. मग तुम्ही काय करायला हवं? सर्वप्रथम नैतिकतेच्या मुद्यावरून कोणालाही काही शिकवायला जाऊ नका. त्याऐवजी आकृती ६.४ मध्ये दाखवल्याप्रमाणे तुमच्या उत्तराचे दोन भागात विभाजन करा. पहिला म्हणजे सर्व निर्णयांचा आशय तपासून बघणे आणि दुसरं, जिथे तुम्हाला हे तत्त्व वापरायचं आहे, त्या परिस्थितीचा/वस्तुस्थितीचा अंदाज घ्या. ते यशस्वी होईल की नाही, तुमच्या कृतीचे कंपनीवर आणि तुमच्या स्वतःवर काय परिणाम होणार आहेत? बऱ्याचदा प्रक्रियेकडे दुर्लक्ष केलं जातं आणि अशा परिणामांचा विचारच केला जात नाही.

तुम्ही जी काही कृती करायची ठरवाल, त्याबद्दल तुम्हाला भविष्यात समाधान वाटलं पाहिजे. तुमच्या निर्णयाचा योग्य परिणाम होऊन वृत्तपत्रात तुमच्या फोटोसह तुमचं कौतुक छापून आलं की तुम्हाला किती आनंद होईल? तुमच्या करियरवर होणाऱ्या परिणामाचा विचार न करता तुम्हाला हवं असं वागण्याचा आनंद मोठा आहे.

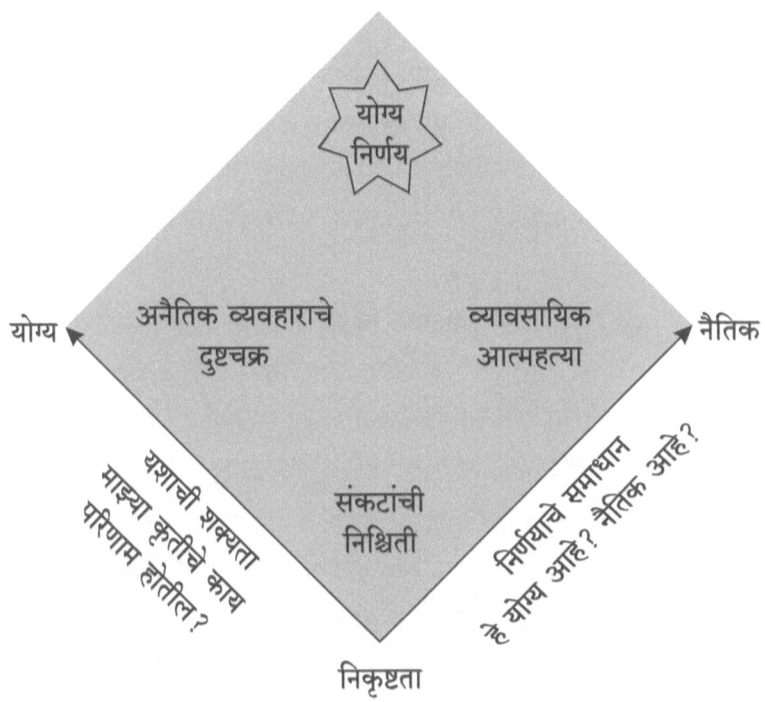

आकृती ६.४ नैतिक निर्णय प्रत्यक्षात आणताना.

वैयक्तिक कोश आणि रिकामा वेळ

मुलाखतीच्या शेवटच्या टप्प्यावर तुम्ही आहात. बहुतेक प्रश्न विचारून झाले आहेत. एखादा सुटला असेल, तर तोही विचारला जाईल, जो अतिशय विसंगत वाटेल–

प्रश्न ८४   तुमचे छंद काय आहेत?

किंवा दुसऱ्या शब्दात–

प्रश्न ८५   तुम्ही तुमचा फावला वेळ कसा घालवता?

आता इथे गंमत आहे. काही जण 'बोटिंग करणे' किंवा 'गोल्फ खेळणे' हा आपला छंद म्हणून सांगतील. असे छंद सांगा जे तुमच्या कामाला पूरक ठरू शकतील. तुम्ही मॅरेथॉनमध्ये भाग घेता का? की एका जागी बसून राहायला आवडतं? तुम्ही कोणत्याच मंडळाच्या कार्यकारिणीवर नाही आहात? शहर स्वच्छता अभियानात तुम्ही सहभागी झाला नाहीत? अरे अरे, तुमचा जनसंपर्क दाखवण्याची सुवर्णसंधी आहे ही!

या सगळ्या ऐवजी तुम्हाला शांतपणे बिअर पित सॉकरचे सामने बघायला आवडतात का? की तुमच्या मित्रांबरोबर व्हिडिओ गेम्स खेळता? दिवसभर फेसबुकवर असता? की तुम्हाला वेळ मिळाला की झोपायला आवडतं? हे सगळे जर तुमचे खरे आणि वैयक्तिक छंद असले तरी ते मुलाखतीत सांगू नका!

काही छंदांना समाजात कधीच आदराने बघितलं जात नाही. माझ्या आजोबांना देशोदेशींच्या पोस्टाची तिकीटं जमवायचा छंद होता. त्यात त्यांचे तासन्तास जात असत. खरं सांगायचं तर हा छंद गंभीरपणे घेतला तर आंतरराष्ट्रीय स्तरावर चांगला जोपासला जाऊ शकतो. परंतु सामान्यपणे, या छंदाकडे 'निम्न दर्जाचा' किंवा 'रिकामटेकड्या लोकांचा उद्योग' म्हणूनच बघितलं जातं. तुम्हाला तुमचं संघकौशल्य किंवा नेतृत्वगुणांविषयी बोलायचं असेल तर असे छंद सांगू नका!'

तुम्हाला छंदासाठी खरंतर वेळच मिळत नसेल, तर तुमची परिस्थिती थोडी वेगळी आहे. **रिचर्ड ए. मॉरन** (सी.ई.ओ., अ‍ॅक्रेर्टिव्ह सोल्यूशन्स) सांगतात[10]–

> ''मुलांना शाळेत सोडणे काही छंद असू शकतो किंवा घर नीटनेटके ठेवणे किंवा स्वत:चा व्यवसाय सुरू करण्यासाठी काही कल्पनांचा विचार करणे, किंवा वृद्ध व आजारी पालकांची सेवा करणे हेही छंद असू शकतात. काहींच्या मते दिवसाचा बराच वेळ बसमध्ये किंवा प्रवासात घालवणे हाही छंद आहे! आता या छंदात तुमचे खरेखुरे छंद, (उदा. बोटिंग किंवा गोल्फ) मागेच पडतात!''

मग, या प्रश्नाचं उत्तर तुम्ही कसं देणार? छंद तयार करणार किंवा खरी परिस्थिती सांगणार? तुमचं उत्तर खरं आणि विश्वास बसण्याजोगं असलं पाहिजे. नाहीतर,

तुम्ही छंद म्हणून 'योगासने' सांगाल आणि मुलाखतकार त्यातील माहितगार असेल, तर तो पुढे आणखी तपशीलात शिरणार. तुम्ही सांगाल तुमच्या मुलाच्या बालवाडीत वेळ द्यायला आवडतो आणि मुलाखतकाराची मुलेही नेमकी त्याच बालवाडीत/शाळेत असतील! त्यामुळे उगाच द्यायचं म्हणून उत्तर देऊ नका, प्रामाणिकपणे उत्तर द्या.

माईक हॉलोबॉन (निर्देशक, इंटिग्रेटेड बिझनेस टेक्नॉलॉजीज्) आठवण करून देतात[11]–

> ''प्रामाणिकपणा हीच खरी उपयुक्त गोष्ट आहे. परंतु वाजवीपेक्षा जास्त तपशील सांगू नका. त्याची गरजही नसते. मुलाखतकाराला जास्तीची माहिती हवी असेल, तर तो विचारेल. तुम्ही आपणहून काही बोलू नका.''

सर्वांत महत्त्वाचं म्हणजे, छंद किंवा फावल्या वेळेबद्दलचा प्रश्न हा काही परीक्षणासाठीचा प्रश्न नाही. तुम्ही व्यक्ती म्हणून कसे आहात ते जाणून घेण्याचा तो एक मार्ग आहे. पण सावध राहा. तुमच्या खरोखर आवडीची एखादी गोष्ट कोणाला विचित्र किंवा नावडीची असू शकते. असं जर तुमच्या लक्षात आलं, तर वेळ मारून न्या. गंभीरपणे काही बोलू नका.

पाश्चात्य देशात छंदाबद्दल मुलाखतीत कोणी विचारत नाही. कारण तुम्ही सांगितलं की 'मी चर्चसाठी स्वयंसेवक म्हणून काम करतो' किंवा 'वर्णद्वेषाविरोधात काम करणाऱ्या संस्थेचा स्वयंसेवक आहे' आणि जर तुम्हाला ती नोकरी नाही मिळाली, तर तुमच्या या छंदासाठी कंपनीने नोकरी नाकारली, म्हणून तुम्ही कंपनीला कोर्टात खेचू शकता! **जोशुआ स्टर्मफेल्स** (डो केमिकल कंपनी) स्पष्ट करतात[12]–

> ''खरोखरच हा प्रश्न तुमच्या कामासंबंधी नसतोच आणि हा प्रश्न विचारलाही जाऊ नये. अशाने मुलाखतकार, एक तर स्वत:वर कोर्टकेस दाखल करण्याची तयारी करत असतो किंवा एखाद्या उमेदवाराचं योग्य ते मूल्यमापन करण्याची त्याची इच्छाच नसते.''

अर्थातच, एकदा तुम्ही कोर्टाची पायरी चढलात की भविष्यात तुम्हाला नोकरी मिळण्याची शक्यता धूसर होत जाते. त्यामुळे आशा करतो की तुमचा छंद हा खऱ्या अर्थाने, तुम्हाला आनंद देणारा छंदच असेल. अन्यथा जे खरं आहे, विश्वसनीय आहे, तेच थोडक्यात आणि प्रामाणिकपणे सांगा.

७

विशिष्ट प्रकारच्या मुलाखती

खरंतर प्रत्यक्ष उमेदवाराची पारंपरिक मुलाखत हाच या पुस्तकाच्या चर्चेचा मुख्य मुद्दा आहे. परंतु त्याव्यतिरिक्त खूप वेगवेगळ्या प्रकारच्या मुलाखती वापरूनही कंपन्या योग्य उमेदवार निवडतात.

- प्रत्यक्ष किंवा अप्रत्यक्ष नोकरीचे मेळावे
- टेलिफोन मुलाखती
- बहुसदस्यीय मुलाखत
- सांघिक मुलाखत
- समस्या केंद्रित मुलाखत
- प्रेझेंटेशन
- लेखी परिक्षा
- ॲसेसमेंट सेंटर्स

तुम्हाला नोकरी मिळवण्याच्या प्रक्रियेत, यापैकी एक-

दोन प्रकारच्या मुलाखती द्याव्या लागतील. यापैकी काहींची आपण माहिती मिळवूया आणि पुन्हा आपल्या पारंपरिक मुलाखतींवर चर्चा करूया.

प्रत्यक्ष किंवा अप्रत्यक्ष नोकरीचे मेळावे

नोकरभरतीच्या मेळाव्यांनाच 'करियर फेअर' किंवा 'करियर एक्स्पो' असंही म्हटलं जातं. याठिकाणी गरजू उमेदवार आणि नोकरी देणाऱ्या कंपन्या यांची भेट घालून दिली जाते, तेही एखाद्या विशिष्ट भौगोलिक ठिकाणी. सामान्यपणे विद्यापीठात किंवा औद्योगिक केंद्रात किंवा एखाद्या हॉटेलमध्ये असे मेळावे भरतात आणि तिथे कंपन्या आपले बूथ उभारतात.

खरंतर असे मेळावे म्हणजे नोकरी शोधण्याची उत्तम संधी असते, फक्त संभाषण योग्य तऱ्हेने व्हायला हवं. अशा ठिकाणी उमेदवारांच्या इतक्या भाऊगर्दीत तुमचे वेगळेपण कसे सिद्ध होणार? बूथवर जाणं, स्वतःची ओळख करून देणं, कंपनीची नोकरीच्या पदाची अपेक्षा जाणून घेणं आणि तुमचा छान छापिल बायोडेटा तिथे देणें, एवढंच उपयोगी पडत नाही. अर्थात कंपनीला खूपच तातडीची आवश्यकता असेल तर तसंही होईल, पण सध्याच्या जगात इतकं झटपट नोकरी मिळणं तितकसं सोपं नाही. इतक्या गर्दीमधून तुम्ही स्वतःची छाप कशी पाडता? **स्टेसी गार्लिब** (अध्यक्ष, सक्सेसफुल इंप्रेशन्स करियर मार्गदर्शक कंपनी) म्हणतात[1]–

> ''स्पर्धेची गुणवत्ता असलेले उमेदवार मुलाखतकाराशी अत्यंत तयारीने, व्यावसायिक दृष्टिकोन घेऊनच मुलाखतीसाठी खूप खोल अभ्यास करतात.''

म्हणून, पुस्तकाच्या सुरुवातीला म्हटल्याप्रमाणे, कंपन्यांची माहिती मिळवा, अभ्यास करा. मेळावा सुरू झाल्यावर तुम्ही तयारीला लागलात तर खूपच उशीर होईल आणि स्वतःचा वेगळेपणा ठसवण्यासाठी तुम्हाला संधीच मिळणार नाही. उलट, असे मेळावे हे उमेदवारांची माहिती मिळवण्यासाठी भरवले जात नाहीत, तर तुमची छाप अशा ठिकाणी पडली पाहिजे. म्हणूनच हे गृहीत धरून बूथवर तुम्ही विचारू शकता–

''तुमच्या वेबसाईटवरून मला 'क्ष' पदासाठी नोकरी उपलब्ध आहे असे कळले. मला असं वाटतं की मी या पदासाठी तुमच्या अपेक्षा पूर्ण करू शकेन आणि माझ्या अमुक-अमुक क्षमता या पदासाठी पूरक ठरू शकतील. मी माझा बायोडेटा तुम्हाला देऊ शकतो का किंवा संपर्कासाठी क्रमांक मिळू शकतो का?''

किंवा

''तुमच्या युनिट 'क्ष' मध्ये काम करायला मला नक्की आवडेल. तुमच्या कंपनीच्या अहवालामध्ये कळलं की सध्या तुम्ही 'य' विभागात काम करीत आहात. मला या टीमबरोबर काम करायला खरंच आवडेल. याबद्दलच्या तपशीलासंबंधात मी कोणाशी बोलू शकतो?''

तुम्ही असं म्हटल्यावर ताबडतोब तुम्हाला कोणाचं नाव कळेल, या भ्रमात राहू नका. वरच्या प्रश्नांनी संभाषणाची केवळ सुरुवात होऊ शकते. एकदा बूथवरील प्रतिनिधीचे संबंधित कामाचे स्वरुप सांगितले की मग तुम्ही तुमच्या त्याबद्दलच्या अनुभवाबद्दल बोलू शकता. त्यासाठी तुम्हाला, तुमच्या बायोडेटाचा आधारही घेता येईल व कंपनीच्या गरजेप्रमाणे तुम्ही कसे काम करू शकता, तेही सांगता येईल. बहुतेक मेळाव्यांमध्ये तुम्ही निर्णय घेणाऱ्या अधिकाऱ्यापर्यंत पोहचू शकत नाही. त्यामुळे बूथवर असलेल्या कंपनीच्या प्रतिनिधींशीच तुम्हाला बोलावे लागते. अशावेळी त्यांच्या कामाचं कौतुक करा पण त्याचवेळी तुम्ही खरंच त्या पदासाठी गांभीर्याने विचार करता आहात, हेही लक्षात आणून द्या-

''मुलाखत घेणाऱ्या विभागाकडे आणखी काही जास्तीची माहिती देणे आवश्यक आहे का?''

या मेळाव्यांमधून तुमचं नाव शॉर्टलिस्ट होणं, हे सर्वांत महत्त्वाचं. नुकतंच काही बहुराष्ट्रीय कंपन्यांनी मुळातच उमदेवारांची छाननी करण्यासाठी बायोडेटा अप्रत्यक्ष मेळावे (ज्याला 'ऑनलाईन' किंवा 'इलेक्ट्रानिक करियर मेळावे' असंही

म्हणतात) भरवायला सुरुवात केली आहे. कमल कारंथ (कार्यकारी अधिकारी, केली सर्व्हिसेस, इंडिया आणि मलेशिया) स्पष्ट करतात[2]–

> ''डिजीटल आणि ऑनलाईन संभाषणांच्या मार्गांनी काम आणि नोकर यांची संख्या खूप वाढली आहे. नोकरी देऊ इच्छिणाऱ्या कंपन्या आता वेगवेगळ्या मार्गांनी गुणवत्ता असलेले उमेदवार शोधू शकतात आणि कंपनीच्या कामाबद्दलची माहिती प्रसारित करू शकतात.''

'प्रॉक्टर अँड गॅम्बल' या कंपनीने २०१० सालात प्रथमच असा ऑनलाईन करियर मेळावा भरवून हा पायंडा पाडला व पश्चिम युरोपमध्ये नंतर संकल्पनेला जगात सर्वत्र पसंती मिळाली. या मेळाव्याला उमेदवार प्रॉक्टर अॅण्ड गॅम्बलच्या ऑनलाईन बूथवर भेट देत पदांची यादी तपासत आणि त्यानंतर अधिकाऱ्यांशी संपर्क साधत.[3] मॉन्स्टर डॉट कॉम (monster.com) यासारख्या कंपन्याही असे मेळावे आयोजित करतात. सामान्यपणे ज्यांना नोकरीची तातडीने गरज नाही परंतु त्यांना नवीन नोकऱ्यांबद्दल माहिती हवी असते किंवा एखाद्या ठिकाणी मुलाखत देण्यासही ते तयार असतात, असे उमेदवार असे मेळावे नक्की बघतात.[4] पण तुम्ही ही मुलाखत / मेळावेही गंभीरपणे बघू शकता. तुम्ही कंपन्यांच्या प्रतिनिधींशी चर्चाही करू शकता. पारंपरिक मुलाखती इतकंच याही मुलाखतीला महत्त्व द्या. तुम्ही योग्य उमेदवार असाल आणि एखादी संधी तुमच्यासाठी योग्य असेल, तर तुम्हाला मुलाखतीसाठी बोलावलं जाऊ शकतं. ती मुलाखत कदाचित प्रत्यक्ष किंवा फोनवर असू शकते.

टेलिफोनवरून मुलाखत

सुरुवातीची उमेदवारांची ऑनलाईन निवड झाली की बऱ्याच कंपन्या हल्ली फोनवरून उमेदवाराची मुलाखत घेतात.

टेलिफोनवर मुलाखत कशासाठी?

कंपन्या मुलाखतीसाठी थेट का बोलवत नाहीत, असा तुम्हाला प्रश्न पडलाय ना?

वीस वर्षांपूर्वी ही संकल्पना अस्तित्त्वातच नव्हती. एखाद्या उमेदवाराचा अर्ज आणि बायोडेटा योग्य वाटला तर कंपन्या उमेदवाराला पत्राने मुलाखतीसाठी बोलावत असे, प्रवासभत्ताही दिला जायचा. उमेदवारही चालू नोकरीत एक दिवसाची रजा टाकून मुलाखतीसाठी जात असे.

पण आता चित्र पालटलय. व्यापारी क्षेत्रात मंदी आल्यामुळे कंपन्या शक्य त्या ठिकाणी पैसा वाचवतात. प्रत्यक्ष मुलाखतीमध्ये वेळ व पैसा दोन्ही खर्च होतात. त्यामुळे खर्च आटोक्यात आणण्यासाठी शक्य ते सर्व प्रयत्न सगळीकडून होतात. फोनवरून प्रत्यक्ष भेटीआधी संवाद साधणे हा वेळेच्या बचतीचा भाग आहे. ही मुलाखत अर्ध्या तासापेक्षा जास्त काळ होत नाही आणि त्यासाठी लागणारा पैसाही तुलनेने खूपच कमी आहे. त्यामुळे पैशाचीही बचत होते. स्काईपवर तर व्हीडिओ कॉन्फरन्सींगही मोफत करता येतं.

टेलिफोन मुलाखतीचे जे फायदे कंपनीला, तेच फायदे उमेदवाराला असतात. उमेदवाराचाही वेळ वाचतो. शिवाय नोकरी नाही मिळाली तरी तुमची एक दिवसाची रजा वाया जात नाही.

तुम्हाला असं वाटेल की केवळ फोनवरच्या मुलाखतीत तुम्हाला दिसण्याबाबतही राहायची तयारीची गरज नाही. मात्र या तुमच्या विधानाला **हेलन मेनहेनेट** (प्रमुख, फेअरप्लेस) यांचा स्पष्ट विरोध आहे[5]–

> ''जरी प्रत्यक्ष भेट घडणार नसली तरी टेलिफोनवरची मुलाखतही औपचारिक मुलाखतच असते. प्रत्यक्ष मुलाखतीइतकीच याही मुलाखतीची तयारी करावी लागते. किंबहुना करावी!''

सुझान ॲडॅम्स् (पत्रकार, 'फोबर्स') यापुढे जाऊन म्हणतात[6]–

> ''प्रत्यक्ष मुलाखतीसारखीच याचीही तयारी करा. फोनवरील मुलाखत आता सगळीकडे सामान्यत: होतातच, पण काहीजण ती गांभीर्याने घेत नाहीत किंवा त्याला योग्य ते महत्त्व देत नाहीत. त्यामुळे या मुलाखतीचीही तपशीलात तयारी करा. कारण त्यावर तुम्हाला प्रत्यक्ष मुलाखतीला बोलावणार की नाही, ते ठरणार असतं.''

म्हणून हे महत्त्वाचं आहे. म्हणूनच टेलिफोन मुलाखतीचे नियम व शिष्टाचार जाणून घेऊया. त्यामध्ये कोणते प्रश्न विचारले जाऊ शकतात, त्याचाही विचार करूया.

टेलिफोन मुलाखतीचे शिष्टाचार

टेलिफोनच्या मुलाखतीत असंख्य अडथळे असतात. बाळाच्या रडण्याचा आवाज, विमानतळावरच्या घोषणा, फोनच्या दोन्ही टोकाच्या व्यक्तींना एकमेकांचे आवाज ऐकू न येणे इत्यादी यासारख्या असंख्य कारणांमुळे तुमची मुलाखत अयशस्वी होण्याची शक्यताच अधिक असते. म्हणूनच सहसा दुर्लक्षित होणारे पण महत्त्वाचे काही नियम बघूया.

कायम दूरध्वनीवरूनच बोला: मोबाईल फोनची उपलब्धता सहज असली तरी आज, २१ व्या शतकातही लँडलाईन, अर्थात दूरध्वनीच अधिक भरवशाचा व विश्वासाचा आहे. म्हणूनच शक्य त्यावेळी दूरध्वनीचाच मुलाखतीसाठी वापर करा. ब्लूटूथ, हेडसेट वगैरे गोष्टींपासून दूरच रहा. याबाबतीत, तुम्ही तंत्रज्ञानाच्या जितकं जास्त आहारी जाल, तितक्या चुका अधिक होण्याचा संभव असतो. तुमच्या महागड्या उपकरणांपेक्षा तुमचा आवाज व तुमच्या बोलण्याचा आशय, मुलाखतकारासाठी महत्त्वाचा असतो.

ऑफिसच्या फोनवरून बोलू नका: ऑफिसमधून तुम्ही मुलाखती दिल्यात तर तुमच्या बॉससकट सर्वांना तुमच्या मुलाखतीची माहिती मिळेल. कोणी तुमचं बोलणं ऐकलं तर तुम्ही काय स्पष्टीकरण देणार? आणि मुलाखतीमधील संभाषणावर तरी तुम्हाला लक्ष केंद्रित करता येईल का? आणि जरी कोणताही अडथळा आला नाही, तरी तुम्हाला अवघडल्यासारखं होणारंच ना?

शांत जागा निवडा: तुम्ही विमानतळ किंवा तत्सम एखाद्या गजबजलेल्या ठिकाणाहून बोलत असाल तर मुलाखतकाराला प्रश्न पुन्हा विचारण्याची विनंती तुम्ही करू शकत नाही. म्हणूनच घरात शांत जागा निवडा, तुमचा मोबाईल फोन चक्क बंद करा आणि कोणीही कशाही प्रकारचा व्यत्यय आणणार नाही, याची खबरदारी घ्या.

देहबोलीचे भान ठेवा: टेलिफोन मुलाखतीत देहबोलीचा काय संबंध? तुम्हाला हे

ठाऊक आहे का, तुमच्या आवाजावरून तुमची देहबोली ओळखू येते! टेबलावर पाय ठेवून बोललात की उद्धटपणा दिसतो, त्याचे तुमच्या आवाजत प्रतिबिंब पडत असते. म्हणूनच फोनवरच्या मुलाखतीतूनही मुलाखतकार तुमची मन:स्थिती किंवा स्वभाव ओळखण्याचा प्रयत्न करत असतो.[7] अर्थात, अशी देहबोली आवाजावरून किंवा प्रत्यक्षातही ओळखणं खूपच अवघड असते!

आणि मुलाखत जर व्हिडीओ कॉन्फरन्सींगद्वारा झाली (उदा. स्काईपवरून) तर तुमच्या खोलीतील कोणते दृष्य दिसणार आहे, त्याचेही भान ठेवा. त्याबद्दल अतिजागरुकता नसली तरी मळके कपडे दिसलेले कोणालाही आवडणार नाही! शिवाय खोलीत पुरेसा आणि तुमच्या चेहऱ्यावर योग्य प्रमाणात उजेड आहे ना, त्याची खात्री करून घ्या. कपडेही योग्य व नीटनेटके असावेत. घरातून अशी मुलाखत देताना तुम्ही टाय घालून बसाल अशी अपेक्षा नसली, तरी शर्ट चुरगळलेला, मळलेला नसावा.

कोणते प्रश्न असतील? त्याची काय उत्तरे द्याल

प्रत्येक कंपनीचे नोकरी देण्याचे काही निकष असतात आणि टेलिफोनवरील मुलाखतीतून तुमचे व्यक्तिमत्त्व त्या निकषांच्या आधारे तपासले जाते.

प्रत्यक्ष मुलाखतीसारखेच, तुम्हाला तुमच्या स्वराचे किंवा बोलण्याच्या आवाजाचे, चढउतारांचे भान ठेवावे लागते. बहुतेकदा, मुलाखतकार तुमचा अनुभव थोडक्यात स्पष्ट करण्यास सांगतो. या प्रश्नाच्या उत्तरासाठी प्रकरण १ मधील संदर्भ बघावा.

त्यानंतर काही प्रश्न तुमच्या बायोडेटाच्या संदर्भात असतील. तुम्ही त्यात लिहिलेल्या माहितीची पडताळणी होऊ शकते. यानंतर कदाचित संभाषण तुमचे अनपेक्षित वळणावर जाऊ शकते. तुमच्या आजवरच्या कामगिरीचा आढावा घ्या, त्यावर तपशीलात विचारले जाऊ शकते. स्टार पद्धतीचा वापर करून उत्तर द्या.

लक्षात ठेवा, टेलिफोनवरच्या मुलाखतीचा हेतू हा पदासाठी योग्य उमेदवार काढून टाकणे हा आहे. कदाचित, पलिकडे मुलाखतकार प्रश्नांची यादी घेऊन पाठोपाठ तुम्हाला प्रश्न विचारत असेल आणि तुम्हाला त्याच्या प्रश्न विचारण्याचा वेग जास्तही वाटू शकतो. परंतु त्याचं नियोजन आधीच झालेलं असतं व त्यानुसार

तुमच्या आवाजाची जातकुळी ओळखून तो भराभर प्रश्न विचारत असतो. कमी वेळात त्याला उमेदवाराची पारख करून अयोग्य उमेदवारांना कात्री लावायची असते.

टेलिफोन मुलाखतीचा तोटा म्हणजे, प्रत्यक्ष मुलाखतीच्या दरम्यान तुम्हाला जशा मुलाखतकाराच्या प्रतिक्रिया कळतात, तशा इथे समजत नाहीत. अगदी व्हिडीओ कॉन्फरन्सींग जरी असेल तरी पूर्ण व्यक्ती त्यात दिसत नाही आणि शिवाय, ती मशीनवरची प्रतिमा असते. आणि मुलाखतकाराला हवी तेवढीच प्रतिमा दिसू शकते. त्यामुळे तो जर यादी घेऊन बसला असेल, तर तेही समजणं कठिण जातं. म्हणूनच तुम्ही काही प्रश्न विचारा, ज्यामुळे तुम्हाला पलिकडील व्यक्तीचा अंदाज येईल–

तुम्हाला आणखी काही तपशील हवे आहेत का?

मी तुमच्या प्रश्नाचं समाधानकारक उत्तर दिलंय ना?

तुम्हाला हेच जाणून घ्यायचं होतं ना?

काळजीपूर्वक प्रश्न ऐका आणि प्रश्न समजला नाही तर पुन्हा विचारा. टेलिफोनवरील मुलाखतीत कधी पलिकडच्या व्यक्तीचा आवाज स्पष्ट ऐकू येत नाही किंवा कधीतरी आवाज मोठा असतो किंवा कोणत्याही कारणाने तुम्हाला प्रश्न समजत नाही. अशावेळी प्रश्नाचा रोख समजून न घेता, तुम्हाला समजलंय त्यानुसार उत्तर द्यायला सुरुवात करू नका. त्यामुळे गैरसमज होण्याची शक्यता असते.

आणखी एक महत्त्वाची गोष्ट म्हणजे, वाजवीपेक्षा जास्त बोलू नका. तुम्ही दिलेलं उत्तर मुलाखतकाराला कळलंय की नाही, त्याला पुढचा प्रश्न विचारायचा आहे का. अशी कोणतीही प्रत्यक्ष खूण टेलिफोन मुलाखतीत मिळत नसते. मुलाखतकाराला पुढची मुलाखत घ्यायची असू शकते, कदाचित त्याला शेवटची गाडी पकडायची असू शकते. त्यामुळे अति बोलण्याचा मोह टाळा. तुमचं उत्तर एका मिनीटापेक्षा जास्त होणार नाही, याची दक्षता घ्या. संभाषणाच्या मध्ये-मध्ये (शक्यतो ३० सेकंदानंतर) थांबा आणि वर सांगितलेल्या प्रश्नांपैकी एखादा सुसंगत प्रश्न विचारा.

तुमच्यासाठी काही चांगले प्रश्न

कधीतरी तुम्ही स्वत: पुढाकार घेऊन तुम्हीच प्रश्न विचारायला हरकत नाही. अगदी साध्याशा प्रश्नाने तुम्ही सुरुवात करू शकता–

''तुम्हाला किती वेळ आहे, सर?''

या प्रश्नाने तुमचे वेळेचे व्यवस्थापन लक्षात येवू शकते. शिवाय इतरांच्या वेळेची तुम्हाला किंमत आहे, हेही लक्षात येतं. अर्थात्, असं विचारल्यावर मुलाखत वेळेवर संपवण्याची जबाबदारीही येते.

एखादा चांगला मुलाखतकार तुम्हालाच विचारेल, ''मी तुमच्या प्रश्नांची काय उत्तरे देऊ शकतो?'' आता तुम्हाला फक्त दोन मिनीट विचार करायला वेळ आहे. म्हणूनच, तुमच्याकडे प्रश्नांची यादी तयार हवी. विषयाशी, कामाशी सुसंगत, मुख्य म्हणजे तुम्हाला निर्णय घेण्यास पूरक ठरतील असेच काही प्रश्न नेमकेपणाने विचारा. टेलिफोनवरची मुलाखत ही पहिली गाळणी आहे, हे विसरू नका.

आणखी काही असेच साधे प्रश्न –

या पदासाठी नक्की कोणत्या जबाबदाऱ्या पार पाडणं अपेक्षित आहे?

तुम्हाला उमेदवाराकडून कोणत्या गुणांची अपेक्षा आहे?

जर माझी या पदासाठी नेमणूक झाली, तर तुमच्याशी किंवा संबंधित विभागाशी मी कोणत्या प्रकारे संपर्क साधू शकतो?

यशाबद्दलची तुमची अपेक्षा आणि संकल्पना काय आहे?

याआधीची व्यक्ती हे पद का सोडून गेली?

या नोकरीतील सर्वात आव्हानात्मक पैलू कोणता?

या पदासाठी वरिष्ठ व्यक्ती कोण आहे?

टेलिफोन मुलाखतीचा समारोप करताना

जोपर्यंत तुम्ही 'धन्यवाद' म्हणत नाही, तोपर्यंत ही मुलाखत खऱ्या अर्थाने संपत नाही. पण त्याआधी, मुलाखतकाराचा मेल आयडी तुम्हाला मिळाला आहे ना, ते तपासा. कदाचित मुलाखतकार त्याला नकार देईल व 'कंपनीतर्फे कळवले जाईल', अशा तऱ्हेचे उत्तर देईल. त्यावेळी लिंक्डइनच्या माध्यमातून संपर्क साधा व धन्यवादाची मेल नक्की पाठवा. त्याआधी आर्थातच मुलाखतकाराचे नाव जाणून घ्या. नंतर पाठवलेल्या मेलमध्ये, मुलाखतकाराने दिलेल्या वेळेबद्दल त्याचे आभार जरूर माना. तुमचा या नोकरीतला रस व कौशल्ये, शैक्षणिक पात्रता पुन्हा एकदा अधोरेखित करून दाखवा. आभार प्रदर्शनाच्या मेलबद्दल थोडं विस्ताराने पुढे बघू.

बहुसदस्यीय मुलाखती

क्वचित तुम्हाला एखाद्या समितीद्वारा घेतल्या जाणाऱ्या मुलाखतीसाठीही बोलावणे आले असेल, जिथे दोन ते पाच प्रतिनिधी एकावेळी मुलाखत घेतात. पण घाबरू नका. तुम्हाला वाटतं तितक हे चित्र भयंकर नाही किंवा कोणत्याही वाईट हेतूने या मुलाखती होत नसतात.

अनेक जण तुम्हाला एकट्याला प्रश्न विचारत आहेत, याची तुम्हाला काळजी वाटतेय का? दडपण आलंय का? पण त्याचबरोबर हाही विचार करा की, यामुळे तुमचा वेळ व परिश्रम किती वाचणार आहेत? कदाचित एका व्यक्तीपेक्षा अशा अनेक प्रतिनिधींशी बोलणं, अधिक सोपं असेल का? त्यामुळे एकच गोष्ट अनेकदा बोलण्यापेक्षा एकाचवेळी मुलाखत घेणं, एका अर्थाने चांगलंच आहे.

बहुसदस्यीय मुलाखतीची तयारी

अशा मंडळाबरोबरच्या मुलाखतीसाठी काही टिप्स लक्षात घ्या. मंडळामध्ये मुलाखतकार कोण-कोण आहेत, त्याची शक्यतो आधीच माहिती काढा. त्यांची नावे नीट लक्षात ठेवा, म्हणजे मुलाखतीच्या वेळी प्रत्येकाशी नाव घेऊन संवाद साधता येईल. तसेच त्यांचे हुद्दे व कामाच्या जबाबदाऱ्या किंवा स्वरूपही जाणून

घ्या. ते तिथे मुलाखत घेण्यासाठी का आहेत आणि त्यांना कशात रस आहे, तेही जाणून घ्यायचा प्रयत्न करा.

तुमच्या बायोडेटाच्या जास्तीच्या प्रती जवळ ठेवा म्हणजे गरज पडल्यास मुलाखतकाराला देता येतील. त्यामुळे तुमचा नीटनेटकेपणा त्यांना लक्षात येईल.

छान तयारी करा. विशेषतः कृतीशीलतेचे प्रश्न किंवा वर्तणुकीच्या प्रश्नांसाठी चांगला गृहपाठ करा. कारण बहुदा अशा तऱ्हेने घेतल्या जाणाऱ्या मुलाखतीत असेच प्रश्न विचारले जातात. आता तुमच्या उत्तराचा केवळ आशयच महत्त्वाचा नाही तर तुम्ही कशी उत्तरं देता, हेही तपासले जाणार आहे, तेही अनेक व्यक्तींकडून! तुम्ही ताण कसा हाताळता, किती झटपट विचार करू शकता व किती स्वावलंबी आहात, हेच मंडळाला बघायचे असते.

काय काळजी घ्याल?

कोणत्याही प्रश्नाचे उत्तर सर्व सदस्यांना संबोधून द्या. कोणत्यातरी ज्येष्ठ किंवा मित्रत्वाने वागणाऱ्या सदस्याकडे बघून बोलण्याचा मोह होतोच. पण तसं केल्यामुळे इतर सदस्यांच्या ते लक्षात येतं आणि तुमच्याबद्दल त्या इतरांचं विरोधी मत तयार होऊ शकतं. त्याऐवजी प्रत्येकाकडे सारखं लक्ष द्या. यासाठी पॅनेलमधील प्रत्येक सदस्याच्या एका तरी प्रश्नाचे व्यवस्थित उत्तर द्या. प्रत्येकाशी स्वतंत्रपणे बोलल्यामुळे त्यांचा विश्वास जिंकायला मदत होते.

केवळ तुम्ही ज्या विभागातील पदासाठी मुलाखत द्यायला गेला आहात, त्या विभागाव्यतिरिक्त संपूर्ण कंपनीच्या कामामध्ये रस असल्याचं दाखवा. कदाचित पॅनेलमधील सदस्य कंपनीचा विविध विभागातील असू शकतात. त्यामुळे कदाचित दुसऱ्या पदासाठीही तुमच्या नावाचा विचार होऊ शकतो.

अशा सदस्यांनी घेतलेल्या मुलाखतीत, तुमच्या गुणवत्तेनुसार प्रत्येक सदस्य ५ ते १ असे गुण तुम्हाला देतो. ५ म्हणजे उत्तम आणि १ म्हणजे न्यूनतम. यामुळे एका व्यक्तीच्या पक्षपाताला आळा बसतो व मुलाखतीचा निकाल निःपक्षपातीपणे लागतो. कारण मुलाखीच्या शेवटी सर्वांचे गुण एकत्र करून एकमताने उत्तम ३ उमेदवार निवडले जातात.

मुलाखतीनंतर

आशा आहे की तुम्हाला प्रत्येक सदस्याचे नाव व त्याचे बिझनेस कार्ड मिळाले असेल. मुलाखतीनंतर प्रत्येक सदस्याशी स्वतंत्रपणे संपर्क साधून (मेल किंवा फोनवरील निरोप) आभार माना. सामान्यपणे अशा मुलाखतींची गुण देण्याची प्रक्रिया मुलाखतीनंतर लगेचच होत असल्यामुळे, तुमची आभाराची नोट तुमचा वेगळेपणा सिद्ध करण्यात मदत करते!

सांघिक मुलाखत

सांघिक मुलाखत म्हणजे काय? तुम्ही, तुमचा मुलाखतकार आणि इतर काही उमेदवार एकाच वेळी एकाच खोलीत असता, तेव्हा ती सांघिक मुलाखत असते. टिव्हीवरील 'बिग ब्रदर' हा रिॲलिटी शो कसा असतो? दहा जण एका घरात काही काळाकरता एकत्र राहतात. या काळात बाहेरच्या जगाशी त्यांचा काहीच संबंध येत नाही. आणि टि.व्ही.चे कॅमेरे त्यांचं सतत छायाचित्रण व मूल्यमापन करत असतात. शेवटपर्यंत तग धरण्यासाठी आणि जिंकण्यासाठी प्रत्येकाला नेमून दिलेली कामे करावी लागतात.

तुम्हाला सांघिक मुलाखतीसाठी बोलावलं आहे का? मग पुढची ९० मिनीटे तुमच्यावर सतत लक्ष ठेवले जाणार आहे. तज्ज्ञांकडून किंवा परीक्षकांकडून पदासाठी तुमची 'परीक्षा' घेतली जाणार आहे. या चर्चेत प्रत्येक उमेदवार स्वत:ला सिद्ध करण्यासाठी धडपडत असतो. प्रत्येकजण तुम्हाला मध्येच थांबवेल, तुमचा मुद्दा खोडून काढेल. मग या गोतावळ्यात तुम्ही तग कसा धरणार?

अगदी सुरुवातीपासून बघूया. कंपनी अशा तऱ्हेच्या संघचर्चा का आयोजित करत असेल? सर्वांत महत्त्वाचं कारण म्हणजे, आर्थिक बचत! एकसारखे प्रश्न अनेक उमेदवारांना अनेकवेळा विचारण्यापेक्षा, सर्व लायक उमेदवारांना एकत्र बोलावणं, जास्त फायद्याचं असतं. त्यात कदाचित कंपनीचा बराच वेळही वाचू शकतो. जर एकाचवेळी अनेक पदे भरायची असतील, तर तेही सोपं पडतं. त्यामुळे ज्या कंपन्या नव्याने औद्योगिक क्षेत्रात स्थिरावत आहेत किंवा पदार्पण करीत आहेत, त्या

कंपन्यांमध्ये सांघिक मुलाखती अधिक प्रमाणावर चालतात.

कंपन्यांचा सांघिक मुलाखती घेण्यामागचा हेतू या उमेदवाराची सॉफ्टस्कील्स तपासणे हाही असतो. उदा. तुमची समस्या सोडवण्याची क्षमता, टीमवर्क, विरोधकांना किंवा मतभेद हाताळणे किंवा संभाषण कौशल्ये इ. सॉफ्टस्कील्सची चाचणी केली जाते. या प्रकारच्या मुलाखतीत अनेक उमेदवार एकाचवेळी एकच प्रकारचं काम (task) करत असल्यामुळे, उमेदवारांमध्ये तुलना व मूल्यमापन करणे शक्य होते. बहुतेक कंपन्या सांघिक मुलाखतीच्या शेवटीच उमेदवारांची गुणवत्ता यादी लावून टाकतात.

आमच्या आजवरच्या अनुभवातून हे कळलं की, सांघिक मुलाखत तीन प्रकारची होऊ शकते- सांघिक कार्य, गटचर्चा आणि सांघिक प्रश्नोत्तरे. हे सारे प्रकार आता पाहू-

सांघिक कार्य

सांघिक कार्यासाठी सगळ्या उमेदवारांचे पाच-पाच संख्येचे गट केले जातात व सगळ्यांना एक समस्या सोडवण्यास देतात किंवा एखादं काम करण्यास देतात. हे काम काहीही असू शकतं; अगदी लोगोच्या ठोकळ्यांनी एखादी रचना बनवणं किंवा एखाद्या प्रोजेक्टसाठी ब्रेनस्टार्मिंग करणं, अगदी काहीही. पण सामान्यपणे तुम्हाला दिलेल्या कामाचा तुमच्या नोकरीतील कामाशी संबंध असते.

आपण असं गृहीत धरूया की तुम्ही ज्या गटात आहात, त्या गटाला लोगोच्या ठोकळ्यापासून एक ट्रक बनवायला सांगितला आहे. आता यशस्वी होण्यासाठी जगातील सर्वोत्तम ट्रकची प्रतिकृती उभे करणे, हा याचा उद्देश नाही. त्यामुळे तुम्ही 'कोणता' ट्रक बनवला आहे, यापेक्षा तो 'कसा' बनवला आहे, एक संघ म्हणून तुमच्यात परस्पर सांमजस्य होतं की नाही, तुम्ही निर्णय कसे घेतलेत, इ. गोष्टी तपासणं अपेक्षित असतं. अशावेळी सगळ्या गोष्टी स्वतःच पूर्ण करण्याचा अट्टाहास बाळगू नका किंवा तुम्ही किती उत्तम मॉडेल बनवता, याची परीक्षा होणार नाही, याचं भान ठेवा. त्यापेक्षा, जेव्हा तुमच्या गटातील कोणी दोन जण एकमेकांशी वाद घालू लागले तर ते वाद कसे सोडवता येतील, ते बघा. तुम्ही वाद कसा

सोडवता,वेळेचं बंधन कसं पाळता, कामाच्या नियोजनासाठी काही वेळ राखून ठेवता की नाही, एकदंर काम कसं पूर्णत्वास नेता, तुम्ही तुमची जबाबदारी कशी पार पाडता, या गोष्टी सर्वांत महत्त्वाच्या आहेत.

सांघिक प्रश्नोत्तरे

या प्रकारात मुलाखतकार सर्वच उमेदवारांना एकच प्रश्न विचारेल आणि प्रत्येकाला त्याचं उत्तर देण्याची संधीही मिळेल. इथे तुम्ही कसे प्रभावी उत्तर देता, हे बघितलं जातं.

तुमच्या आधीच्या सांघिक कार्यावरून तुम्हाला काही प्रश्न विचारले जाऊ शकतात-

प्रश्न ८६ 'संघ' म्हणून तुमच्या गटाने कसं काम केलं? तुमच्या गटाला कोणत्या अडचणी आल्या?

प्रश्न ८७ तुमचा वैयक्तिक सहभाग संघात कसा काय होता? सर्वांत जास्त आणि सर्वांत कमी कामाचा वाटा कोणी उचलला? आणि का?

प्रश्न ८८ या कामाचे तुमच्या सहकाऱ्यांनी तुमचे कसे मूल्यमापन केले असे तुम्हाला वाटते?

काही प्रश्न तुमच्या पदाच्या संदर्भात थेटच विचारले जाऊ शकतात.

प्रश्न ८९ सामान्यपणे जी कामं तुमचा मॅनेजर करतो, ती कामं, मॅनेजरच्या गैरहजेरीत तुम्ही कितीवेळात पूर्ण केलीत? त्याचे परिणाम काय झाले ते स्पष्ट करा.

प्रश्न ९० एखाद्या संतापलेल्या ग्राहकाशी तुमची गाठ कधी पडली आहे का? त्याबद्दल सांगा.

प्रश्न ९१ आमच्या अमुक एक उत्पादनाचे, आमच्या स्पर्धकांच्या उत्पादनांशी तुलना करून फायदे सांगा.

आणि शेवटचे प्रश्न कृती/वर्तनाबद्दलचे असतील, तुमच्या व्यक्तिमत्त्वाबद्दल असतील. आम्ही शक्यतो असे प्रश्न सांघिक मुलाखतीत विचारत नाही कारण त्यामुळे तुमच्या खाजगी आयुष्यात डोकावल्याची तुम्हाला शंका येवू शकते व प्रत्येकाला अशा गोष्टी सगळ्यांसमोर बोलण्याची इच्छा असतेच असे नाही. काही मुलाखतकार थोडा वेगळा विचार करतात. तुम्ही जर अशा प्रश्नांना उत्तर देणे नाकारलेत किंवा आक्षेप घेतलात तर तुम्ही मुलाखतीच्या पुढच्या फेरीला जाण्याची शक्यता कमी असते. कारण मुलाखतकार व इतरही उमेदवारांना वाटतं की तुम्ही काहीतरी लपवता आहात! म्हणून माफक प्रमाणात बोला, तुमची बलस्थानं आणि कमकुवत बाजूही सगळ्यांना सांगा. कारण अशा सांघिक मुलाखतीत तुम्हाला उत्तर द्यावंच लागतं!

गटचर्चा

सांघिक मुलाखतीत मुलाखतकार प्रश्न विचारतो, परंतु गटचर्चा थोडी वेगळी असते. ती तुम्ही व इतर उमेदवारांमध्ये होते. मुलाखतकार फक्त चर्चेसाठी एक विषय देतो. उदा.

प्रश्न ९२ अमेरिकेने इराकवर केलेल्या हल्ला समर्थनीय होता का?

प्रश्न ९३ नियोजनात स्त्रिया अधिक सरस असतात का?

प्रश्न ९४ लाचखोरी टाळण्यासाठी आपण काय करू शकतो?

प्रश्न ९५ जागतिकीकरणाचा आपल्या कंपनीवर काय परिणाम होतो?

प्रश्न ९६ तुम्ही तुमच्या सोसायटीच्या बैठकीत आहात. वापरात नसलेल्या तळघराचं पार्टीरुम मध्ये रुपांतर करावे का ते ठरवा.

विषय दिल्यानंतर गटाला पूर्ण स्वातंत्र्य असते. दिलेला विषय तुम्हाला पटला नाही तर या गटचर्चेत सामील होण्याचा पश्चातापही तुम्हाला होऊ शकतो. याचा अनुभव मी घेतला आहे. विद्यापीठातून पदवी घेतल्यानंतर एका व्यवस्थापन सल्लागार कंपनीत मी अर्ज केला होता व तिथे मला गटचर्चेत सहभाग होण्यास सांगण्यात आले. मुलाखतकाराने वाद-विवादासाठी विषय दिला, 'तुमच्या राहत्या

इमारतीच्या तळघर पार्टीरुम म्हणून वापरण्यास योग्य बनवावे' – मला बंड करावंसं वाटत होतं. मला तिथे तांत्रिक सल्लागार म्हणून बोलावलंय की रखवालदार म्हणून? सॅप, ओरॅकल, बबल सॉर्ट, क्विक सॉर्टसारख्या विषयांवर नक्कीच चर्चा केली असती, त्याची मी तयारीही केली होती. पण अपार्टमेंट, जागतिक युद्ध, राजकारण असल्या विषयांवर चर्चा का करायची? मला सुरुवातीपासूनच राग आला होता आणि अर्थातच त्याचा वाईट परिणाम माझ्या उत्तरांवर झाला. तुम्हालाही अशाच प्रसंगाला तोंड द्यावं लागणार असेल तर स्वत:च्या रागावर वेळीच नियंत्रण मिळवा तरंच तुमच्याबद्दलचं पहिल्या भेटीतलं मत योग्य तयार होईल. कारण पहिली छाप महत्त्वाची!

पण सुरुवात कशी करणार? काही प्रश्न लगेचच उद्‌भवतात- सुरुवात कोणी करायची? प्रत्येकाला मत मांडायला किती वेळ मिळणार? निष्कर्षापर्यंत कसं पोहोचायचं? हे सगळंच गटामधील सदस्यांच्या दृष्टिकोनावर अवलंबून आहे. प्रत्येक चांगल्या चर्चेच्या ३ पायऱ्या असतात. शक्य असल्यास, गटातील सहकाऱ्यांना या टप्प्यांच्या माध्यमातून सुचवा-

पहिलं म्हणजे विषयाचे स्पष्ट आकलन होऊ द्या. विषय समजून घ्या आणि पुढच्या दोन पायऱ्यांसाठी ढाचा तयार करा. तुम्ही किंवा इतरही कोणीही विषय समजून घेण्यात व इतरांना सांगण्यात पुढाकार घ्या. विषयाबद्दल पहिला प्रश्न विचारा, तुम्हीच उत्तरही द्यायचा प्रयत्न करा. व इतरांना उत्तरे देण्यास प्रवृत्त करा. तुमच्याकडे काही वैध व महत्त्वाची माहिती असेल तर ती माहिती सांगून सुरुवात करा. त्यामुळे विषय समजण्यास मदत होईल.

पुढच्या टप्प्यात गट, दिलेल्या विषयाच्या सर्व पैलूंबद्दल चर्चा करेल. मात्र ही चर्चा म्हणजे 'संभाषण' असेल, त्याला वादाचा रंग चढणार नाही, याची काळजी घ्या. कारण वादात कोण बरोबर, कोण चूक यापासून सुरुवात होऊन अखेर भांडणात त्याचं रुपांतर होतं. मात्र 'संभाषणात' जे योग्य आहे, त्यावरच लक्ष केंद्रित केलं जातं. त्यामुळे पारदर्शक चर्चेसाठी प्रत्येकाचं मत, मध्ये न बोलता किंवा खोडून न काढता, सगळ्यांनीच ऐकून घेतलं पाहिजे. उलटपक्षी कोणीच एकमेकांच्या चुका न काढता प्रत्येकाने मांडलेल्या मुद्द्यांमधून प्रत्येकालाच शिकायची संधी अशावेळी

मिळते. तुमचं म्हणणं पटवून देताना ठोस, योग्य व सुसंगत उदाहरणे किंवा संदर्भ द्या. प्रत्येक सदस्याला आदर द्या. कोणाचं म्हणणं खोडून काढायचं असेल तर सौम्य भाषेत प्रश्न विचारा –

तुम्हाला असं का वाटलं?

थोडं आणखी तपशीलात समजावून सांगाल का?

तुमच्याकडे काही ठळक उदाहरणं आहेत का?

सगळ्या चर्चेतून तुम्हाला बाजूला ठेवलंय असं वाटलं किंवा बोलण्याची, तुमचा मुद्दा मांडण्याची संधी तुम्हाला मिळाली नाही असं झालं तर खालील प्रकारांनी आपलं बोलणं सुरू करा–

मला आणखी एक मुद्दा त्यात मांडायचा आहे...

अगदी बरोबर बोललात.

या मुद्याकडे थोडं वेगळ्या पद्धतीने बघूया...

शेवटच्या टप्प्यात, तुम्हाला एखाद्या निष्कर्षापर्यंत पोचणं आवश्यक आहे. आणि तो निष्कर्ष योग्य तऱ्हेने मांडताही आला पाहिजे. दिलेली वेळ संपत आलीआणि चर्चेत थोडा अवधी मिळाला तर पुढाकार घेऊन समारोपाची जुळवाजुळव करा. जर तुम्ही चर्चेचा सारांश उत्तमप्रकारे मांडू शकलात तर तुमचे गुण वाढायला मदत होईल. शिवाय, तुम्ही केवळ स्वत:चं म्हणणं मांडता असं नव्हे तर दुसऱ्याच्या बोलण्याकडेही तुमचं लक्ष असतं, हेही लक्षात घेतलं जाईल. कधीतरी, मुलाखतकार चर्चेत सहभागी झालेल्या प्रत्येकालाच त्याचं मत स्वतंत्रपणे विचारु शकतो.

या चर्चेदरम्यान मुलाखतकार अनेक निकषांवर तुमचे मूल्यमापन करत असतो. आ. ७.१ मध्ये दाखविल्याप्रमाणे पाच प्रमुख निकष मूल्यमापनासाठी वापरले जातात. चर्चेची पद्धत, लवचिकता, पुढाकार घेणे, संभाषण व श्रवण आणि भावनिक समतोल.

चर्चेची पद्धत

- तुम्ही उत्साहाने सहभागी होता का?
- तुमचे मुद्दे एकसंध आहेत ना?
- योग्य उदाहरणे / संदर्भ देताय ना?

लवचिकता

- तुमचा मुद्दा पटवून सांगण्यासाठी तुम्ही पर्यायी उदाहरणे देताय ना?
- वेळेची मर्यादा पाळली जाते आहे ना?
- इतरांच्या बोलण्यातून तुम्ही काही शिकताय का?

पुढाकार घेणे

- तुम्ही वेळेचं भान ठेवन विशिष्ट निष्कर्षापर्यंत पोचताय ना?
- तुमचा मुद्दा इतरांना कसा पटवून देता?
- इतरांना त्यांचे मुद्दे मांडण्यासाठी योग्य संधी देताय ना?

संभाषण व श्रवण

- तुमचं बोलणं किंवा उच्चारण स्पष्ट आहे ना?
- इतरांशी थेट डोळ्यांत बघून तुम्ही बोलताय ना? तुमची देहबोली सकारात्मक आहे ना?
- तुम्ही इतरांचं म्हणणं शांतपणे ऐकून घेताय ना? त्यांच्या बोलण्याचा आशय तुम्ही समजून घेताय ना?

भावनिक समतोल

- तुम्ही चर्चा करताय की वाद घालताय?
- तुम्ही भावनिकदृष्ट्या स्थिरचित्त आहात ना? मानसिक ताण तर तुम्ही घेतला नाहीत ना?
- तुम्ही शेवटपर्यंत उत्साही आहात ना?

आकृती ७.१ गटचर्चेच्या मूल्यमापनाचे निकष

समस्या केंद्रित मुलाखत

तुम्ही कुठल्या सल्लागार कंपनीत नोकरीसाठी अर्ज केलाय का? मग तुम्हाला आणखी वेगळी मुलाखतही द्यावी लागू शकते. विषयकेंद्रित मुलाखत (Case

Interview). तुम्हाला एखादा प्रश्न किंवा समस्या दिली जाईल (जी मुलाखतकाराने स्वत: अनुभवली असेल...) जी तुम्ही सोडवणं अपेक्षित आहे. व्यवस्थापन क्षेत्रात या प्रकाराला 'केस' असं म्हणतात.

मुलाखती दरम्यान प्रश्न सोडवायला सांगाताहेत, असा प्रश्न तुम्हाला पडला असेल. मुलाखतीतून त्यांना (मुलाखतकाराला) उमेदवाराच्या कुवतीचा अंदाज येईलच. परंतु तसं नसतं. समस्याकेंद्रित मुलाखतीमध्ये उमेदवाराची विश्लेषक आणि समस्या सोडवण्याची क्षमता प्रामुख्याने तपासली जाते आणि जर तुम्ही या मुलाखतीत व्यवस्थित परिणाम दिलेत, तर तुम्ही निश्चितच पहिल्या दहा किंवा पाच उमेदवारांमध्ये स्थान मिळवता.

समस्याकेंद्रित मुलाखतीमध्ये काय साध्य करायचं आहे?

सर्वप्रथम काय करायचं नाही, ते बघूया. सर्वप्रथम हे लक्षात घ्या की एकच योग्य उत्तर तुम्हाला मिळेल, अशी अपेक्षा नसते. कारण प्रत्येक समस्येला योग्य असे अनेक पर्यायी उपाय असू शकतात. समस्येचे समाधान शोधण्याची प्रक्रिया तपासणे हा या मुलाखतीचा हेतू आहे; प्रत्यक्ष उत्तर नव्हे! म्हणून तुम्ही समस्या 'कशी' सोडवली, हे अधिक महत्त्वाचे असते. त्या प्रक्रियेदरम्यान तुम्ही काय करता, कसे वागता, त्याची परीक्षा असते. उदा. सेल्स प्रोजेक्शन इत्यादी मध्ये तुम्ही काय करता, अंकांशी तुम्ही कसे खेळता, गणिते करण्यात तुम्ही किती जलद आहात, हे मुलाखतकाराला बघायचे असते. परंतु गणिते व विश्लेषण हा केवळ या मुलाखतीचा एकच भाग झाला. तुमचं खरं यश, तुम्ही प्रश्न काय विचारता, त्यावर अवलंबून असतं. तुमची गृहितकं काय, तुम्ही समस्या कशी बघता, विचारांची चौकट काय आणि सर्वात महत्त्वाचं म्हणजे, तुम्ही किती आत्मविश्वासाने ही प्रक्रिया पार पाडता, हे महत्त्वाचं.

त्याहीपेक्षा वेगळं म्हणजे, समस्याकेंद्रित मुलाखती या व्यावसायिक चर्चाच अधिक असतात. त्यामुळे तुमच्या मेंदूचा एक भाग हा व्यावसायिक चर्चेत गुंतलेला असावा, परंतु निरर्थक प्रश्नोत्तरे मात्र टाळा.

तुमची संभाषण कौशल्ये दिसू देत. संदिग्ध आणि कठिण समस्या सोडवतानाचा

तुमचा आत्मविश्वास, ताकद आणि त्याबद्दलची कळकळही स्पष्ट झाली पाहिजे. भविष्यात तुम्ही ग्राहक व सहकाऱ्यांशी कसे वागाल, हे दाखविण्याची ही मुलाखत म्हणजे उत्तम संधी आहे. तुमच्या वागण्याचे मूल्यमापन मुलाखतकार करणार आहे. ग्राहकांना तुम्ही नीट हाताळू शकता असा विश्वास त्याला वाटला पाहिजे. सतत मागणी करणाऱ्या ग्राहकाला संतुष्ट करणं, हाच व्यवस्थापन किंवा कोणत्याही क्षेत्रातील कंपन्यांचा हेतू असतो आणि हेच काम तुम्ही कसं करता, ते या मुलाखतीत बघितलं जातं. या प्रकारच्या मुलाखतीत, संभाषणकला महत्त्वाची, मुलाखतकाराला केवळ प्रश्न विचारत बसू नका, तर तुम्ही ते प्रश्न का विचारताय तेही स्पष्ट करा. तेव्हाच मुलाखतकाराला तुमच्या विचारांची व त्या अनुषंगाने कृतीचीही नीट कल्पना येईल, तुमचे नियोजनाचे कौशल्यही कळेल. तुमचं उत्तर चूक की बरोबर याला महत्त्व नाही, जितकं या विचार प्रक्रियेला आहे. हे करत असताना, मुलाखतकाराचं बोलणंही नीट ऐकून घ्या. बऱ्याचवेळा मुलाखतकार केवळ माहिती देत नसतो, तर त्याबरोबरच तुम्हाला सूचकतेने समस्या सोडवण्यासाठी संकेतही देत असतो.

उत्तर मिळवण्यासाठी, शक्य ते सर्व प्रयत्न करा. तुम्हाला मिळालेल्या माहितीच्या आधारे उत्तर मिळवण्याचा प्रयत्न करा. मग एक नीट तार्किक गृहितक मांडा व ते सिद्ध करा. तुम्ही मुलाखतकाराला अधिक माहिती विचारलीत तर ती का हे आधी तुम्हाला माहिती पाहिजे. तरंच तुम्हाला जास्तीची माहिती मुलाखतकाराकडून मिळवता येईल. वास्तवाचे भान ठेवून तुमचे प्रश्न खरोखर अवास्तव नाहीत, याचं भान ठेवा. तुमचे प्रश्न खऱ्या आयुष्याशी संबंधित आहेत ना? तुम्ही समस्येतील धोके ओळखले आहेत का? त्यावर उपाययोजनेचा विचार केला आहे का? तुम्ही सुचवलेल्या उत्तराचे परिणाम काय होणार आहेत? मुलाखतकारांच्या शंकांचं तुम्ही योग्य निरसन करताय ना? या सगळ्याचं भान ठेवा. कारण कंपनी तुम्हाला पाठवण्याआधी हा विचार करणार आहे!

फ्रेमवर्क्सचा वापर

'संकल्पना' हा समस्याकेंद्रित मुलाखतीत महत्त्वाचा घटक आहे. उत्तर शोधण्यासाठी व्यवस्थापन शास्त्रातील एक-दोन फ्रेमवर्क्सचा वापर तुम्हाला

कदाचित करावा लागेल. पण एक लक्षात घ्या की ही फ्रेमवर्क्स अगदी सामान्य गोष्टींना लावता येण्याजोगी असली तरी ओढून-ताणून तुमच्या हातातील समस्येसाठी वापरू नका. या संकल्पना न समजताही वापरू नका. या संकल्पना वापरताना तुमची सर्जनशीलताही पणाला लावा. मुलाखतकाराला तुम्ही या संकल्पना कशा वापरता ते बघण्यात रस असतो. फ्रेमवर्क्स हे कोणत्याही प्रश्नांचे उत्तर नसतेच, तर 'पोर्टर्स फाईव्ह फोर्सेस', 'मॅकिन्झीज सेव्हन' या फक्त मार्गदर्शक संकल्पना आहेत.

तुम्हाला अशा मुलाखतीत उपयोगी पडतील अशी काही फ्रेमवर्क्स किंवा संकल्पना आहेत.

- पोर्टर्स फाईव्ह फोर्सेस-कंपनीच्या औद्योगिक क्षेत्रातील स्थानाच्या विश्लेषणासाठी.

- ४ 'C' - (Customer / Consumer, Company, Competitors, Collaborators) कंपनीच्या आर्थिक, मूल्यव्यवस्था आणि महत्त्वाच्या घटकांच्या विश्लेषणासाठी.

- ४ 'P' - (Product, Price, Place, Promotion) कंपनीचे बाजारातील स्थान, उत्पादनांच्या किंमती, बहुस्तरीय व्यवस्थापन, निर्णय प्रक्रिया आणि संपर्काचे व्यवस्थापन यांचे विश्लेषण.

- कॉन्ट्रीब्यूशन ॲनालिसिस फ्रेमवर्क्स - प्रत्येक एकेकाचा सहभाग, समान जबाबदारीचे वाटप, बाजारातील भागीदारीतील सहभाग, एकंदर सहभाग आणि निव्वळ नफा.

- मार्केटमधील व्यापकता आणि त्याचे स्तरीकरण उदा. मार्केट सायझिंग आणि मार्केट शेअर.

- उपयुक्ततेचे फ्रेमवर्क्स - नफ्याच्या घटत्या प्रमाणाचे विश्लेषण, नफ्याचा उत्पादन व किंमतीशी संबंध.

पुन्हा एकदा आठवण करून देतो की, या फ्रेमवर्क्सचा फक्त मार्गदर्शकासारखाच उपयोग करून घ्यायचा आहे. यापेक्षा जास्त माहिती हवी असेल तर एम.बी.ए. च्या पाठ्यक्रमाची पुस्तके बघा.

समस्याकेंद्रित मुलाखतींची प्रक्रिया

या प्रकारच्या मुलाखतीची प्रक्रिया आकृती रूपात मांडू. आकृती ७.२ पहा.

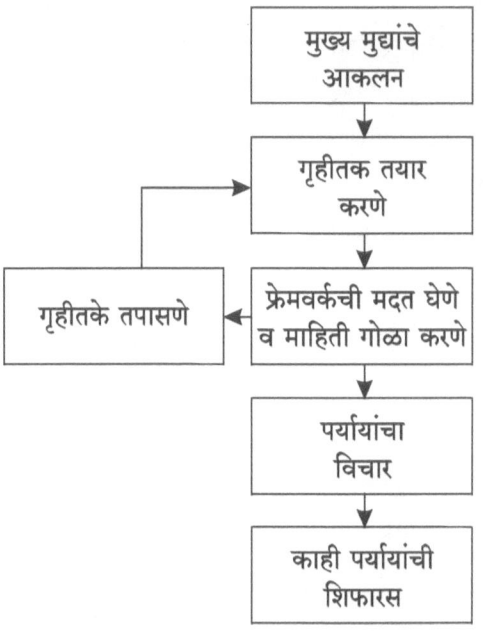

आकृती ७.२ समस्याकेंद्रित मुलाखतीची प्रक्रिया

सर्वप्रथम समस्येतील मुख्य मुद्दा समजून घेतला पाहिजे. त्यानंतर, मुख्य मुद्यांच्या आधारे तुम्ही किती गृहीतके मांडू शकाल. अशी दोन-तीन योग्य गृहीतके मांडली की योग्य त्या फ्रेमवर्क्सच्या सहाय्याने माहिती गोळा करून, तुमच्या गृहीतकांची पडताळणी करून बघा. एकदा तुमच्या गृहीतकांबद्दल तुम्हाला खात्री झाली की योग्य उपायांचे पर्याय शाधा. त्यासाठी सत्यस्थिती व संख्याशास्त्रीय माहितीची मदत घ्या व सर्वांत शेवटी योग्य पर्यायासाठी शिफारस करा, तो पर्याय निवडून त्याचं योग्य समर्थन करा.

तुम्हाला या प्रकारच्या मुलाखतीसाठी सरावाची आवश्यकता भासली तर मोठमोठ्या सल्लागार वेबसाईटवर जाऊन काही विषयांचे नमुने तुम्हाला पाहता येतील.

तुम्हीच विषय निवडा

अशा मुलाखतीत, चर्चेसाठी विषय निवडण्याचं संपूर्ण स्वातंत्र्य तुम्हाला दिलं तर? कल्पना करा, तुम्हाला असा प्रश्न विचारला गेला –

प्रश्न ९७ ''तुमचा छंद, तुम्ही याआधी केलेलं प्रोजेक्ट, असा कोणताही विषय तुम्हीच निवडा. तुम्हाला त्याच्याबद्दल बोलायला ५ मिनीटे दिली जातील. माझी पार्श्वभूमी, माझं ज्ञान यातलं काहीही लक्षात न घेता, या पाच मिनिटात तुम्हाला विषय स्पष्ट करायचा आहे. पाच मिनीटानंतर, त्या विषयातला महत्त्वाचा मुद्दा मला कळला पाहिजे. या पाच मिनीटांच्या दरम्यान मी तुम्हाला शंका विचारीन किंवा तुम्हीही मला विचारू शकता. आता तुम्हाला हवा तेवढा वेळ घेऊन तयारी करा व तयारी झाली की मला बोलवा.''

अशा तऱ्हेने प्रश्न व्यवस्थापनच नव्हे तर कोणत्याही क्षेत्रातील मुलाखतकार विचारू शकतो!

सर्वांत जास्त होणारी चूक म्हणजे, विचार न करता बोलायला सुरुवात करणे! अशा मुलाखतीत ८०% पेक्षा जास्त उमेदवार निरर्थक बडबड करतात. थोडं थांबा, विचार करा, कागदावर चक्क मुद्दे मांडा, तुमचे मुद्दे तुम्हाला स्पष्टपणे कळलेले असू द्या. तरंच तुम्ही मुलाखतकाराला विषय / मुद्दा स्पष्टपणे सांगू शकाल. हे विद्यापीठाचा परीक्षेचा पेपर लिहिल्यासारखं आहे. तुमच्या कल्पना जर तुम्हालाच स्पष्ट नसतील, तर तुम्ही निरर्थक लिखाणाने कागद वाया घालवाल. मुलाखतकाराला नेमक्या व अचूक उत्तराची अपेक्षा असते. तुम्ही स्पष्टीकरणात आकृत्यांचा वापर करू शकता. व्हाईट बोर्ड वापरायची परवानगीही मिळू शकते. कदाचित तुमचं बोलणं चालू असताना मुलाखतकार कोणताही प्रतिसाद देणार नाही. त्यासाठी मनाची तयारी ठेवा. तुम्हाला त्यांचे चेहरे वाचता आले पाहिजेत. व तुमचं बोलणं त्यांना कळतंय की नाही याची दखल अधून-मधून घेतली गेली पाहिजे. तुमच्या संभाषणात मुलाखतकाराला सामील करून घ्या, त्यांच्या प्रतिक्रया जाणून घ्यायचा प्रयत्न करा आणि त्यानंतर पुढच्या मुद्याकडे वळा.

सादरीकरण (प्रेझेन्टेशन)

मुलाखत देणे हेच मुळात तणावाचं काम आहे. त्यात तुम्हाला औपचारिक सादरीकरण (Formal Presentation) करायला सांगितलं तर? तुम्ही वरिष्ठ व्यवस्थापकाच्या पदासाठी किंवा तत्सम वरच्या जागेसाठी अर्ज केला असेल, तर असं सादरीकरण करणं, हा मुलाखतीचा अविभाज्य भाग असतो. मुलाखतकाराला खालील गोष्टी तपासायच्या असतात–

- संभाषण कला
- एखाद्या विशिष्ट विषयातील ज्ञान व आकलन
- तणावातही स्थिर राहून विचार करण्याची तुमची क्षमता

त्यामुळे मुलाखतीतील या सादरीकरणाच्या संधीचा योग्य तो उपयोग करून घ्या. किंबहुना, औपचारिक प्रश्नोत्तरांपेक्षा हे उत्तम आहे. फक्त त्यातली नकारात्मक बाजू म्हणजे, वाईट सादरीकरणामुळे तुमची नोकरीची संधी जाऊ शकते. या सगळ्याकडे बघण्याचे काही उत्तम मार्ग कोणते?

सर्वांत पहिली आणि महत्त्वाची गोष्ट म्हणजे, तुम्ही कोणाला संबोधून बोलणार आहात, ते नीट माहित करून घ्या. त्यामुळे सादरीकरण योग्य दिशेने करता येईल. स्वत:चे मुद्दे सादर करणं हे तुमच्या विषयापेक्षा जास्त महत्त्वाचं आहे. विषय दुय्यम असतो, कोणतीही कंपनी तुमचं सादरीकरणातील कौशल्य तपासत असते. साधारण खूप ढोबळ विषय दिला जातो. किंवा कधीतरी तर विषय निवडण्याचं स्वातंत्र्यही दिलं जातं. अशावेळी थोडा रंजक विषय निवडा.

तुम्हाला कदाचित सादरीकरणासाठी फारच थोडा वेळ दिला जाईल. १० ते २० मिनीटे. परंतु ते पुरेसे असते कारण मुलाखतकार तिथे तुमच्या व्यक्तिमत्त्वाचं नव्हे तर तुमच्या संभाषण कौशल्याची परीक्षा घ्यायला आलेले असतात. त्यामुळेच तुमचे सादरीकरण एका विशिष्ट मुद्याला धरून असले पाहिजे. प्रत्यक्षात, तुम्ही एका विशिष्ट कारणासाठी श्रोत्यांपुढेच बोलत असता. तो मुद्दा किंवा विशिष्ट संदेश त्यांनी ऐकून त्यावर प्रतिक्रिया देणे अपेक्षित आहे. तुमच्या श्रोत्यांनी नक्की काय ऐकावं, अनुभवावं आणि कृती करावी असं तुम्हाला वाटतं? तुम्हाला जो परिणाम अपेक्षित

आहे, त्यासाठी तुमचा वेळ कसा वापराल? या सगळ्याचा सादरीकरणासाठी तयारी करताना विचार करा.

तीन टप्प्यात तयारी करता येईल. १) ओळख किंवा सुरुवात, २) तुमच्या विधानाचं स्पष्टीकरण, ३) सारांश किंवा आग्रहाचे मतप्रतिपादन यापैकी पहिला व तिसरा टप्पा महत्त्वाचा कारण मुलाखतकारांचे त्याकडे सर्वांत जास्त लक्ष असणार आहे. जरी या दोन्ही घटकांचा सहभाग संपूर्ण सादरीकरणात ४०%च असला, तरीही हे दोन घटक महत्त्वाचे असतात. शेवटी तुमची पहिली छाप कशी पडते तेच महत्त्वाचं आणि समारोपही तितक्याच दिमाखात करता आला पाहिजे.

लक्षात घ्या, फक्त दहा मिनीटांत तुम्हाला स्वत:ची छाप पाडायची आहे. त्यामुळे बोलणं सुस्पष्ट व प्रभावी असू द्या. दहा मिनिटांच्या सादरीकरणात तुम्ही स्लाईडस् किंवा इतर कुठलीही साधनं वापरणं अपेक्षित नाही. त्यामुळे उत्स्फूर्तपणेच बोला. त्याशिवाय, नेहमीचे काही उपाय आहेतच. एक म्हणजे, प्रेक्षकांच्या थेट डोळ्यांत बघून बोलणे; दुसरं, न अडखळता, शांतपणे व सावकाश बोलणे; तिसरं म्हणजे साधनांचा कमीतकमी वापर. 'पॉवरपॉईंट' किंवा 'प्रेझी' ही अत्यंत चांगली साधने आहेत व ती तुम्ही योग्य प्रकारे वापरता, हेही कळलं पाहिजे. विविधरंगी ॲनिमेशनचा वापर यासारख्या गोष्टी टाळा. प्रत्येक स्लाईडमध्ये किती आणि काय लिहायचं, हे तुमच्या विषयावर अवलंबून आहे. स्लाईड डिझाईनच्याही काही पद्धती असतात. काहींच्या मते एका स्लाईडमध्ये शीर्षक आणि तीन ते चार बुलेटस्, अर्थात मुद्दे, पुरेसे आहेत. त्याशिवाय विशेषत: व्यवस्थापन क्षेत्रातल्या सल्लागार कंपन्या पॉवरपॉईंटचा वापर माध्यम आणि प्रोजेट डॉक्युमेंटस् सारखाही करतात. व्यवस्थापन सल्लागार कंपन्या शीर्षक, एखाद्या ग्राफिकसकट स्पष्टीकरण मधल्या भागात आणि शेवटी एक टेक-अवे बॉक्स टाकतात. दोन्ही पद्धतीनुसार, प्रत्येक स्लाईडवर तुम्ही किमान तीन मिनीटे बोलणे अपेक्षित आहे. त्यामुळे दहा मिनीटांत तीन/चार स्लाईडस् संपल्या पाहिजेत. यापेक्षा जास्त काही मांडू नका. स्लाईडस् जास्त झाल्या तर कंटाळवाणं होईल. शिवाय, ऐकणाऱ्यांचं लक्ष तुमच्याकडे असायला हवं, तुमच्या स्लाईडवर नाही!

प्रेक्षकांकडून प्रश्न विचारण्यास तुम्ही आवाहन केले तर त्यात तुमचं ज्ञान आणि

प्रेक्षकांना हाताळण्याची क्षमता, आत्मविश्वासही दिसून येईल. सादरीकरणाच्या सुरुवातीलाच, ''प्रश्न शेवटी विचारू शकता'' असे जाहिर करून टाका किंवा आवश्यक तेथे श्रोत्यांना संभाषणात सामिल करून घ्या. या दोन्ही पद्धतीचे फायदे व तोटे आहेत, त्यापैकी कोणता पर्याय निवडायचा हे तुम्ही ठरवायचं. मुलाखतकार प्रश्न विचारून पेचात टाकायचा प्रयत्न करणार किंवा तुमच्या मताला विरोधही करू शकेल. पण प्रश्नकर्त्याशी वाद घालू नका. त्याऐवजी दुसऱ्या मुद्द्याकडे त्याचे लक्ष वेधा. तसं नाही जमलं, तर श्रोत्यांमधल्या इतरांना त्यांचे मत मांडायला सांगा, त्याचे परिस्थिती आटोक्यात येईल. जर तुम्हाला विचारलेला प्रश्न तुम्हाला कळला नाही किंवा एखाद्या मुद्यावर अर टीका होतेय असं वाटलं, तर प्रश्नकर्त्याला नक्की काय म्हणायचय, ते पुन्हा विचारा. पण प्रश्न समजून न घेता, उत्तर कधीही देऊ नका. तुम्हाला काय म्हणायचंय, ते तुम्हाला स्पष्ट माहीत हवं.

शेवटी एक अत्यावश्यक गोष्ट तुम्ही केलेल्या एखाद्या महत्त्वाच्या विधानानंतर दीर्घ श्वास घ्या. त्याने तुम्हाला शांत व्हायला व बोलण्याची गती थोडी कमी करायला मदत होईल. **डेल** या कंपनीच्या म्हणण्यानुसार[8]–

> ''नेहमीपेक्षा थोडं मोठ्या आवाजात पण सावकाश बोला. पण
> तुम्ही रोबोट आहात, असेही वाटता कामा नये.''

लक्षात ठेवा, तुमचं सादरीकरण उत्तम व्हावं, असंच मुलाखत घेणाऱ्यांना वाटत असतं कारण त्या विशिष्ट पदाला तुम्ही पात्र आहात म्हणूनच तुम्हाला मुलाखतीसाठी बोलावलं आहे! त्यामुळे, तुम्हाला नोकरी मिळवण्यासाठी तुमच्या सर्व क्षमतेने प्रयत्न करा.

लेखी परीक्षा

काही कंपन्यांमध्ये उमेदवाराच्या नियुक्ती करताना लेखी परीक्षाही घेतली जाते. त्यातले घटक असे–

- सायकोमेट्रिक चाचणी
- केसच्या चाचण्या
- विशिष्ट चाचण्या

कदाचित, अशी लेखी परीक्षा निरर्थक आहे, असंही तुम्हाला वाटेल. परंतु, कंपनीने त्या विशिष्ट पदासाठी आवश्यक असलेल्या कौशल्यांची तपासणी करण्यासाठी लेखी परीक्षा घेतल्या जातात. या परीक्षा वेगाने व काही विशिष्ट मर्यादांमध्ये घेतल्या जातात. कदाचित प्रत्येक प्रश्न तुम्हाला तपशीलात समजेल असे नाही किंवा प्रत्येक प्रश्नाला उत्तर मिळेलच असं नाही. पण त्याची काळजी करू नका. कारण प्रश्न तसेच तयार केलेले असतात. जर एखादा प्रश्न खूपच अवघड असेल तर तो सोडून पुढच्या प्रश्नाकडे वळा. एका प्रश्नावर खूप वेळ घालवू नका. शेवटी जर वेळ हातात उरला, तर सोडलेला प्रश्न पुन्हा सोडवता येवू शकतात.

तुमच्या व्यक्तिमत्त्वाशी संबंधित असलेल्या प्रश्नांची खोटी किंवा व्यक्तिमत्त्वाशी विसंगत उत्तरे देऊ नका. बहुतेकदा अशा परीक्षांमध्ये तुमचा प्रामाणिकपणा बघण्यासाठी प्रश्नांची रचना केलेली असते. त्यामुळे खरे उत्तर वेळेत द्या आणि त्यावेळी जे उत्तर वाटेल, तेच द्या.

सायकोमेट्रिक चाचण्या

सायकोमेट्रिक चाचण्या या मूल्यमापनाच्या प्रमाणित केलेल्या चाचण्या आहेत. ज्यामध्ये तुमचा बुद्ध्यांक , बुद्धिमत्ता किंवा व्यक्तिमत्त्वाची चाचपाणी केली जाते व त्याच्या परिणामांची पदासाठी आवश्यक गुणांशी तुलना केली जाते.

पदासाठी आवश्यक असणारी क्षमता, उदा. वाचिक किंवा संख्यात्मक, तार्किक वैचारिक क्षमता, स्मरणशक्ती आणि स्थलकालाचा अंदाज; यांच्या चाचण्या घेतल्या जातात. बुद्धिमत्ता चाचणी तुमची अमूर्त किंवा काल्पनिक प्रश्न सोडवण्याची क्षमता तपासण्यासाठी असते. बुद्धिमत्ता चाचणीवरून तुमची एकंदरीत शिकवण्याची क्षमता जोखली जाते. व्यक्तिमत्त्वासंबंधीच्या चाचण्यांमध्ये, तुमचा नैसर्गिक स्वभाव किंवा दृष्टिकोन उदा. भावनिक स्थैर्य, बाह्य-व्यक्तिमत्त्व, आत्मविश्वास, स्वावलंबन, सामाजिकता, संयम आणि नेतृत्व गुण; याबद्दल चाचपणी केली जाते. त्यावरून काम करताना तुमचे वर्तन कसे असेल, याचा अंदाज वर्तवला जातो.

केस टेस्टस्

बऱ्याच व्यवस्थापन सल्लागार क्षेत्रातील कंपन्या लेखी केस टेस्टस् घेतात. तुम्हाला कॉलेजचे परीक्षांचे दिवस आठवतील, असं वातावरण असतं. एका खोलीत इतर उमेदवारांबरोबर तुम्हाला बसवलं जातं. मग कंपनीचा एक प्रतिनिधी सूचना देतो आणि टेस्टस्चे साहित्य देतो. सामान्यपणे त्या साहित्यात स्लाईडस् असतात. तुम्हाला त्या केसचे नीट आकलन करून घेऊन नेमका सारांश लिहायचा आहे, एखादी सूचना करायची आहे, थोडे विश्लेषण करणेही अपेक्षित आहे आणि त्या समस्येतून बाहेर पडण्याचे उपाय सांगायचे आहेत. या सगळ्यासाठी साधारणपणे एका तासाचा अवधी दिला जातो. त्यानंतर तुम्हाला कंपनीच्या प्रतिनिधीला तुमची बाजू किंवा तुमचे निष्कर्ष पटवूनही द्यावे लागतात. हा संवाद बऱ्याचदा अनौपचारिक असतो, परंतु तुमच्या मतांवर शंका उपस्थित होऊ शकतात.[९]

लेखी परीक्षेत प्रावीण्य मिळविण्यासाठी सर्वात महत्त्वाची गाष्ट म्हणजे स्वत:च्या सदूसदूविवेकबुद्धीवर विश्वास ठेवा. या परीक्षांचा हेतू बरोबर उत्तर मिळवणे हा नाही. कदाचित तुम्ही एखादे ढोबळ उत्तर दिलेत तरीही चालेल. पण तुम्ही जे उत्तर द्याय ते तुम्हाला स्वत:ला पटलेले असले पाहिजे, ते इतरांना पटवून देता आले पाहिजे आणि चर्चेच्या वेळी त्या उत्तराचे समर्थन करता आले पाहिजे. इथे उद्देश, एखादे विधान नम्रपणे मांडणे आणि अपेक्षित परिणामांसाठी नियोजन करणे हा आहे.

मात्र लक्षात घ्या वेळ फार भराभर संपतो. तुम्हाला हवी असलेली प्रत्येक गोष्ट करण्यासाठी वेळ मिळेलच असे नाही, त्यामुळे प्राधान्यक्रम ठरवणे अवघड आहे. अनावश्यक माहिती असलेले किंवा तुलनेने सोपे घटक बाजूला ठेवा. प्रभावी विश्लेषणासाठी, सर्व स्लाईडस् मूल्यमापन करा. त्यामुळे नेमकी समस्या समजून येते व समस्या सोडवण्यासाठीचं गृहीतक मांडता येतं, तेही पहिल्या पाच मिनीटात. त्याचबरोबर तुमच्या सूचना व्यवहार्य असल्या पाहिजेत, अतिखर्चिक असता कामा नये. केसच्या चर्चेसाठी तुमच्या महत्त्वाच्या संकल्पनांची कागदावर नोंद करा. कदाचित तुमचा मुद्दा पटवताना तुम्हाला गणिताचा आधार घ्यावा लागेल. नक्की कोणती आकडेवारी महत्त्वाची आहे, त्याकडे लक्ष द्या. तुम्हाला देण्यात आलेल्या साधनांपैकी उपयुक्त गोष्टी एकत्र करा. क्वचित तुम्हाला पारंपारिक गृहीतकेही

मांडावी लागतील. सर्वांत महत्त्वाची गोष्ट म्हणजे, एखाद्या सूचनेमागची तुमची वैचारिक भूमिका पक्की ठरवा. कदाचित, तुमच्या सूचनेमध्ये तोटेही असतील, तेही मांडा. कारण त्यामुळे चिकित्सक व विश्लेषक प्रवृत्ती दिसून येते.

विशिष्ट चाचण्या

बाकीच्या लेखी चाचण्या या तुमच्या क्षमता तपासण्यासाठी केल्या जातील. पण काही विशिष्ट चाचण्या या तुमची संगणकाच्या भाषेतील प्रावीण्य तपासण्यासाठी घेतल्या जातात किंवा एकंदरीत संगणकाच्या ज्ञानाबद्दल असतात.

अशा परीक्षांच्या आधी पुरेशा वेळेत नमुना प्रश्न मागून घ्या. त्यावरून प्रश्नांचे स्वरूप समजेलच पण तुमची निवड होऊ शकेल की नाही, याचाही तुम्हाला अंदाज येईल.

ॲसेसमेंट सेंटर्स

मुलाखतीचा हा सर्वात महत्त्वाचा, चांगला (किंवा वाईट) भाग आपण शेवटी बघणार आहोत. कारण या नावाच्या उच्चारानेही उमेदवार घाबरतात!

पण तरीही, विशेष करून ह्यूमन रिसोर्सशी संबंधित कंपन्यांमध्ये ही सेंटर्स दिसून येतात. कारण उमेदवाराची योग्यता तपासण्यासाठी हा सर्वात खात्रीलायक मार्ग आहे. ॲसेसमेंट सेंटर्स आम्हालाही विशेष मान्य नाहीत, पण तरीही त्यातून तुमच्या करियरला नवीन दिशा मिळू शकते. म्हणून ॲसेसमेंट सेंटर्सबद्दल नीट समजून घेतलंत, तर तुम्हाला त्याचा सामना करणं सोपं जाईल.

सर्वप्रथम, ॲसेसमेंट सेंटर्स ही काही भौतिकदृष्ट्या अस्तित्त्वात असलेली इमारत वगैरे नाही. ॲसेसमेंट सेंटर्स ही वेळेच्या काटेकोर बंधनात घेतली जाणारी एक नियोजनबद्ध चाचणी असते. यात तुम्हाला दिलेल्या टार्गेट जॉबवर विशिष्ट बंधनातच काम करावे लागते. त्याबरोबर सायकोमेट्रिक टेस्टस्, विशिष्ट हेतून घेतलेल्या मुलाखती यांचाही समावेश असतो. खालीलपैकी काही चाचण्या बघा–

- वैयक्तिक किंवा सांघिक सादरीकरण.
- सांघिक मुलाखती, चर्चा आणि सहभागाबद्दल चर्चा.
- सायकोमेट्रिक टेस्टस सारख्या लेखी परीक्षा.

- इन-ट्रे एक्सरसाईज विविध प्रकारचे मेमो किंवा कार्यलयीन कागदपत्रांची छाननी व प्राधान्यक्रमाने लावणे.
- असंतुष्ट ग्राहकाला हाताळणे-प्रत्यक्ष एखाद्या व्यक्तीला तुमच्याकडे पाठवून तुम्ही त्याच्याशी कसे बोलता, ते बघितले जाते.
- सांघिक कामे - उदा. एकत्र स्वयंपाक करणे, सहलीला जाणे किंवा कमीत कमी एकत्र जेवणे.

यापैकी बऱ्याच गोष्टींबद्दल पुस्तकात विवेचन आले आहे. प्रामाणिकपणे सांगायचं तर ॲसेसमेंट सेंटर्ससाठी कोणत्याही क्लासची गरज नाही व प्रत्येक गोष्टीचे प्रशिक्षण मिळणेही शक्य नाही. प्रत्येक कंपनी व तिच्या प्रकारानुसार या परीक्षेचे स्वरूप ठरते. त्यामुळे नियम सरसकट सर्वांना लागू होत नाही.

म्हणून ॲसेसमेंट सेंटर्सबद्दलची सर्वांत महत्त्वाची टीप म्हणजे सकारात्मक दृष्टिकोन बाळगा व प्रत्येक कृती मनापासून करा. तुमचा उत्साह दिसू देत, परंतु ॲसेसमेंट सेंटर्सपायी तुमची मन:शांती नक्की घालवू नका. जर तुम्हाला ॲसेसमेंट सेंटर्समध्ये तुमच्या सकारात्मक दृष्टिकोनाची खात्री नसेल, तर हा नोकरीचा पर्याय वगळून दुसरी नोकरी बघा. कारण तुम्हाला जर अशा सेंटर्सबद्दल तीव्र नापसंती किंवा तिरस्कार असेल, तर तुम्ही नीट काम करू शकणार नाही. यशस्वी उमेदवार आपल्या सहकाऱ्यांबरोबर योग्य दृष्टिकोन बाळगून, दिले गेलेले प्रत्येक काम मन लावून करतो. पण अशा सेंटर्सकडे एक अनुभव म्हणून बघायला काहीच हरकत नाही. त्यामुळे निकालाची अपेक्षा न बाळगता तुमच्या ज्ञानात किंवा अनुभवात नक्कीच भर पडू शकते.

ॲसेसमेंट सेंटर्सचा निकाल काहीही असू दे, निकाल लागल्यावर तुमच्याबद्दलच्या प्रतिक्रिया नक्की जाणून घ्या. कदाचित, तुमच्याबद्दल तयार झालेलं मत तुम्हाला आवडणार नाही किंवा तुम्हाला फसवलं गेल्याची भावनाही तयार होईल. परंतु तिथे वाद घालण्यात अर्थ नसतो. त्यामुळे तुमच्याबद्दलचा निकाल, हा तुमच्या प्रगतीसाठीचे एक साधन म्हणून बघा आणि पुढे वाटचाल करत रहा.

८

समारोप

मुलाखत शेवटच्या टप्प्यात आली आहे, असं लक्षात आलं की सकारात्मक शेवटाकडे लक्ष केंद्रित करा. मुलाखतीची शेवटची पाच मिनिटेही मुलाखतीच्या पहिल्या दोन मिनिटांइतकीच महत्त्वाची असतात. का? कारण तुमचं शेवटचं जे उत्तर असेल, त्यावरून तुमची छाप किंवा तुमचा प्रभाव पडणार असतो. मुलाखतकार तुमच्याबद्दल जे मत लिखित स्वरूपात मांडणार आहे, त्यासाठी हे महत्त्वाचं आहे.

शेवटचा प्रश्न

बहुतेक उमेदवारांना मुलाखतीच्या शेवटी त्यांच्या उत्तरांचे स्पष्टीकरण देण्याची किंवा समारोप करण्याची संधी मिळते. एव्हाना, तुम्हाला पदाची, त्यातील जबाबदाऱ्यांची चांगली कल्पना आलेली असते. तुमच्या मनात तरीही काही प्रश्न रेंगाळत असतील, तर ते विचारण्याची हीच योग्य वेळ असते.

पार्किंग सुविधा किंवा कॅन्टीनची सुविधा असे सर्वसामान्य प्रश्न विचारू नका. असे प्रश्न तुमचे तुम्हाला सोडवता येतील. माझ्या प्रशिक्षण केंद्रातील एम.बी.ए.चे बरेचसे विद्यार्थी 'शाकाहारी भोजन असेल की मांसाहारी?' असे प्रश्न विचारतात! काही जणांना वर्ग कितीवेळ चालणार, हे जाणून घेण्यात रस असतो. आता अशा विद्यार्थ्यांबद्दल रिपोर्ट देताना काय लिहिणार? प्रवेशासाठीचे काम बघणारे प्रतिनिधी काय सांगणार? 'या व्यक्तीला साधे शाकाहारी जेवण आवडते?' की, 'कामाचे जास्त तास या व्यक्तीला पसंत नाहीत,' असे सांगणार? चुकीच्या व्यक्तीला चुकीचे प्रश्न चुकीच्या वेळी विचारण्यासारखं आहे.

त्याऐवजी, काही कळीचे प्रश्न विचारा. कदाचित कंपनीच्या कार्यपद्धतीबद्दल किंवा या नोकरीतील पदाच्या यशाची व्याख्या काय? असे प्रश्न हे सुसंगत ठरतात. अशा कामासंबंधी तुमच्या कल्पना थोड्या संदिग्ध असतील, तर या स्पष्ट करून घेण्यासाठी ही योग्य वेळ आहे. पण त्याचबरोबर वेळेचेही भान असू द्या. कारण अजून एक महत्त्वाची गोष्ट राहिली आहे.

शेवटी, तुमची मुलाखत चांगली झाली आहे असे गृहीत धरून, तुमचा त्या पदातील रस स्पष्ट करा. त्या पदासाठी तुम्ही कसे योग्य आहात हे समारोपात पुन्हा एकदा सांगा. तुम्ही कंपनीसाठी कशी योग्य मेहेनत घ्याल, ते सांगून समारोप करा.

तुमचे स्थान बळकट करा

तुमचे स्थान दाखवताना, तुमच्या वैशिट्याबद्दल बोला किंवा जे मुद्दे करायचे राहिले होते, ते सांगा. प्रामाणिकपणे शेवट करताना काही वाक्ये वापरू शकता; ''मला नोकरी देऊ शकाल'' कारण, उदा. तुम्ही प्रोजेक्ट मॅनेजरच्या पदासाठी अर्ज केला असेल आणि तुम्ही या संदर्भात एखादा अभ्यासक्रम नुकताच पूर्ण केला असेल तर त्याचा पुनरुच्चार करा. जर तुम्ही एखाद्या बहुराष्ट्रीय कंपनीमध्ये अर्ज करीत आहात आणि तुम्हाला आधीच्या कंपनीत त्या प्रकारच्या कामाचा अनुभव असेल, तर ते पुन्हा सांगा. जर कंपनीची कार्यप्रणाली, मूल्यपद्धती तुमच्या स्वभावाशी मिळती-जुळती असेल किंवा कंपनीची गरज आणि तुमची कौशल्ये

यात योग्य ताळमेळ आढळला आणि त्यामुळे तुम्ही काम करण्यास उत्सुक असाल तर तेही समजेल.

समारोपाच्या वेळी काही मुद्यांवर बोलणे जाणीवपूर्वक टाळा. ते मुद्दे कदाचित तुमच्यासाठी महत्त्वाचे असतील, परंतु ते मांडण्याची ही वेळ नव्हे. उदा. पगार, बोनस, रजांची सुविधा, आरोग्य विमा, प्रवासभत्ता, निवृत्तीवेतन इत्यादी. असे मुद्दे आत्ताच मांडू नका. पुन्हा सांगतो की शेवटच्या पाच मिनिटात तुम्ही काय बोलता, समारोप कसा करता, हे सर्वांत महत्त्वाचं!

म्हणूनच, समारोप अत्यंत विचारपूर्वक करा. तुमचं बोलणं मोजकंच आणि नेमकंच असू द्या व मुद्याला धरून बोला. तुमची कामाबद्दलची कळकळ मुलाखतकाराला जाणवली पाहिजे, हे समारोप करताना सदैव लक्षात असू द्या.

पुढील काही गोष्टी ठरवताना

तुमची मुलाखत संपत आली की कोणत्या गोष्टींची अपेक्षा करायची, हे समजून घ्या. पहिलं म्हणजे, कंपनीच्या प्रतिनिधीचं तुमच्याबद्दलचं मत काय आहे आणि तुम्हाला देण्यात आलेली आश्वासनं कंपनी पाळते ना, ते बघा. कदाचित ह्यूमन रिसोर्स विभागाकडून आठ दिवसांत तुम्हाला कळवण्याचं ठरलं असेल आणि त्यांच्याकडून तुम्हाला फोनच आला नाही किंवा त्यांनी मुलाखतीची पुढची वेळ वरिष्ठांबरोबर ठरवली जाईल असे सांगूनही तुम्हाला वेळ दिली गेली नसेल. याचा अर्थ, तुमची मुलाखत वाईट झाली असे नव्हे तर कदाचित कंपनीच्या कारभारात ढिलाई असू शकते. कारण काहीही असले, तरी कंपनीला तुम्ही फॉलोअप देणे आवश्यक आहे. त्यामुळे कंपनीचा तुम्हाला आलेला अनुभव भविष्यात उपयोगी पडेल.

वेळेच्या बाबतीत आणि पुढील काही गोष्टी ठरवणे तुमच्या भविष्यातील नियोजनासाठी चांगले असते. कंपनीकडून प्रतिसादासाठी किती काळ थांबायचं हेही ठरवता येतं. मुलाखत अपेक्षेपेक्षा जास्त चांगली झाली असेल तर काही गोष्टी थेट विचारू शकता. उदा. तुमच्या कामामध्ये काही सुधारणा कंपनीला अपेक्षित

आहेत का? ज्यामुळे तुम्हाला पहिल्या दिवसापासून योग्य दिशेने काम करता येईल.

जर तुम्ही एकाच वेळी अनेक कंपन्यांमध्ये अर्ज केला असेल, तर एका कंपनीसाठी किती वेळ थांबायचे, ते ठरवून घ्या. जर काही कारणांनी एखाद्या कंपनीने दिलेल्या तारखेच्या आधी तुमची तातडी असेल, तर विनम्रपणे तसे कळवा. इतर कंपन्याही तुम्हाला नोकरी देऊ इच्छितात. याचा प्रभाव नक्कीच पडेल. मात्र प्रामाणिकपणे व खरंच बोला. छोटी गोष्ट फुलवून सांगू नका, अवाजवी काहीही बोलू नका.

निघताना

मुलाखत संपली आहे. आता एक दीर्घ श्वास घेऊन स्वतःच्या मुलाखतीचे मनातल्या मनात कौतुक करा आणि शांतपणे खोलीच्या बाहेर जा. बाहेर पडताना, स्वतःच्या कोणत्याच गोष्टी विसरून जाऊ नका. जाताना आत्मविश्वासाने मुलाखतकाराशी हस्तांदोलन करा आणि नाव घेऊन त्यांना निरोप द्या.

त्या खोलीच्या बाहेर, तुम्हाला मदत करणाऱ्या प्रत्येकाला शक्य झालं तर निरोप द्या. तुम्हाला पाणी देणाऱ्या शिपायापासून, खोलीपर्यंत सोडायला आलेल्या कंपनीच्या प्रतिनिधीपर्यंत कोणीही भेटले तर त्याचे व्यक्तिशः आभार माना व विनम्रपणे बोललात, तर त्यात तुमचाच फायदा आहे!

❧☙

९

मुलाखतीनंतर

अभिनंदन! तुम्ही मुलाखतीतून सहीसलामत बाहेर पडलात! दीर्घ श्वास घ्या, स्थिर व्हा, पण जास्त काळ निष्क्रीय बसू नका. नोकरी मिळवण्याचं काम अजून संपलं नाही आहे. किंबहुना, अजूनही काही कृती करायची शिल्लक आहे आणि तेही तातडीने!

तुमच्या मुलाखतीचा आढावा घ्या

सगळ्यात महत्त्वाचं काम म्हणजे, तुमच्या मुलाखतीच्या प्रक्रियेचा आढावा घ्या. एक अर्जदार म्हणून, तम्ही कंपनीत तुमच्या योग्य कामासाठी अर्ज केला होतात. तुम्ही ही मुलाखत कशी पार पाडलीत? तुम्हाला नीट जमलं का?

खालच्या कोष्टकात तुम्हाला मुलाखतीत विचारलेले प्रश्न आहेत. तुम्हाला यातले काही प्रश्न विचारले गेले असतील. कदाचित याहीपेक्षा वेगळ्या प्रश्नांची तुम्ही उत्तरे

दिली असतील, तेही प्रश्न या कोष्टकात जोडा. आता सर्व प्रश्नांचा आढावा घेऊन डावीकडच्या रकाना आधी भरा. त्यानंतर, १ ते ५ या दरम्यान तुमच्या उत्तराला तुम्ही स्वत:च गुण द्या. ५ गुण म्हणजे तुमची पूर्ण तयारी झाली होती. ३ गुण म्हणजे, तुमच्या क्षमतांबद्दल तुम्हाला आत्मविश्वास होता, पण त्या संपूर्णपणे दिसू शकल्या नाहीत. आणि शेवटी, तुम्हाला स्वत:बद्दल अजिबातच खात्री नसेल, तर १ गुण द्या.

प्रत्येक प्रश्नाला ३ किंवा त्यापेक्षा कमी गुण असतील तर तुम्हाला खूपच जाणीवपूर्वक तयारी करायला हवी. पूर्ण प्रश्न पुन्हा बघा. तुम्ही उत्तराच्या आशयात कमी पडला असाल तर त्या प्रश्नाला 'C' अशी खूण करा. जर तुम्हाला नीट उत्तर देताच आलं नसेल, तर ही 'D' खूण करा. आणि आशय व सादरीकरण या दोन्हीत कमी पडला असाल तर अशी 'CD' खूण करा. आता तुम्हाला नक्की कोणत्या घटकांवर तयारी करायची आहे, ते कळलंय. जर तुम्ही मूल्यमापनाची ही पद्धत अवलंबलीत, तर भविष्यात तुम्हाला याचा फायदाच होईल.

प्रकरण २ – मुलाखतीची प्रत्यक्ष तयारी

विचारला की नाही	प्रश्न	गुण				
		१	२	३	४	५
☐ हो ☐ नाही	तुमचा सध्याचा पगार किती?	☐	☐	☐	☐	☐
☐ हो ☐ नाही	तुम्हाला आता किती पगाराची अपेक्षा आहे?	☐	☐	☐	☐	☐

प्रकरण ३ – प्रथमदर्शनी मत व तुमचे स्थान

विचारला की नाही	प्रश्न	गुण				
		१	२	३	४	५
☐ हो ☐ नाही	माझ्यासमोर तुमचा बायोडेटा आहे. तुमच्या अनुभवाबद्दल तुम्हीच थोडंसं बोला. तुमच्याबद्दल बोला.	☐	☐	☐	☐	☐

विचारला की नाही	प्रश्न	गुण
		१ २ ३ ४ ५
□ हो □ नाही	तुम्ही आमच्याच कंपनीत अर्ज का केलात?	□ □ □ □ □
□ हो □ नाही	तुम्हाला हीच नोकरी का करायची आहे? तुम्ही इथेच का आलात?	□ □ □ □ □
□ हो □ नाही	या पदावर तुम्ही यशस्वीरित्या काम करू शकता, असं तुम्हाला का वाटतं?	□ □ □ □ □
□ हो □ नाही	तुम्ही नक्कीच आमच्या कंपनीच्या मूल्यांबद्दल वेबसाईटवर वाचले असेल त्यांचे आमच्यासाठी काय महत्त्व आहे, असे तुम्हाला वाटते? त्या मूल्यांचे तुमच्या लेखी काय महत्त्व आहे?	□ □ □ □ □
□ हो □ नाही	कंपनीकडून तुम्हाला काय अपेक्षा आहेत? त्या बदल्यात तुम्ही कंपनीला काय देऊ शकता?	□ □ □ □ □
□ हो □ नाही	आजच्या मुलाखतीची तुम्ही काय तयारी केली आहे?	□ □ □ □ □
□ हो □ नाही	तुम्ही काम करू इच्छित असलेल्या विभागाबद्दल तुमच्या काय कल्पना आहेत?	□ □ □ □ □
□ हो □ नाही	या विभागाचे, कंपनीचे मुख्य उद्दिष्ट पूर्ण करण्यासाठी काय योगदान आहे?	□ □ □ □ □
□ हो □ नाही	तुमचे या कंपनीच्या वातावरणाबद्दल एकंदर काय मत आहे?	□ □ □ □ □

प्रकरण ४ – तुमचा अनुभव आणि तुमची महत्त्वाकांक्षा

विचारला की नाही	प्रश्न	गुण १ २ ३ ४ ५
☐ हो ☐ नाही	तुमच्या करियरमधली सर्वोत्तम कामगिरी कोणती?	☐ ☐ ☐ ☐ ☐
☐ हो ☐ नाही	तुमचा आजवरचा सर्वांत आव्हानात्मक प्रोजेक्ट कोणता?	☐ ☐ ☐ ☐ ☐
☐ हो ☐ नाही	तुम्ही तुमच्या करियरचे काय नियोजन केले आहे?	☐ ☐ ☐ ☐ ☐
☐ हो ☐ नाही	मागची नोकरी तुम्ही त्या कंपनीत का स्वीकारली होती?	☐ ☐ ☐ ☐ ☐
☐ हो ☐ नाही	तुमचे महाविद्यालयीन अभ्यासाचे विषयच तुम्ही का निवडले?	☐ ☐ ☐ ☐ ☐
☐ हो ☐ नाही	तुमचे आत्तापर्यंतचे सर्वांत मोठे अपयश कोणते?	☐ ☐ ☐ ☐ ☐
☐ हो ☐ नाही	तुमच्या अॅप्रेझलमध्ये किंवा विद्यापीठात, तुमच्या अपेक्षेपेक्षा तुमच्या कामाची गुणवत्ता खालावली होती का? ती उंचावण्यासाठी तुम्ही काय केलेत?	☐ ☐ ☐ ☐ ☐
☐ हो ☐ नाही	तुमच्या या पुढच्या महत्त्वाच्या कामगिरीसाठी तुम्ही स्वत:त सुधारणा कशी घडवून आणाल?	☐ ☐ ☐ ☐ ☐
☐ हो ☐ नाही	तुम्ही एखाद्या कामासाठी किती मेहेनत घेऊ शकता?	☐ ☐ ☐ ☐ ☐

विचारला की नाही	प्रश्न	गुण १ २ ३ ४ ५
☐ हो ☐ नाही	तुमची उद्दिष्टे साध्य करण्यासाठी तुम्ही किती व कशी मेहेनत घेता?	☐ ☐ ☐ ☐ ☐
☐ हो ☐ नाही	गेल्या दोन-तीन वर्षात नोकरीतील काम सोडून तुम्ही इतर काही सामाजिक किंवा तत्सम कार्य केले आहे का? ज्यामुळे एक व्यक्ती म्हणून तुमच्यावर खूप चांगला परिणाम झाला?	☐ ☐ ☐ ☐ ☐
☐ हो ☐ नाही	तुम्ही कंपनीच्या कामात कोणत्या तऱ्हेने योगदान देऊ शकता?	☐ ☐ ☐ ☐ ☐
☐ हो ☐ नाही	तुमची या कंपनीतील कामाकडून काय अपेक्षा आहे?	☐ ☐ ☐ ☐ ☐
☐ हो ☐ नाही	तुम्ही नवीन नोकरीत कोणते ठळक मुद्दे अपेक्षित करता?	☐ ☐ ☐ ☐ ☐
☐ हो ☐ नाही	पुढील पाच वर्षात तुम्ही स्वत:ला कुठे बघता?	☐ ☐ ☐ ☐ ☐
☐ हो ☐ नाही	तुम्हाला उच्च शिक्षण घेण्यात रस आहे का? असेल तर पूर्णवेळ की अर्धवेळ?	☐ ☐ ☐ ☐ ☐
☐ हो ☐ नाही	याआधीच्या नोकरीत किंवा त्या-व्यतिरिक्त कधी तीव्र नैराश्य अनुभवले आहे का? तसं का झालं होतं? त्यावेळी तुम्ही काय केलेत? तुमच्या आजुबाजुच्या लोकांची प्रतिक्रिया काय होती? तुम्ही त्यांच्या अपेक्षा कशा पूर्ण केल्यात?	☐ ☐ ☐ ☐ ☐

प्रकरण ५ – कृतीशीलतेबाबतचे प्रश्न

विचारला की नाही	प्रश्न	गुण
		१ २ ३ ४ ५
☐ हो ☐ नाही	तुमचा टीमबरोबर काम करण्याचा अनुभव कसा होता? त्यात एखादं प्रोजेक्ट टीममध्ये केलं आहे का?	☐ ☐ ☐ ☐ ☐
☐ हो ☐ नाही	तुमच्या अशा अनुभवाबद्दल काही सांगा, ज्या प्रोजेक्टमध्ये तुम्हाला कंपनीच्या मर्यादेत काम करावं लागलं होतं?	☐ ☐ ☐ ☐ ☐
☐ हो ☐ नाही	तुमचे तुमच्या सहकाऱ्यांशी संबंध कसे आहेत?	☐ ☐ ☐ ☐ ☐
☐ हो ☐ नाही	एखाद्या मनस्ताप देणाऱ्या टीमसदस्याशी तुमचा संबंध आला आहे का? तुम्ही ती परिस्थिती कशी हाताळलीत?	☐ ☐ ☐ ☐ ☐
☐ हो ☐ नाही	जेव्हा तुमच्या टीमच्या सदस्यांनी तुमच्यासाठी काम करणं नाकारलं, तेव्हा तुम्ही काय केलंत? उदाहरणे द्या.	☐ ☐ ☐ ☐ ☐
☐ हो ☐ नाही	तुम्हाला तुमच्या टीममधल्या सदस्यांना प्रेरणा देण्याची वेळ आली असेल, तर त्याबद्दल सांगा.	☐ ☐ ☐ ☐ ☐
☐ हो ☐ नाही	कम्फर्ट झोनच्या बाहेर जाऊन काही काम करण्याची वेळ तुमच्यावर आली आहे का? त्या अनुभवाबद्दल सांगा.	☐ ☐ ☐ ☐ ☐

विचारला की नाही	प्रश्न	गुण
		१ २ ३ ४ ५
☐ हो ☐ नाही	उदाहरणे देऊन नेतृत्व गुण कसे दाखवलेत?	☐ ☐ ☐ ☐ ☐
☐ हो ☐ नाही	तुम्ही कधी कोणाला मार्गदर्शन केले आहे का?	☐ ☐ ☐ ☐ ☐
☐ हो ☐ नाही	मिटिंगमधील नेतृत्वाबद्दल तुमचे काय मत आहे?	☐ ☐ ☐ ☐ ☐
☐ हो ☐ नाही	तुम्हाला हवे ते काम सहकाऱ्यांकडून कसे करून घेता?	☐ ☐ ☐ ☐ ☐
☐ हो ☐ नाही	तुमच्या कंपनीबद्दलच्या ज्ञानाचा तुम्हाला इच्छित काम करून घेण्यासाठी कधी उपयोग करून घेतलात?	☐ ☐ ☐ ☐ ☐
☐ हो ☐ नाही	विविध दृष्टिकोनांचे हितचिंतक एकत्र आले आहेत, ही परिस्थिती तुम्ही कधी अनुभवली आहे का?	☐ ☐ ☐ ☐ ☐
☐ हो ☐ नाही	तुम्ही बरोबर आहात हे माहीत असूनही सहकारी तुम्हाला विरोध करतात, तेव्हा तुम्ही काय करता?	☐ ☐ ☐ ☐ ☐
☐ हो ☐ नाही	तुम्हाला कंपनीच्या व्यवस्थापनाकडून अजिबात मदत मिळाली नाही, असं कधी घडलं आहे का? त्यावेळी तुम्ही काय केलंत?	☐ ☐ ☐ ☐ ☐
☐ हो ☐ नाही	कोणत्या प्रकारच्या वातावरणात तुम्हाला काम करणं सर्वांत अवघड आहे, असं वाटतं?	☐ ☐ ☐ ☐ ☐

विचारला की नाही	प्रश्न	गुण				
		१	२	३	४	५
☐ हो ☐ नाही	प्रत्येकालाच उत्कृष्ट काम हवं असतं. पण सर्वोत्तम ठरणं अवघड आहे. तुमचा अनुभव या बाबतीत कसा आहे?	☐	☐	☐	☐	☐
☐ हो ☐ नाही	तुम्ही दडपणाखाली कसे काम करता?	☐	☐	☐	☐	☐
	तुम्ही कल्पकतेने काम करू शकता का?	☐	☐	☐	☐	☐
☐ हो ☐ नाही	इतरांना कल्पकतेने काम करण्यासाठी तुम्ही कसे प्रवृत्त करता?	☐	☐	☐	☐	☐
☐ हो ☐ नाही	तपशीलाचे तुमच्या लेखी काय महत्त्व आहे?	☐	☐	☐	☐	☐

प्रकरण ६ – तुमचे व्यक्तिमत्त्व आणि तुमची कार्यपद्धत

विचारला की नाही	प्रश्न	गुण				
		१	२	३	४	५
☐ हो ☐ नाही	तुम्ही बदलांना कसे सामोरे जाता? किंवा नवीन गोष्टी कशा हाताळता?	☐	☐	☐	☐	☐
☐ हो ☐ नाही	अंतर्गत बदल्या आणि नवीन बॉस या गोष्टींना तुम्ही कसे सामोरे जाता?	☐	☐	☐	☐	☐
☐ हो ☐ नाही	व्यवसायातील अनपेक्षित बदल तुम्हाला हाताळता येतात का? परिस्थितीतील बदलांच्या वेळी तुम्ही कसे वागता?	☐	☐	☐	☐	☐
☐ हो ☐ नाही	तुमची बलस्थाने आणि कमकुवत दुवे कोणते?	☐	☐	☐	☐	☐

विचारला की नाही	प्रश्न	गुण
		१ २ ३ ४ ५
☐ हो ☐ नाही	तुमच्या आजच्या अॅप्रेझलमध्ये कोणत्या गोष्टी सुधारण्यासाठी तुम्हाला सांगण्यात आले? आणि तुम्ही त्या सुधारणा स्वत:मध्ये कशा घडवून आणल्यात?	☐ ☐ ☐ ☐ ☐
☐ हो ☐ नाही	तुमच्या व्यक्तिमत्त्वातील अपेक्षित बदलांसाठी तुम्ही काय प्रयत्न करत आहात? तुमच्या व्यक्तिमत्त्वातल्या कोणत्या पैलूवर अधिक श्रम घ्यावे लागले?	☐ ☐ ☐ ☐ ☐
☐ हो ☐ नाही	तुमचे मित्र तुमचे वर्णन कसे करतात?	☐ ☐ ☐ ☐ ☐
☐ हो ☐ नाही	वैयक्तिक व व्यावसायिक आयुष्याचा समतोल तुमच्यासाठी किती महत्त्वाचा आहे?	☐ ☐ ☐ ☐ ☐
☐ हो ☐ नाही	तुम्ही एखाद्या सहकाऱ्याला चोरी करताना बघितलंत, तर तुम्ही तुमच्या इतर सहकाऱ्यांना सांगाल का?	☐ ☐ ☐ ☐ ☐
☐ हो ☐ नाही	तुमची कंपनी ग्राहकाला अवाजवी बिल लावते आहे असे तुम्हाला लक्षात आले. तुम्ही काय कराल?	☐ ☐ ☐ ☐ ☐
☐ हो ☐ नाही	तुमचे छंद कोणते?	☐ ☐ ☐ ☐ ☐
☐ हो ☐ नाही	तुम्ही तुमच्या फावल्या वेळेत काय करता?	☐ ☐ ☐ ☐ ☐

जास्तीच्या काही प्रश्नांचे या पद्धतीने मूल्यमापन करा.

प्रश्न	गुण
	१ २ ३ ४ ५
	☐ ☐ ☐ ☐ ☐
	☐ ☐ ☐ ☐ ☐
	☐ ☐ ☐ ☐ ☐
	☐ ☐ ☐ ☐ ☐

आता या ब्लूप्रिंटचा योग्य वापर करून घ्या. प्रत्येक मुलाखतीसाठी याचा नीट वापर करून घ्या. सर्वप्रथम, आशय व सादरीकरण या दोन्हीकडे लक्ष देण्याची गरज असलेल्या प्रश्नांकडे लक्ष द्या. मग सादरीकरणात ज्या प्रश्नात तुम्ही कमी पडलात त्या प्रश्नांकडे वळा आणि सर्वांत शेवटी ज्या उत्तरांमध्ये आशयात कमी पडताय, अशा प्रश्नांवर लक्ष केंद्रित करा. प्रत्येक प्रश्न नीट अभ्यासा आणि पुढच्या मुलाखतीला आत्मविश्वासाने सामोरे जा.

वरील प्रश्न तुमचे थोडे तरी दडपण कमी करतील, परंतु तरीही तुम्हाला अजून बरीच तयारी स्वतःहून करायची आहे. या अपेक्षित प्रश्नांची तयारी झाल्यावर तुमची कल्पकता अचानक येणाऱ्या प्रश्नांसाठी राखून ठेवता येईल.

आभाराचे पत्र लिहा

सामान्यपणे सर्वांत मोठी होणारी चूक म्हणजे तुम्ही कोणत्याही क्षेत्रात असलात तरी आभाराचे पत्र लिहिले जात नाही. तुमचा चेहरा आणि बायोडेटा माहितीचा आहे, तोवरच एक आभाराची नोट पाठवून द्या. फार मोठे पत्र लिहिण्याची गरज नाही, परंतु ती व्यावसायिक तऱ्हेची असू दे. दहा वर्षांपूर्वी आम्ही सल्ला दिला असता की

चांगल्या प्रतीच्या एखाद्या वॉटरमार्क असलेल्या कागदावर आभाराचे पत्र कंपनीला टाईप करून किंवा स्वत:च्या हस्ताक्षरात पाठवा. परंतु आता संभाषणाच्या क्षेत्रात खूपच क्रांती झाली आहे. तुम्ही कंपनीशी आतापर्यंत ई-मेलवरून संपर्क साधला असेल, तर आताही आभाराचा ई-मेल पाठवायला हरकत नाही.

इंटरनेटवर आभाराच्या पत्राचे अनेक नमुने तुम्हाला बघायला मिळतील. त्यामुळे त्याची उदाहरणे काही आम्ही देत नाही. आभाराचे पत्र छापील नमुन्यात किंवा कॉपी-पेस्ट करून पाठवू नका. मुलाखतीत चर्चा झालेल्या मुद्यांचा त्यात उल्लेख असू दे, तुमच्या व्यक्तिमत्त्वाशी त्याचा संदर्भ असू दे. बाकी कोणतीही गोष्ट इतकी महत्त्वाची नाही. थोडक्यात, आभाराच्या पत्रातही तुमची स्वत:ची छाप दिसली पाहिजे. त्यामुळे तुम्ही मुलाखतकाराच्या लक्षात राहाल.

प्रवासभत्ता

प्रवासभत्ता मागणे हा प्रत्यक्ष मुलाखतीइतकाच थोडा दडपण आणणारा प्रकार असतो. तुम्ही त्याबद्दल आधी बोलला होतात का? तुम्ही किती प्रवासभत्ता मागू शकता? तुम्ही याबद्दल कधी विचारू शकता? तुम्ही प्रवासभत्ता मिळण्याला पात्र आहात का?

या विषयाच्या कायदेशीर बाबीकडे प्रथम बघूया. दुर्दैवाने, प्रत्येक देशाचा कायदा वेगळा असतो. उदा. जर्मनी किंवा इतर युरोपीय देशांत, कंपनीने स्पष्ट उल्लेख केलेला नसेल, तर प्रवासभत्ता देणे आवश्यक आहे. 'आम्ही प्रवासभत्ता देऊ शकत नाही' हे कंपनीने सांगणे बंधनकारक आहे. मात्र अमेरिकेतील चित्र वेगळे आहे. ह्याचबरोबर भारतातही प्रवासभत्ता देणे कायदेशीरदृष्ट्या बंधनकारक नाही. हे त्या-त्या कंपनीच्या ह्युमन रिसोर्स विभागावर अवलंबून असते. थोडक्यात प्रवासभत्त्याबद्दल कोणताही एकसमान नियम नाही. त्यामुळे त्याबद्दल आधीच नीट विचारून घ्या. विशेषत:, तुम्ही एका गावाहून दुसऱ्या गावी मुलाखतीसाठी जाणार असाल तर प्रवासभत्त्याबद्दल माहिती घेणे आवश्यक आहे.

आता तुमच्या बाजूने हा मुद्दा बघुया. या मुद्याबद्दल बोलण्याची योग्य वेळ कोणती? पहिला पर्याय, म्हणजे तुमची मुलाखत जर अपेक्षेप्रमाणे झाली नसेल, आणि प्रवासभत्त्याबद्दल बोलणेही झाले नसेल, तरी आमच्या मते नम्रपणे प्रवासभत्ता मागायला काही हरकत नाही. प्रस्थापित कंपन्यांची काही ध्येयधोरणे असतात, त्यानुसार तुमची मुलाखत चांगली झाली किंवा नाही, तरी त्यांच्या धोरणांनुसार ते वागतात. त्यामुळे तुम्ही विचारलंत तरी तुमचं नुकसान काहीच होणार नाही.

दुसरा पर्याय म्हणजे, तुम्ही प्रवासभत्त्याबद्दल काहीच बोलला नाही आहात. तुम्हाला मुलाखतीच्या पुढच्या फेरीसाठी बोलावले आहे. तुम्हाला नोकरी मिळण्याची दाट शक्यता आहे. तुम्हाला ह्युमन रिसोर्स विभागाकडून प्रवासखर्चाचे तपशील मागितले नसतील, तर आत्ता प्रवासभत्त्याचा विषय पुढे ढकला. आमचा सल्ला आहे, की मुलाखतीची प्रक्रिया पूर्ण पार पडू दे. तुमची नोकरी पक्की होऊ दे. त्या प्रक्रियेत अडथळा निर्माण करू नका.

तिसरा पर्याय तुम्ही खूप लांबच्या ठिकाणाहून मुलाखतीसाठी चालला आहात. उदा. परदेशातूनच आला आहात किंवा परदेशात जायचे आहे. शिवाय मुलाखतींच्या अनेक फेऱ्याही द्यायच्या आहेत आणि त्यासाठी प्रवासही वारंवार करावा लागणार आहे आणि मुक्कामही अनिवार्य आहे. आमच्या मते अशावेळी कंपनी प्रवासाची काही सोय करणार आहे का, ते नम्रपणे विचारा. किंवा टेलिफोन मुलाखत किंवा इलेक्ट्रॉनिक माध्यमातून मुलाखत देणे शक्य आहे का, या पर्यायाचा विचार करा. मी भारतात असताना युरोपात मुलाखत द्यायला गेलो, त्यावेळी हा अनुभव मी घेतला आहे. मी ह्युमन रिसोर्सर्स विभागातील व्यक्तींशी संपर्क साधून प्रवासखर्चाबद्दल विचारलं आणि मी स्काईपच्या माध्यमातून मुलाखत देण्याचा पर्याय त्यांना सुचवला. आणि अर्थातच तो लगेच मान्यही झाला. कारण तो त्या कंपनीसाठीही फायदेशीरच होता. मी कसलाही विचार न करता विमानाच्या तिकीटावर पैसे खर्च केले असते, तर तो माझा मूर्खपणा ठरला असता. जेव्हा खर्चाची रक्कम फार मोठी नसेल आणि तुम्हाला ती नोकरी मिळण्याची खात्री वाटत असेल त्यावेळी तुम्ही एकवेळ तो खर्च सोडून द्यायचा विचार करू शकता. तो एक

गुंतवणुकीचा पर्याय म्हणून तुम्ही त्याकडे बघू शकता. कारण शेवटी तुम्हाला हवी तशी नोकरी मिळणं हे रेल्वेच्या तिकिटापेक्षा नक्कीच जास्त फायद्याचं आहे.

काही कंपन्यांमध्ये ह्युमन रिसोर्स विभाग अधिकच कार्यशील असतात. आम्ही काही मुलाखती अशाही दिल्या आहेत, जिथे मुलाखीच्यावेळी उमेदवाराकडून एका फॉर्मवर प्रवासखर्चाचा तपशील आधीच भरून घेतात. काही कंपन्यांच्या नियमात प्रवासखर्च देण्याचाही नियम असतो. अशावेळी टॅक्सी किंवा रिक्षासारखी किरकोळ रक्कम नसेल तर प्रवासखर्च नक्की मागून घ्या. मात्र अवाजवी किंवा अवास्तव रक्कम मागू नका. महागड्या हॉटेलात राहणं, मिनीबार, बस, मेट्रोच्या तिकीटाऐवजी टॅक्सीचं भाडं असे खर्च करू नका आणि दाखवूही नका. असा खर्च मागितलात तर तुम्हाला वगळण्याची शक्यता असते.

कधीतरी नोकरी शोधताना झालेल्या प्रवासखर्चाबद्दलची तुमच्या इन्कमटॅक्समधून सूट मिळते. मात्र तुमच्या देशातील इन्कमटॅक्स कायदा काय सांगतो, ते महत्त्वाचे. अशावेळी तुमच्या कर सल्लागाराला विचारा किंवा वेबसाईटवर शोधा. तुमच्या प्रवासखर्चाचा अगदी बारीक तपशील व पावत्या ठेवा, कदाचित रिटर्न फाईल करताना तुम्हाला त्याची आवश्यकता भासेल.

पाठपुरावा

एखाद्या कंपनीतील तुमची शेवटच्या फेरीतील मुलाखत झाली की ते पुन्हा तुमच्याशी कधी संपर्क साधणार आहेत, ते एकदा तपासून बघा. एकदा संपर्काचा कालावधी निश्चित झाला की ठरलेल्या कालावधीत कंपनीने तुमच्याशी संपर्क साधणे आवश्यक आहे. तसे झाले नाही, तुम्ही उलट फोन करणे अगदी स्वाभाविक आहे. कंपनीकडून काही कामचलावू कारणे देण्यात आली, उदा. वेळ मिळाला नाही किंवा वरिष्ठ पुन्हा एकदा मुलाखतीचा आढावा घेत आहेत इ. तर हा धोक्याचा इशारा आहे. कदाचित कंपनी तुमच्यापासून काही लपवते आहे किंवा तुमच्या कामाच्या स्वरुपाबद्दल तुम्हाला नीट कल्पना दिलेली नसू शकते.

नकार पचवताना

सत्य परिस्थिती ही आहे की, सध्याच्या स्पर्धेच्या युगात मुलाखतीच्या पहिल्या फेरीनंतर तुम्हाला वगळले जाऊ शकते! थोडक्यात, तुम्हाला नोकरी मिळण्याची शक्यता कमी असते. आता पुढे काय?

पुढचं कटुसत्य म्हणजे, तुम्ही खरोखरच याबद्दल काहीच करू शकत नाही. फक्त आभाराचा एक ई-मेल पाठवू शकता. त्यात त्यांनी दिलेल्या वेळेबद्दल आभार माना आणि भविष्यात त्या कंपनीबरोबर काम करण्याची संधी मिळण्याची आशा व्यक्त करा!

तिसरं सत्य म्हणजे, कंपन्या तुमच्याशी नवीन पदासाठी संपर्क साधत नाहीत. नोकरी भरतीची प्रक्रिया ही त्या-त्या काळापुरती असते. एकदा तुम्ही नाकारले गेलात की कंपनीच्या दृष्टीने घटना संपली. तरीही, जरी तुम्हाला नोकरी मिळाली नसली, तरी लिंक्डइन सारख्या सोशल नेटवर्किंग साईटस्‌च्या माध्यमातून तुम्हाला संपर्क वाढवता येतात. कॉर्पोरेट जग हे तुमच्या कल्पनेपेक्षा लहान आहे. त्यामुळे कधी तरी कोणत्यातरी प्रशिक्षणादरम्यान किंवा सेमीनार, कॉन्फरन्समध्ये तुमचा मुलाखतकार किंवा स्पर्धक उमेदवार तुम्हाला भेटण्याची दाट शक्यता असते. त्यावेळी कोणताही कडवटपणा न ठेवता तुम्हाला त्यांच्याशी मोकळा संवाद साधता आला पाहिजे.

तुम्ही कोणत्याही क्षेत्रात असाल, तरी नैराश्याचा काळ फार वेळ टिकू देऊ नका. त्याने तुमच्या आयुष्यातील मौल्यवान वेळ वाया जातो. मुलाखतीची प्रक्रिया इतकी गळेकापू असू शकते की मुलाखतीच्या अनेक फेऱ्या होऊनही मुलाखतकार तुम्हाला ओळखणे नाकारू शकतो! जरी तुम्ही या पुस्तकातील सर्व सल्ले मानलेत आणि तुमची मुलाखत अतिशय उत्तम झाली तरीही त्यामध्ये अनेक अडथळे असतात, ज्यावर तुमचे नियंत्रण नसते. मग ही सगळी प्रक्रिया ही काय वेडेपणा होता का? आमचा एक अनुभव असाही आहे की, वृत्तपत्रातील जाहिरात दिलेल्या, नोकरीसाठीसुद्धा अर्ज करण्यासाठी आम्हाला विचारले होते! मग ज्यांना हे कळतच नाही अशा अज्ञानी उमदेवारांचे काय होत असेल? कधीतरी एखादी कंपनी केवळ

आपली लोकप्रियता वाढविण्यासाठी किंवा देखावा करण्यासाठीसुद्धा अशा गोष्टी घडवून आणते. कधीतरी किती उमेदवारांच्या मुलाखती घेतल्या गेल्या हे एखाद्या कंपनीला कागदोपत्री दाखवावे लागते. अशावेळी आम्हाला नाण्याची दुसरी बाजूही कळली. आमचा अनुभव त्या कामासाठी अतिशय योग्य असूनही नोकरी मिळाली नाही. कारण आधीच कोणा उमेदवाराला नोकरी देण्यात आली होती. क्वचित असंही होतं, की अचानक कंपनीचं बजेट बदलतं आणि शेवटी कोणालाच नोकरी दिली जात नाही.

सर्वांत कटुसत्य हे आहे की कंपनीचे अशा प्रकारचे डावपेच आपल्या लक्षात येत नाहीत. नोकरी न देण्याची कंपनीने दिलेली कारणे अतिशय सावधपणे दिली जातात, जेणेकरून कंपनी कायदेशीररीत्या कोणत्याही अडचणीत येणार नाही. म्हणूनच, निराश होवू नका. पुन्हा नव्या जोमाने प्रयत्न करा, नोकरी शोधा. अशा कंपन्यांकडून आलेला नकार, आपले सुदैव समजून पुढे चला. योग्य तयारी करा. सकारात्मक दृष्टिकोनातून मुलाखती द्या. तुमच्या योग्यतेची नोकरी तुम्हाला नक्की मिळेल.

नोकरी स्वीकारायची की नाकारायची?

आता आपण मुलाखतीसंबंधी बरेच बोललो आहोत आणि त्याची तयारी कशी करायची, तेही आपण बघितले. दुर्दैवाने सर्वच नोकऱ्या योग्य नसतात किंवा सर्वच कंपन्यातील कामाचं वातावरण तुमच्या स्वभावाला अनुकूल नसतं. खरं सांगायचं तर, आपण इगो आणि भावनेच्या चक्रात सापडतो आणि स्वत:ला सिद्ध करण्याच्या व ताबडतोबीने नोकरी मिळवण्याच्या नादात, धोकादायक अनेक बाबींकडे दुर्लक्ष करतो.

महत्त्वाचा निर्णय घेताना

प्रकरण २ मधील अनेक महत्त्वाच्या गोष्टींची इथे आपण उजळणी करणार आहोत. मुलाखतीच्या प्रक्रियेचे तुम्ही काही निकष ठरवले आहेत का?

उदा. कंपनीने तुम्हाला किती दिवसात शेवटचा निर्णय कळवला पाहिजे वगैरे. जर एखादी कंपनी तुम्हाला आठवडाभरात संपर्क साधू असे सांगत असेल तर खरंच तसे होते का? कारण जर त्या कंपनीला जर खरंच तुमच्यात रस असेल तर तसे लगेचच कळवणे अपेक्षित आहे. जर असे काही घडत नसेल, तर तुम्ही मात्र सावध रहा.

तुम्हाला कुठले भत्ते देण्याचे कबूल केले आहे का? आणि तसे देण्यात आले आहेत का? तसं नसेल, तर इतर काही गोष्टींमुळे तुम्ही थांबला आहात का? या सगळ्या प्रक्रियेत, कंपनीपेक्षा तुमच्याच सर्व गोष्टी पणाला लागल्या आहेत, असं तुम्हाला वाटतय का? कोणतीही मुलाखत तुमच्यासाठी ५०% सकारात्मक आणि ५०% नकारात्मक असू शकते. जर ती ५०% नकारात्मकतेकडे झुकणार असेल, तर तुम्हाला कामाचा आनंद मिळणार नाही.

जबाबदाऱ्या किंवा वरिष्ठ अधिकारी यांच्या बाबतीत तुम्हाला काही अनपेक्षित माहिती मिळाली आहे का? ह्युमन रिसोर्स विभाग व तुम्ही अर्ज केलेल्या विभागातील अधिकारी यांच्यात एकवाक्यता नसेल तर, त्यातून कंपनीच्या गलथान कारभाराची झलक बघायला मिळते.

तुम्ही तुमच्या भावी सहकाऱ्यांशी किंवा टीमच्या सदस्यांना भेटण्याची इच्छा व्यक्त केली आहे का? ती जर तुम्हाला नाकारण्यात आली असेल, तर तुम्ही तुमच्या अर्जावर नीट विचार करा. तुम्हाला कोणत्याही प्रकारची माहिती नाकारण्यात आली आहे का? उदा. प्रवासभत्ता, डेटा वापरण्याची मुभा किंवा इतर काही. तुम्ही जर या नोकरीचा गांभीर्याने विचार करत असाल तर निर्णय घेण्यासाठी आवश्यक ती माहिती तुम्हाला मिळालीच पाहिजे. तुम्ही प्रत्यक्ष रुजू होईपर्यंत काही माहिती गुप्तच ठेवण्यात येते परंतु काही माहिती तुम्हाला मिळायला हरकत नाही. अशी सामान्य माहिती देण्यास कंपनी टाळाटाळ करत असेल तर अशा ठिकाणी नोकरी करायची का, याचा फेरविचार नक्कीच करायला हवा.

नोकरी देण्याच्या प्रक्रियेत चुका होऊ शकतात आणि प्रत्येक गोष्ट इथे नमूद करणं शक्य नाही. त्यामुळे मुलाखती दरम्यानच्या तुमच्या अनुभवावरून तुम्ही सगळा अंदाज घ्या. ज्या गोष्टी चांगल्या आहेत त्या मान्य करा. केवळ मुलाखतकार

चांगला असून चालत नाही, ती कंपनीही तुम्ही काम करण्यायोग्य असली पाहिजे. **लिझ रायन** (ह्युमन वर्कप्लेस) सावधगिरीचा इशारा देतात[1]–

> ''प्रत्येकजण तुमच्यासाठी योग्य नसतो. त्यामुळे एखाद्या नकारात्मक घटनेचे किंवा शेऱ्याचे वाईट वाटून घेऊ नका. कोणतीही चुकीची गोष्ट अचानक तुमच्यासाठी योग्य होणार नाहीए, हे लक्षात घ्या. मी वयाने आणि अनुभवाने बरीच ज्येष्ठ आहे आणि आजवर मी तरी असं झालेलं ऐकलेलं नाही.''

तुम्हाला योग्य जागा सापडली, असं तुम्हाला वाटतंय का? एखादी कंपनी १५०% नफा दरवर्षी कमवत असेल, भरपूर पगार देत असेल, कामाच्या वेळाही सोयीच्या असतील, भरपूर सुट्ट्या घेण्याची सोय असेल व दुपारचं आणि रात्रीचं जेवणही पुरवत असेल, तर ती कंपनी तुमच्यासाठी योग्य आहे, असं तुम्हाला वाटतं का? कंपनी तुमच्यापासून काही गोष्टी लपवत असल्याची दाट शक्यता आहे किंवा बाजाराबद्दल त्यांनाच अजिबात माहिती नाही. कोणतीही कंपनी सर्वोत्तम असू शकत नाही आणि कोणती नोकरीही! तुम्हाला सगळं चित्र जर सुंदर आणि सुखावह दिसत असेल, तर वेळीच सावध व्हा. अशा ठिकाणी नोकरी करण्यात मोठा धोका आहे, म्हणूनच विचार करून निर्णय घ्या.

नोकरीतील काही वाटाघाटी

तुम्हाला ही प्रक्रिया पुढे न्यायची आहे? मग आता तुम्हाला एका अत्यंत संवेदनशील मुद्याचा विचार करायचा आहे, नोकरीतील वाटाघाटींचा! नवीन नोकरी सुरू करण्यापूर्वी वाटाघाटी अत्यंत गरजेच्या आहेत. कंपनी आणि उमेदवार यांच्यात संवाद चांगला झाला असेल तर या विषयावर धक्के कमी बसतात. तरीही तुमच्या अपेक्षा तुम्ही सांगितल्याच नाहीत किंवा सांगूनही दुर्लक्षित राहिल्या असतील किंवा तुमची अपेक्षा व वास्तव यात फारच फरक असेल तर मुलाखत अपयशी ठरू शकते. पण तुम्ही मोकळ्या मनाने व स्पष्ट विचारांनी संवाद साधून हे चित्र पालटू शकता.

वाटाघाटी हा मुलाखतीनंतरचा फार महत्त्वाचा टप्पा आहे. आम्ही इथे पगाराच्या

वाटाघाटीबद्दल फार चर्चा करणार नाही. कारण ती आधीच्या प्रकरणात आपण आधीच केली आहे. तुम्हाला हवा असलेला सर्वांत कमी आणि सर्वांत जास्त पगार तुम्ही ठरवला आहे असं धरून आपण पुढे चालू.

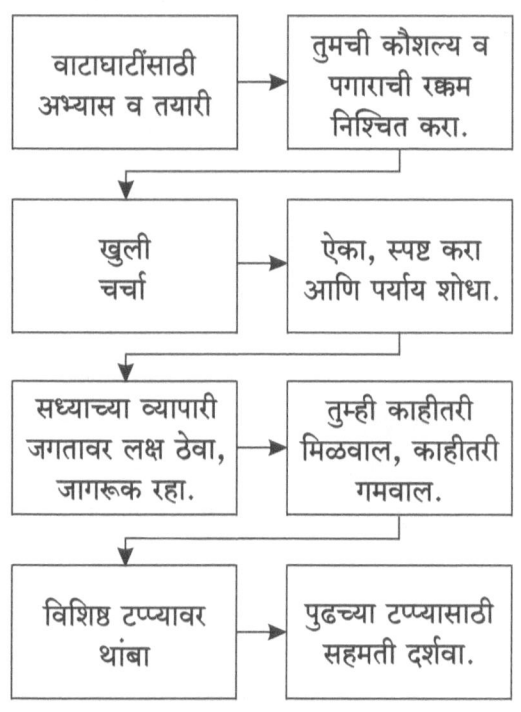

आ. ९.१ वाटाघाटीतील टप्पे

मुलाखतीच्या दरम्यान, तुम्हाला आर्थिक बाबींबद्दल एखादी संधी मिळाली असेल. त्याविषयी कदाचित ओझरतं बोलणं झालं असेल. कदाचित तुमची तपशीलात विचारण्याची इच्छा असेल, परंतु पलिकडून तसा प्रतिसाद मिळाला नसेल. जर पगाराच्या आकड्याबद्दल तुमची आधीच चर्चा झाली असेल, तर आता इथे चर्चा करण्यात काहीच अर्थ नाही, पण तरीही कसलीच शाश्वती देता येत नाही. कंपनीला अधिकाधिक नफा मिळवणे बंधनकारक असते व जमाखर्चाची जुळणीही करायची

असते. तुम्ही खूप अपवादात्मक उमेदवार असाल किंवा कंपनीचे धोरण फारच मोकळे असेल तर पगार आकर्षक असेल, अन्यथा सध्याच्या तुमच्या नोकरीत जो पगार आहे, त्याच्या आसपासची रक्कम तुम्हाला देण्यात येते. तुमच्या बाजुने तुम्हाला पगाराची रक्कम वाढवण्याचा प्रयत्न करायचा असेल तर त्यासाठी तुमची तयारी चांगली झाली पाहिजे.

अशा चर्चेचा 'पगार' हा मुख्य मुद्दा असतोच. क्वचित अगदी कळीचा मुद्दाही बनतो. पण त्याशिवायही बरेच महत्त्वाचे मुद्दे असतात. उदा. कामाच्या तासांची मुभा, कामाची जागा, कामाचं स्वरूप, सुट्ट्यांची पद्धत किंवा पुढील शिक्षणासाठी प्रायोजकत्व इत्यादी तुम्ही ठरवायला हवं की तुमच्यासाठी महत्त्वाचे काय आहे? तुमच्या मनासारखी पगाराची रक्कम मिळणार नसेल तर बाकीच्या सोयी-सुविधांचा विचार करून बघा.

वाटाघाटींची किंवा चर्चेची तयारी करताना तुम्ही कोणती तंत्र वापरणार आणि कोणती नाही, याचा विचार करा. तंत्र किंवा आडाखा म्हणजे इच्छित परिणाम मिळविण्यासाठी केलेली नियोजनबद्ध कृती. काही हमखास यशस्वी ठरणारे डावपेच तुम्ही प्रभावी वाटाघाटींसाठी वापरू शकता. हे डावपेच का करायचे?

- प्रतिस्पर्धी गटाचे विधान कमकुवत करण्यासाठी
- तुमचे स्वत:चे स्थान बळकट करण्यासाठी

असे डावपेच हे स्पर्धात्मक किंवा मैत्रीच्या स्वरूपातही वापरतात. खेळीमेळीचे डावपेच तुमच्याबद्दल आदर निर्माण करतात. तुम्ही हवेहवेसे वाटता व तुम्हाला प्रोत्साहन मिळते. पण स्पर्धात्मक खेळी किंवा डावपेच प्रतिस्पर्धी गटाची बाजू कमकुवत करण्यासाठी किंवा प्रतिस्पर्धी गटाला कमी लेखण्यासाठी वापरले जातात. अशा काही डावपेचांचा विचार करून ठेवा आणि तुमच्याबाबतीतही असे डावपेच वापरले जाऊ शकतात याचाही विचार करा.

मागे एकदा लंडनच्या रहिवासी नसूनही लंडनमध्ये मला अशा वाटाघाटी करण्याची वेळ आली होती. अगदी करारावर स्वाक्षऱ्या होणार अशा वेळी माझ्यासाठी महत्त्वाचे असलेले काही प्रश्न मी विचारले. उदा. आरोग्य विमा, नवीन जागा

शोधण्याचा खर्च, कर इ. कदाचित माझ्या शंका वाजवीपेक्षा खूप जास्त होत्या, पण त्याची उत्तरे माझ्यासाठी महत्त्वाचीच होती. एका विशिष्ट टप्प्यावर मुलाखतकाराने त्याचा पवित्रा बदलला आणि तो आक्रमक डावपेच वापरू लागला. माझी या बदलासाठी मानसिक तयारी अर्थातच झाली नव्हती. त्यावेळी अशा प्रकारच्या चर्चांबद्दल मला फारशी माहितीही नव्हती. त्यामुळे मुलाखतकाराने एकदम आक्रमक पवित्रा घेतल्यावर माझी बाजू एकदम कमकुवत झाली आणि शेवटी, मी ती नोकरी होती तशी स्वीकारली. आता विचार केल्यावर असं वाटतं की, मी जर शहाणपणाने थोडा वेळ मागून घेतला असता तर त्याचा कदाचित योग्य परिणाम झाला असता.

असे काही दुसऱ्याच बाजूचे डावपेच असतात. उदा.मुलाखतकाराच्या बोलण्याकडे फारसे लक्ष न देता आपला मुद्दा लावून धरणे, आणखी काही प्रश्न विचारणे, वेगळ्याच मुद्द्यावर लक्ष वेधणे इ. अर्थात, तुम्ही कोणत्या परिस्थितीत आहात, ते बघून तुमचे डावपेच ठरवा. विशेषत: जेव्हा तुम्हाला नोकरीची अत्यंत आवश्यकता असताना असे डावपेच वापरताना नीट विचार करा.

वाटाघाटी महत्त्वाच्या टप्प्यावर आल्यावर तुम्ही नक्की कोणत्या मुद्यांवर काम स्वीकारणार ते काळजीपूर्वक तपासून बघा. तुमच्यासाठी काय महत्त्वाचे आहे, कंपनीच्या दृष्टीने काय महत्त्वाचे आहे, तुम्हाला हवे ते साध्य कसे करून घेता येईल, याचा विचार करा. अर्थात, उमेदवार मांडेल त्या सगळ्या मागण्या पूर्ण होत नसतातच. जोपर्यंत कंपनीला त्या उमेदवाराची आत्यंतिक गरज नसते, तोवर कंपनी उमेदवाराच्या मागण्या अर्थातच मान्य करत नाही.

शेवटी, संभाषणाचा रागरंग नीट ओळखा आणि तुमच्या अंत:प्रेरणेवर विश्वास ठेवा. तुम्हाला खूपच दडपणाखाली ठेवल्याची किंवा तुमच्यावर खूपच जबरदस्ती झाल्याची भावना मनात असेल, तर ही नोकरी कदाचित तुमच्यासाठी योग्य नाही. कारण मुलाखातकाराच्या दबावाला बळी पडून आपण ही नोकरी करतो आहोत, ही भावना घेऊन तुम्ही किती दिवस नोकरी कराल? नोकरीच्या करारावर सही करण्याआधी तुमच्या मनाला गोष्टी पटल्या नसतील, तर खुशाल ही नोकरीची संधी सोडून द्या. नंतर पश्चाताप होण्यापेक्षा नोकरी न स्वीकारणं केव्हाही योग्य!

लिखित स्वरूपातील ऑफर

मुलाखत चांगली झाली आणि तुम्हाला नोकरी मिळाल्याचं सांगण्यात आलं. तुम्हाला आनंद होणं स्वाभाविक आहे, पण हुरळून जाऊ नका. जोपर्यंत तुम्हाला नोकरीवर रुजू होण्यासाठी लिखित स्वरूपातील पत्र मिळत नाही, तोपर्यंत आनंदी होऊ नका! का?

तुम्हाला नोकरीमधल्या सुविधा, इन्सेंटिव्हज इ. सर्व गोष्टींची माहिती या पत्रात मिळणं अपेक्षित आहे. या पत्राच्या ड्राफ्टची मागणी करा व तुम्हाला सांगितलेल्या सर्व बाबी त्यात लिहिल्या गेल्या आहेत, याची खात्री करून घ्या. फोनवरून किंवा तोंडी स्वरूपात मुलाखतकाराने किंवा कंपनीच्या प्रतिनिधीने तुम्हाला बेसिक पगाराची रक्कम सांगितली असते. ते ठीक आहे. पण सुट्टीचे दिवस, विमा किंवा निवृत्तिवेतनाचं काय? किंवा कामाच्या स्वरूपाबद्दल काय? तुम्ही ज्या क्षणी 'हो' म्हणाल, त्याक्षणी तुमच्या पुढच्या वाटाघाटींची शक्यता संपून जाते. कायदेशीर दृष्ट्यादेखील हा शाब्दिक करार असतो. **लिली झँग** (MIT, मॅसॅच्युसेटस् इन्स्टिटट्यूट ऑफ टेक्नॉलॉजी) म्हणतात[2]–

> ''आधी 'हो' म्हणून मागे फिरणं आणि पुन्हा विचार करण्यासाठी वेळ मागणं हे अगदी अव्यावसायिक आणि कमकुवत विचारसरणी दाखवतं.''

मग 'हो' म्हणण्याच्या आधी तुम्ही काय बोलाल? खालील काही नमुने आहेत, त्याचा आधार तुम्ही घेऊ शकता.

> ''मी तुमच्याबरोबर काम करू शकतो, याचा मला खरंच खूप आनंद आहे. मला ऑफर लेटर मिळाली की परत तुमच्याशी कधी संपर्क साधू शकतो?''

या तंत्राचा बहुतेकवेळा उपयोग होताना दिसतोच. आम्ही काहीच ठिकाणी कंपन्या केवळ शाब्दिक करारांचा आग्रह धरताना बघितल्या आहेत. पण तुम्ही त्या कंपनीला तुमच्या प्रमाणिकपणाबद्दल खात्री पटवून द्या आणि तरीही लिखित

कराराबद्दल आग्रह धरा. उदा.

> "कामावर रुजू न होण्याचं काहीच कारण नाही, परंतु नोकरीसंबंधीचा करार लिखित स्वरूपात मला मिळाला तर अधिक बरं होईल. त्यानंतर मी माझा शेवटचा निर्णय लगेच कळवेनच."

सह्या झाल्या, काम स्वीकारल्यावर केवळ तो करारच परत पाठवू नका. त्याबरोबर एक औपचारिक, काम स्वीकारल्याच्या आशयाचं पत्रही लिहा. त्यात रुजू होण्याचा दिवस स्पष्ट लिहा. हे पत्र लहानच असू दे, मात्र त्यात अपॉईंटमेंट पत्राबद्दल आभार मानायला विसरू नका.

एकदा सही करून तुम्ही कागदपत्रे पाठवलीत की तुमच्या हायरिंग मॅनेजरच्या संपर्कात रहा. पहिल्या दिवसाची काय तयारी आवश्यक आहे, याची जबाबदारीने विचारणा करा. उदा. तुम्ही काम सुरू करण्याच्या आधीच्या दिवसात एखादी कार्यशाळा वगैरे असेल, ज्याला तुम्ही उपस्थित राहणं तुमच्या फायद्याचं आहे, तर त्याबद्दल माहिती मिळवा, त्या कार्यक्रमाला हजेरी लावा. आधीच्या नोकरीतील काही कागदपत्रे मार्गी लावायची असतील, तर ते नोटीसच्या काळात ती कामे नीट, काळजीपूर्वक करा. तुमची काम करण्याची इच्छा व उत्सुकता तुम्हाला नवीन नोकरीमध्ये, भविष्यात उपयोगी पडेल. ज्या क्षणी तुम्ही करारावर सह्या करता, तुमचं काम सुरू होतं, केवळ ऑफिसमध्ये जाण्याची औपचारिकता शिल्लक असते.

नोकरी नाकारताना

कधीतरी नशीबाने तुमच्या हातात एकाऐवजी नोकरीचे आणखी काही पर्याय उपलब्ध असतात, त्यांची ऑफर लेटर्सही आलेली असतात. त्यामुळे आता पर्याय तुम्हाला निवडायचा असतो. किंवा कधीतरी एकच ऑफर हातात असते परंतु तुम्हाला ती फारशी पसंत पडलेली नसते. यापैकी काहीही असलं तर, "नो थँक्स" हे विनम्रपणे म्हणावंच लागतं.

नोकरीला नकार देताना अत्यंत विनम्र शब्द वापरा आणि तुम्हाला भेटलेल्या प्रत्येकाचे आभार माना. कारण आज जरी तुम्ही तिथून बाहेर पडत असलात तरी कदाचित भविष्यात तुम्हाला इथल्या संपर्काची गरज पडू शकते. तुमचा निर्णय झाला की वेळ न घालवता स्पष्टपणे व निसंदिग्धपणे तो सांगून टाका. कंपनीला ताटकळत ठेवू नका. कारण त्यांना दुसरा उमेदवार शोधायचा असतो.

तुम्हाला दुसरीकडे चांगली संधी मिळाली म्हणून ही नोकरी नाकारत असाल तर त्याचे तपशील देत बसू नका. त्याची गरज नसते. त्याऐवजी कंपनीचे कौतुक करा, पण तुम्ही तुमच्या करियरच्या ध्येयांमध्ये ही नोकरी बसत नसल्यामुळे ती नाकारता आहात, ते सांगा. तुमच्यासाठी हा निर्णय अवघड होता, तेही सांगा. मुलाखतीदरम्यान आढळलेल्या काही चुकीच्या गोष्टींचा उल्लेख करू नका. आमच्या अनुभवानुसार ते समजू शकतं. तुमचा अनुभव वगैरे गोष्टी पुन्हा सांगू नका, कंपनीला आधीच त्या माहित आहेत.

महत्त्वाचा प्रश्न हा आहे की, हा नकार फोनवर कळवायचा की ई-मेलने? सर्वात महत्त्वाचं, चालढकल न करता, ताबडतोब नकार कळवून टाका. आमच्या मते, फोन करून स्वत: नकार कळवून टाका. त्यानंतर नकाराचे औपचारिक पत्र पाठवून द्या.

हा फोन करताना, आदराने व नम्रपणे बोला. 'व्यावसायिक', 'स्वागतार्ह' अशा विशेषणांचा वापर करून बोला पण अतिशयोक्ती टाळा. कारण तुम्ही नकार देत आहात. कंपनीच्या प्रतिनिधीला ''माफ करा परंतु...'' किंवा ''दुर्दैवाने...'' अशा शब्दांनी सुरुवात करून तुमचा नकार कळवा. नकाराचे कारण थोडक्यात सांगा. बोलताना व्यावसायिक दृष्टिकोन सोडू नका. कंपनीच्या प्रतिनिधीला धक्का बसणं स्वाभाविक आहे. तुमच्या नकारामागच्या कारणांसाठी तुम्हालाही प्रश्न विचारले जाऊ शकतात, त्या प्रश्नांचा नीट विचार करून शांतपणे उत्तरे द्या. कोणत्याही कारणाने नकार देत असाल तरी कोणाचाही अपमान होणार नाही, याची काळजी घ्या.

आता सर्वांत वाईट भाग संपला आहे. एक औपचारिक, संक्षिप्त पत्र लिहून विषय

संपवून टाका. तुमच्या परिस्थितीनुसार पत्राचा मजकूर ठरवा. उदा.

''तुमच्या कंपनीत मला नोकरीची ऑफर दिल्याबद्दल मन:पूर्वक धन्यवाद. माझी निवड केल्याचा मला आनंद आहे. फोनवर बोलल्याप्रमाणे, मला दुसरीकडे संधी मिळत असल्यामुळे (जी माझ्या करियरच्या अनुषंगाने योग्य आहे) मी तुमची ऑफर स्वीकारू शकत नाही.

आपली भेट व मुलाखतीचा अनुभव खूपच चांगला होता. माझ्या सर्व प्रश्नांची उत्तरे देण्यासाठी आपण वेळ काढलात, त्याबद्दल मी खरेच आपला आभारी आहे. तुमच्या कंपनीमध्ये काम करणे शक्य नसल्याबद्दल मी आपली माफी मागतो, शुभेच्छा!''

कोणतीही नोकरी नाकारणं सोपं नाही. परंतु पर्यायाची निवड हा निर्णय प्रक्रियेचा अत्यावश्यक व अटळ भाग आहे. पत्राचा शेवट सकारात्मक शब्दांनी करा. कारण त्या कंपनीतील व्यक्ती तुम्हाला कुठेही अन्यत्र भेटण्याची शक्यता असते. तुमच्या मुलाखतकाराचे किंवा कंपनीचे, तुमच्याबद्दलचे मत वाईट किंवा नकारात्मक होऊ देऊ नका.

राजीनामा देताना

प्रत्येक दिवशी, जगामध्ये असंख्य व्यक्ती नोकऱ्या सोडत असतात, त्यासाठी नोटीसा देत असतात. तुम्ही बॉसला सांगितलं की, ''मी नोकरी सोडतोय. हा माझा राजीनामा. ३ महिन्यांची नोटीस दिली आहे आणि १८ दिवसांची रजा शिल्लक आहे.'' त्यावर बॉसची प्रतिक्रिया काहीही असू शकते. पण एक प्रश्न तो नक्की विचारेल, ''नोकरी सोडण्याचं कारण काय?'' काही जणांना ही बॉसवर सूड उगवायची उत्तम संधी वाटू शकते. ''मला या गोष्टी पटत नाही. तुमच्या कंपनीला काहीही भवितव्य नाही. मी माझ्या योग्यतेची दुसरी नोकरी शोधू शकतो., म्हणून मी नोकरी सोडतो आहे.''

थां...बा!... कंपनी, बॉस किंवा सहकाऱ्यांबद्दल तुमचा अनुभव कितीही कटू असला तरी कोणाला असे दुखावू नका. नोटीस देण्यापासून कामाच्या शेवटच्या दिवसापर्यंत व्यावसायिक दृष्टिकोन आणि शिष्टाचार पाळा.

पहिलं म्हणजे, तुम्हाला जे पटलं नाही, ते तुम्ही वेळीच बोलून दाखवलं असतं तर कदाचित बॉसने त्यात लक्ष घातलं असतं. तुम्ही जर तसं करूनही परिस्थिती बदलली नसेल तर तुमच्या नोकरी सोडण्यामागचं हे कारण, पुन्हा अधोरेखित करण्याची गरज नाही.

दुसरं म्हणजे, आधी म्हटल्याप्रमाणे या कंपनीतील सहकारी / बॉस तुम्हाला भविष्यात भेटण्याची शक्यता असते. कदाचित नवीन नोकरी हे तुमच्या प्रश्नाचं उत्तर असू शकत नाही, नवीन नोकरीतही अनेक समस्या असू शकतात. उदा. कंपनीची पुनर्रचना, नवीन बॉसशी न पटणं किंवा कंपनीतील राजकारण इ. म्हणून कंपनी सोडताना कोणाला दुखावून बाहेर पडू नका.

सर्वांत महत्त्वाचं म्हणजे, तुम्ही कुठेही आणि कितीही नोकऱ्या केल्यात, तरी तुमची स्वतःची एक विशिष्ट प्रतिमा असते. ती डागाळू देऊ नका. लोकांनी चांगल्या गुणांसाठी तुमची आठवण काढली पाहिजे. तुमच्यामागे तुमच्याबद्दल चांगलं मत व्हावं, असंच तुम्हाला वाटतं ना?

तुम्ही स्वतःसाठी काही निर्णय घेता व तो निर्णय कृतीत उतरवता. एखादी नोकरी सोडणं ही व्यावसायिक गोष्ट आहे, वैयक्तिक नाही. म्हणूनच सकारात्मक भावनेने नोकरी सोडा.

नवीन नोकरीचे सुरुवातीचे दिवस

नव्या नोकरीतील सुरुवातीचे काही आठवडे आणि महिने अतिशय आव्हानात्मक असतात. का? कारण तुम्ही काहीही केलं तरी त्याचा नवीन ठिकाणी तुमच्या यशावर किंवा अपयशावर थेट परिणाम होणार असतो.

तुम्हाला स्वतःला सिद्ध करून तुमच्याबद्दलची विश्वासार्हताही तयार करावी लागते. तसं जर तुम्ही करू शकलात तर यशाच्या पायऱ्या चढत जाता आणि जर तुम्ही

अपयशी ठरलात तर तुमचं ध्येयावरचं लक्ष ढळतं आणि सतत संघर्षच करत राहावा लागतो. शेवटी, तुमची संघर्ष करायची ताकदच संपायला लागते. तुम्हाला हे असं व्हायला हवं आहे का?

मग यशस्वी होण्यासाठी काय लागतं?

तुमची मुलाखत उत्तम झाली आहे, मुलाखतकाराच्या पसंतीस तुम्ही उतरले आहात, ऑफर लेटर तुमच्या हातात आहे आणि आता त्यावर तुम्ही सही करणार आहात. आता पुन्हा तोच प्रश्न, यशस्वी होण्यासाठी काय लागतं?

आम्ही तुम्हाला सल्ला देऊ की हे पुस्तक पुन्हा पहिल्यापासून वाचा. परिस्थितीजन्य प्रश्नांची उत्तरे कशी द्यायची, ते पुन्हा वाचा. कारण आता ते प्रत्यक्षात करायची वेळ आली आहे. नवीन नोकरीत असे अनेक प्रश्न उद्भवणार आहेत. त्यात भर म्हणजे, आता वैयक्तिक आव्हानंही स्वीकारावी लागणार आहेत. तुम्हाला माहीत असलेले व शक्य असलेले सर्व उपाय करूनही, काही गोष्टी नव्याने शोधाव्या लागणार आहेत. आधीच्या पद्धतीनेच काम करता येईल, असे नाही. पण आता जास्तीचे प्रयत्न म्हणजे नक्की काय आणि कसे करायचे? काही तांत्रिक किंवा व्यवस्थापकिय कौशल्य नव्याने शिकायला हवी आहेत का? तुमच्या कामाच्या शैलीत तुम्हाला बदल करावा लागेल का?

सावधगिरी हीच गुरुकिल्ली

चुकीच्या गोष्टी करणं, हे फार सोपं असतं. विशेषत: तुम्हाला नकोसं काम करावं लागलं की त्याची सवय होते. लोकं तुमच्याविषयी मतं तयार करतात, 'आळशी', 'अकार्यक्षम', 'नकोसा', 'कंटाळवाणा' असे शिक्के बसतात. तिथून अधोगतीला सुरुवात होते. म्हणूनच कामाच्या ठिकाणी पहिले काही आठवडे स्वत:ची योग्य प्रतिमा तयार करा. त्यावरून तुमच्याबद्दलच्या अपेक्षा तयार होणार आहेत. आणि एक जरी चूक तुमच्याकडून झाली तरी नकारात्मक अपेक्षांना खतपाणी मिळेल.

अर्थातच, तुम्हाला हे घडायला नको असणार. त्यासाठी सर्वांत महत्त्वाची गोष्ट म्हणजे स्व-भान ठेवा. नवीन ठिकाणी काम समजून घेणे, निर्णय प्रक्रिया समजून घेणे हे महत्त्वाचे आहेच. पण तुम्ही तुमची प्रतिमा कशी घडवता हेही समजून

घ्यायला हवे. नवीन ओळखी वाढवा, ज्यांचा तुम्हाला भक्कम पाठिंबा आणि प्रामाणिक प्रतिक्रिया मिळेल. तुमची जुनी मित्रमंडळी, सहकारी मागच्या कंपनीत होते. त्यांच्याकडून तुम्ही अजूनही निस्पृह सल्ल्याची अपेक्षा ठेवू शकता, पण आता नवीन सहकारी, नवीन बॉस यांच्याशी तुम्हाला नातं जोडायचं आहे.

सगळ्यांशी मैत्री करा

सामान्यपणे, नोकरीत नव्याने कामाला सुरुवात केल्यावर आपण बॉसची मर्जी संपादन करण्याचा प्रयत्न करतो. त्यानंतर आपले टीममधल्या सदस्यांशी मैत्री करावी लागते. कारण आपल्याला त्यांच्याबरोबरच काम करायचं असतं. (किंवा हाताखालच्या सहकाऱ्यांशी)

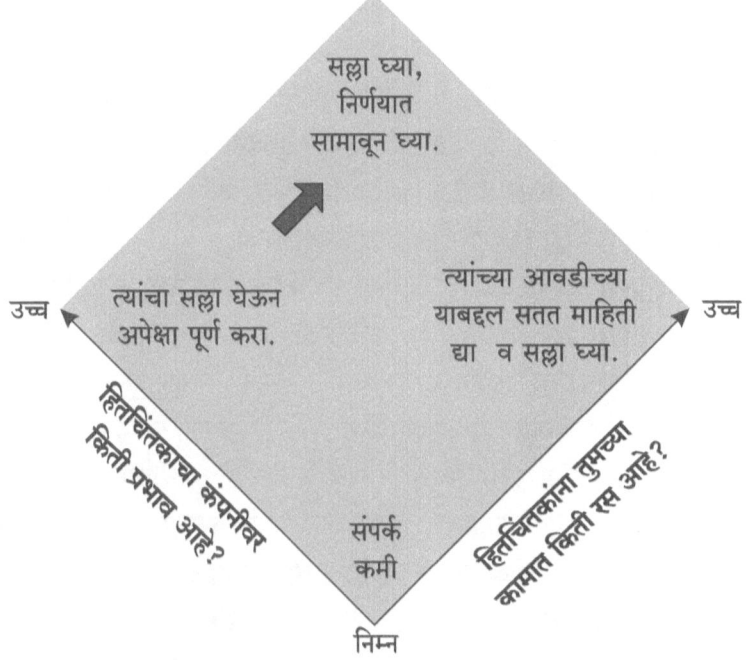

आकृती ९.२ : कंपनीच्या हितचिंतकांना हाताळताना

पण असं करू नका. फक्त आपल्या वरिष्ठांशी किंवा कनिष्ठांशीच नातं जोडणं पुरेसं नाही. तुमचे ग्राहक, वितरक, पुरवठादार किंवा तुमच्या दैनंदिन वर्तुळाबाहेरच्या

व्यक्तींशीही तुमचं स्वतंत्र नातं निर्माण करण्याचा प्रयत्न करा. ज्यांचा या कंपनीतला अनुभव तुम्हाला मार्गदर्शक ठरेल, अशा, कदाचित आता नोकरीत नसणाऱ्या सदस्यांशीही संपर्क साधा. सहकारी आडमुठे किंवा बिलकुल सहकार्य न दाखविणारेही असतात. त्यांच्याशीही संवाद साधायचा प्रयत्न करा. कदाचित तुम्ही त्यांची समस्या जाणून घेऊ शकता, कदाचित तुमचं काम/मदत त्यांना हवी असेल. कदाचित तेच तुमची परीक्षा बघत असतील आणि मग तुमच्याशी बोलतील. त्यामुळे सगळ्यांशीच खेळीमेळीचे संबंध प्रस्थापित करा.

तुम्ही टीममध्ये नवीन आहात, त्यामुळे सर्व सहकाऱ्यांना तुमच्या बाजूने करून घेण्यासाठी प्रयत्न करा. तुम्ही घेतलेले निर्णय, तुमची कृती आणि तुम्ही काम करत असलेल्या प्रोजेक्टचा परिणाम लोकांवर होणार आहे. त्यातील काही सहकाऱ्यांचा तुमच्या करियरवरही दूरगामी प्रभाव राहणार आहे. अशा सदस्यांचा तुम्हाला पाठिंबा मिळण्यासाठी, आधी ते कोण आहेत ते ओळखा आणि हळूहळू त्यांच्याशी ओळख वाढवा. नियोजनबद्ध पद्धतीने तुमच्या ओळखी वाढवल्यात तर त्यांचा तुम्हाला खूप मोठा पाठिंबा व आधार मिळू शकतो. कंपनीशी संबंधित महत्त्वाच्या व्यक्तींची, तुमच्या निर्णय प्रक्रियेत किंवा प्रोजेक्टमध्ये मदत घ्या. त्यांच्या प्रतिक्रिया समजून घ्या. तुमच्याबद्दल त्यांचे मत नकारात्मक कधीही होऊ देऊ नका. तुम्ही काय करता, तुमच्या लेखी महत्त्वाच्या गोष्टी, कंपनीच्या कामाबद्दलची तुमची बांधिलकी या सगळ्या घटकांनी मिळून तुमच्याबद्दल मत तयार होत असतं. अशा महत्त्वाच्या व्यक्तींचा पाठिंबा मिळाला तर कंपनीतही तुमचं वजन वाढेल, सहकारीही गांभीर्याने बघतील. अशा तऱ्हेने तुमची प्रतिमा बनवलीत तर तुमच्या यशाची शक्यता वाढते. कंपनीच्या पदाधिकाऱ्यांशी, हितचिंतकांशी चांगले संबंध प्रस्थापित झाले तर तुमच्याबद्दल त्यांना माहिती असेल आणि तुम्ही काय करू शकता किंवा काय करणार आहात, याचीही त्यांना खात्री पटेल. म्हणजेच, योग्यवेळी त्यांचा पाठिंबा तुम्हाला मिळवता येईल. तुमच्या बाजूने तुम्ही संवाद साधला नाहीत, तर त्यांच्यात व तुमच्यात कायमच अंतर राहील, तुमचं काम त्यांच्यापर्यंत पोहोचणार नाही आणि वेळप्रसंगी तुम्हाला मदत करायला ते असमर्थ ठरतील. म्हणूनच व्यक्तींना जिंका, त्यांचा विश्वास संपादन करा. वरिष्ठांपासून

कनिष्ठांपासून सगळ्यांशीच मैत्रीपूर्ण संबंध बनवा. मधून-मधून, तुमच्याबद्दलचं त्यांचं मत बदललं तर नाही नां, याची खातरजमा करून घ्या. आणि स्वत:च्या मेहेनतीवर स्वत:चं स्थान कंपनीत तयार करा.

जुळवून घ्या आणि शिस्तबद्ध व्हा

सुरुवातीला तुमच्या भूमिकेत बदल घडवण्यापूर्वी कंपनीच्या वातावरणाशी स्वत:ला जुळवून घ्या.

खूप गोष्टी अशा असतील, ज्या तुम्हाला करायला आवडतात व तुम्हाला कौशल्याने करताही येतात. पण त्यातल्या सगळ्याच गोष्टी, तुमच्या व्यावसायिक कामात उपयोगी पडतील असं नाही. तुमच्या ॲप्रेझलवर त्याचा काही परिणाम होणार नाही. तसंच, अशा काही गोष्टी असतील, ज्या तुम्हाला जमत नाही, करायला आवडत नाहीत, परंतु तुम्हाला कराव्या लागतील. यशस्वी होण्यासाठी त्या गोष्टी शिकणं गरजेचं आहे.

तुमच्या बॉसबरोबर मिटिंग करून तुमच्या कामाची सुरुवातीची उद्दिष्टे ठरवता येतात का ते बघा. ही उद्दिष्टे तात्कालिक व तात्पुरती असतील कारण तुम्ही अजूनही कंपनीत नीट रुळले नाही आहात. पण ती सुरुवात करण्यासाठी उपयोगी पडतील. एकदा तुम्हाला असे घटक सापडले की, त्यानुसार स्वत:ला तयार करा. तुमचं काम तुमच्या सवयीचं होईपर्यंत तुम्हाला सतत स्वत:वरंच लक्ष ठेवावं लागेल. कंपनीमध्ये काही प्रशिक्षण शिबिरे असतील, तर त्याला जरूर हजेरी लावा. त्याची माहिती मिळवा. तुमच्या वेळेचा योग्य वापर करून सहकाऱ्यांकडून माहिती मिळवा. सहा महिन्यांच्या कालावधीत तुम्ही चांगले रुळाल, तयार व्हाल.

पण जर तुम्ही कंपनीतल्या वातावरणाशी जुळवून घेतलं नाहीत किंवा स्वत:ला खूप समजतंय अशा अविर्भावात वावरलात, तुमचंच म्हणणं सगळ्यांनी ऐकलं पाहिजे, असा आग्रह धरलात, तर तुम्हाला कोणीही सहकारी मदत करणार नाहीत, तुम्ही एकटे पडाल. तुम्हाला विचारण्यात येत नाही, तोवर कंपनीच्या समस्या ओळखून बॉसला किंवा सहकाऱ्यांना सल्ले देऊ नका. त्याऐवजी, सकारात्मकता ठेवा. काम पूर्ण करताना येणाऱ्या अडचणी ओळखू आल्या तरी संयम बाळगा व योग्य वेळी

बोला. कार्यपद्धतीत बदल घडवून आणायचा असेल, तर तुम्ही कोणत्या गोष्टींना महत्त्व देता, ते बॉसला, सहकाऱ्यांना, तुमच्या वर्तनातून दिसू दे. त्यामुळे तुम्ही कंपनीत हवेहवेसे वाटाल व लोकप्रिय व्हाल आणि योग्यवेळी सहकाऱ्यांचा पाठिंबाही मिळवाल. त्यामुळे तुमचा आत्मविश्वासही वाढीला लागेल व मुलाखतीची तयारी सार्थकी लागल्याचं समाधानही मिळेल. आता तुम्ही योग्य निर्णय घेतला आहे आणि तुम्ही योग्य मार्गावर वाटचाल करू लागला आहात! तुमची नवी नोकरीही मुलाखतीचाच पुढचा भाग आहे समजून करियरकडे गांभीर्याने बघा.

उज्ज्वल भविष्यासाठी आणि प्रगतीसाठी हार्दिक शुभेच्छा!

ॐ

NOTES

৪০৫২

प्रकरण १ :– तुम्ही योग्य उमेदवार आहात का ?

1. J Gapper, 'Bankers and Lawyers are on an Unhealthy Treadmill', *Financial Times,* 2013, http: / /w w w.ft . com / intl / cms / s / 0 / 0becb502-7dd4-11e3-95dd-00144feabdc0.html? siteedition=intl (accessed 12 March 2014).

2. G Bensinger, 'Amazon's Current Employees Raise the Bar for New Hires', *The Wall Street Journal,* 2014, http://www.wsj. com/news/articles/SB100014240527023047535045792851 33045398344 (accessed 12 March 2014).

3. Poll by the career networking site After College, in W Hamilton, 'More Than 4 in 5 College Seniors Don't Have Jobs Lined Up', *Los Angeles Times,* 7 May 2014, http://www.latimes.com/ business/la-fi-mo-more-than-4-in-5-college-seniors-dont-have-jobs-lined-up-20140507-story.html (accessed 4 June 2014).

4. In India, 16.3 per cent of urban males who are graduates or above in the age group of up to twenty-nine years are unemployed, as per the latest available 2011-12 National Sample Survey. The rate of unemployment goes up by another 12.5 per cent if diploma and certificate holders are added to the

equation. Data has been sourced from A Sasi and S Bhattacharjee, Jobs Report Gloomy, Prospects Worst for Graduates, Shows All-India Govt Data', *The Indian Express,* 1 April 2014, http: // indianexpress.com/article/india/politics/jobs-report-gloomy-prospects-worst-for-graduates-show-all-india-govt-data/ (accessed 4 June 2014); Y Sharma, 'What Do You Do with Millions of Extra Graduates?', *BBC News,* 1 July 2014, http://www.bbc.com/news/business-28062071 (accessed 19 September 2014); A Giridharadas, 'A College Education Without Job Prospects', *The New York Times,* 30 November 2006, http://www.nytimes.com/2006/11/30/business/worldbusiness/30college.html?pagewanted=all (accessed on 4 June 2014).

5.   Y Sharma, 'What Do You Do with Millions of Extra Graduates?', BBC *News,* 1 July 2014, http://www.bbc.com/news/business-28062071 (accessed 19 September 2014).

6.   Ibid.

7.   P Jha, 'Nurturing Your Passion Necessary to Sustain a Career', *The Economic Times,* 10 January 2014, http://m.economictimes.com/jobs/nurturing-your-passion-necessary-to-sustain-a-career/articleshow/28608327.cms (accessed 10 September 2014).

8.   BASF, 'Can't Find Anything Suitable? You Can Still Apply!', *BASF Corporate Careers,* 2014, https: / / www.basf.com / group / corporate / en / careers / career_de / How_to_7_0_d, (accessed 4 June 2014).

9.   J Stegemann, 'Seven Things a Headhunter Won't Tell You', *Forbes Personal Finance,* 26 July 2012, http://www.forbes.com /sites/deborahljacobs/2012/07/26/7-things-a-headhunter-wont-tell-you/ (accessed 4 June 2014).

10. BP Burkhart, 'How to Use LinkedIn for Career Success', *Financial Times,* 4 June 2014, http://www.ft.com/intl/cms/s/2/ f949789c-e037-11e3-9534-00144feabdc0.html#axzz33k8hkEN2 (accessed 4 June 2014).

11. G Moran, '10 Social Selling Lessons from Gil Gunderson', *MarketingThink,* 26 April 2014, http://marketingthink.com/10-social-selling-lessons-gil-gunderson/ (accessed 4 June 2014).

12. Jobvite, 'Socially Acceptable. The State of Social Recruiting in *2013',* *Jobvite,* September 2013, http: / /blog.jobvite.com / wp-content / uploads / 2013 / 09 / 2013-Jobvite-Social-Recruiting-Survey-Results.png (accessed 4 June 2014).

13. BP Burkhart, 'How to Use LinkedIn for Career Success', *The Financial Times,*4 June 2014, http://www.ft.com/intl/ cms/s/2/f949789c-e037-11e3-9534-00144feabdc0. html#axzz33k8hkEN2 (accessed 4 June 2014).

14. D Chakravarty, 'Have You Reached a Dead End in Your Career?', The *Economic Times,* 21 July 2014, http://m.economictimes.com/jobs/have-you-reached-a-dead-end-in-your-career/articleshow/msid-38666186.cms (accessed 10 September 2014).

15. LinkedIn search on 12 June 2014.

16. Google search https://www.google.co.in/ search?q=melissa+ford&rlz=1I7SVEE_deDE403GB406&ie= UTF-8&oe=UTF-8&sourceid=ie7&gfe_rd=cr&ei= 2eBXU7irHM6BuASw0IGoDg (accessed 23 April 2014).

17. DM Scott, 'About the Apollo Artifacts Blog and the Author/ Collector', *Apollo Artifacts,* 2014, http://www.apolloartifacts, com/2007/01/about_the_apoll.html (accessed 12 March 2014).

18. Google search https://www.google.com/search?sourceid=nav client&aq=&oq=david+merman+scott&hl=en-GB&ie=UTF-8&rlz=IT4SVEE_deGB406GB407&q=david+merman+scott& gs_l=hp...0il0l5.0.0.0.2480 O.ZNTHKFp-6fO#hl=en-GB&q=david+meerman+scott (accessed 23 April 2014).

19. G Moran, 'Social Media Career Advice for the Class of 2014', *Business2Community,* 3 May 2014, http://www.business2 community.com/social-media/social-media-career-advice-class-2014-0867839 (accessed 4 June 2014).

20. G Moran, '10 Social Selling Lessons from Gil Gunderson', *MarketingThink,* 26 April 2014, http://marketingthink.com/10-social-selling-lessons-gil-gunderson/ (accessed 4 June 2014).

21. O Adams, '7 Ways You're Abusing Social Media during Your Job Search', *Come Recommended,* 14 May 2014, http://comerecommended.com/7-ways-youre-abusing-social-media-job-search/ (accessed 4 June 2014).

22. Name and Twitter handle are changed. Twitter bio slightly altered to maintain anonymity.

23. DL Jacobs, 'What to Say on LinkedIn When You've Been Laid Off', *Forbes,* 10 November 2011, http://www.forbes.com/sites/ deborahljacobs/2011/10/11/what-to-say-on-linkedin-when-youve-been-laid-off/ (accessed 1 May 2014).

24. Jobvite, 'Socially Acceptable. The State of Social Recruiting in 2013', *Jobvite,* September 2013, http://blog.jobvite.com/wp-content / uploads /2013/09/2013-Jobvite-Social-Recruiting-Survey-Results.png (accessed 4 June 2014).

25. R Rigby, 'Working Smarter. Craft a Cringe-Free Personal Statement', *Financial Times,* 2014, http:// www.ft.com/intl/cms/ s/0/a26ccbbc-bcO8-l le3-84fl-00144feabdc0.html (accessed 22 April 2014).

26. Ibid.

27. C Choi, 'Top 10 Overused LinkedIn Profile Buzzwords of 2013", *LinkedIn Official Blog,* 2013, http://blog.linkedin.com/2013/12/11/buzzwords-2013/ (accessed 23 April 2014).

28. J Stegemann, 'Seven Things a Headhunter Won't Tell You', *Forbes Personal Finance,* 26 July 2012, http://www.forbes.com/sites/ deborah jacobs / 2012 / 07 / 26 / 7-things-a-headhunter-won't-tell-you/ (accessed 4 June 2014).

29. P Jha, 'Nurturing Your Passion Necessary to Sustain a Career', *The Economic Times,* 10 January 2014, http://m.economictimes.com/jobs/nurturing-your-passion-necessary-to-sustain-a-career/articleshow/28608327.cms (accessed 10 September 2014).

30. Dell, 'Interviewing at Dell', Dell, 2014, http: / / www.dell.com/learn/ in/en/incorpl /interviewing-at-dell (accessed 10 September 2014)

31. S Vedantam, 'Employers Forced to Judge Job Candidates' Career Trajectory', *NPR,* 2014, http://www.npr.org /2014/08/06/338234070 /employers-forced-to-judge-job-candidates-career-trajectory (accessed 23 August 2014).

32. A Doyle (n.d.), 'Employment Background Checks', *About.com,* http: / / jobsearch.about.eom / cs / backgroundcheck / a / background.htm (accessed 18 March 2014).

33. R Sharma, 'The Secret Behind Background Checks in India – and Why They Fail', *Quartz India,* 2014, http://qz.com/308888/the-secret-behind-background-checks-in-india-and-why-they-fail/ (accessed 1 January 2015).

34. In the US, the Free and Accurate Credit Transactions Act of 2003 (FACTA) makes it possible for you to get a free credit

report every year from the major credit bureaus. To make sure you land on the right website, that is, the one which allows you to get a free credit report and not on an imposter website charging you money, use the link from the US Federal Trade Commission portal, http://www.ftc.gov/freereports (accessed 18 March 2014).

प्रकरण २:– मुलाखतीची प्रत्यक्ष तयारी

1.   S Sandberg, *Lean In: Women, Work, and the Will to Lead* (New York: WH Allen, Random House, 2013).

2.   Microsoft, 'India Student and Graduate Programs', *Microsoft Careers,* 2014, http:/ /careers.microsoft.com/careers/ en / in /interviewing, aspx (accessed 1 September 2014).

3.   Adapted from S Besmertnik, 'Hiring Checklist: 4 Characteristics That Matter', *The Build Network,* 2013, http:/ /thebuildnetwork.com / team-building / conductor-talent-assessment / (accessed 17 March 2014).

4.   TL Friedman, 'How to Get a Job at Google', *The New York Times,* 23 February 2014, http:/ /www.nytimes.com/ 2014/ 02/ 23/ opinion/ sunday / friedman-how-to-get-a-job-at-google.html (accessed 25 April 2014).

5.   M Caroselli, *Leadership Skills for Managers,* (New York, NY: McGraw-Hill, 2000) p. 71.

6.   Join Bain, 'What we look for', *Bain and Company,* 2014, http:/ /www.joinbain.com / apply-to-bain/ what-bain-looks-for / default.asp (accessed 5 June 2014).

7.   Ibid, an adapted and abbreviated example of skills companies are looking for.

6.	J Grasz, 'CareerBuilder Study Reveals Surprising Factors that Play a Part in Determining who Gets Hired', *CareerBuilder,* 2013 http://www.careerbuilder.com/share/aboutus/ pressreleasesdetail.aspx?sd=8 /28 / 2013&id=pr778&ed=12 / 31/2013 (accessed 26 April 2014).

9.	Comment by J Ornum to A Moran, 'The #1 Interview Trap Question', *LinkedIn Post,* 23 April 2014, http://www.linkedin. com / today / post / article / 20140423133949-10878085-the-1-interview-trap-question?trk=tod-home-art-list-large_0 (accessed 24 April 2014).

10.	JK Rowling, *Harry Potter and the Chamber of Secrets* (New York: Scholastic, 1999).

11.	PG Sharma, 'Job Interview: The Right Question', *Mumbai Mirror,* 18 March 2014, http://timesofindia.indiatimes.com/ life-style / relationships / work/Job-interview-The-right-question/articleshow / 23640381.cms (accessed 1 September 2014).

12.	Cost-to-company (often abbreviated as CTC) is the amount that an employee costs a company. It includes the employee's actual gross salary plus all other expenditure the company has because of the employee, for example: dearness allowance, incentives or bonus payments, conveyance, housing allowance, medical allowance, leave travel allowance, vehicle allowance, cell phone allowance, contribution to pension funds, subsidized meals. However, office phone bills and office space rent should not be included in the cost-to-company figure.

13.	M Rowh, 'First Impressions Count', *American Psychological Association,* November 2012, http:/ /www.apa.org/gradpsych

/2012 / 11 / first-impressions.aspx (accessed 5 June 2014).

14. C Shaw, 'Dress For Success: The White Lab Coat Effect and the Subconscious Experience', *Beyond Philosophy - Building Great Customer Experiences.* 2013 http://www. beyondphilosophy.com/blog/ dress-for-success/ (accessed 9 May 2014).

15. Google, 'Ten Things We Know to Be True', *Google Company,* 2014 http://www.google.com/about/company/philosophy/ (accessed 9 May 2014).

16. L Ryan, 'How to Answer Stupid Interview Questions', *LinkedIn Article,* 2014, http://www.linkedin.com/today/post/ article/ 20140308065251-52594-how-to-answer-stupid-job-interview-questions?trk=object-title (accessed 23 April 2014).

17. Salisbury, 'Interview Stress and Anxiety', *Salisbury University Career Services,* 2009, http://www.salisbury.edu/ careerservices/ students/Interviews/ Stress.html (accessed 23 April 2014).

18. We fully credit Liz Ryan, CEO of Human Workplace for this great idea of answering a stupid question. See: L Ryan, 'How to Answer Stupid Interview Questions', *LinkedIn Article,* 2014, http://www.linkedin.com/ today /post/ article/20140308065251 -52594-how-to-answer-stupid-job-interview-questions? trk=object-title (accessed 23 April 2014).

प्रकरण ३:– प्रथमदर्शनी मत व तुमचे स्थान

1. A Cohen, 'Interview Questions: Hiring Experts Reveal their Favorites', *Business Week,* 9 January 2014, http:/ /www. businessweek.com / articles /2014-01-09/ interview-

questions-hiring-experts-reveal-their-favorites# (accessed 31 March 2014).

2. S MacFarland, 'Why Should Companies and Employees Have Shared Values?', *The Huffington Post,* 2013, http:/ /www. huffingtonpost.com / scott-macfarland / why-should-companies-and-_b_4225199.html (accessed 14 March 2014).

3. R Hastings, 'Netflix Culture: Freedom & Responsibility', 2009, http://www.slideshare.net/reed2001/culture-1798664 (accessed 14 March 2014).

4. See: RS Kaplan and DP Norton, *Strategy Maps* (Boston, MA:Harvard Business School Publishing, 2004); R Rumelt, *Good Strategy, Bad Strategy* (London: Profile Books, 2012).

5. For more information refer to: M Porter, 'The Five Competitive Forces that Shape Strategy', *Harvard Business Review,* January 2008.

6. See: DD Rodger, *Change-Friendly Leadership. How to Transform Good Intentions into Great Performance* (Liberty, MO: Maxwell Stone, 2012); HJeff, 'Best Interview Technique You Never Use', *Inc.com,* 11 September 2012, http:/ / www.inc.com / jeff-haden/best-interview-technique-you-never-use.html (accessed 20 April 2014).

7. Ibid.

प्रकरण ४:– तुमचा अनुभव आणि तुमची महत्त्वाकांक्षा

1. Dell, 'Interviewing at Dell', *Dell,* 2014, http:/ /www.dell.com/ learn/in / en/ incorpl/ interviewing-at-dell (accessed 10 September 2014).

2. S Biswas, '5 Ways to Recover from Career Mistakes', *The Economic Times,* 14 February 2014, http:/ /m.economictimes. com / industry / jobs / 5-ways-to-recover-from-career-mistakes / articleshow / 30369570.cms (accessed 10 September 2014).

3. Merriam-Webster, 'Ambition', *Merriam-Webster Dictionary,* 2014, http:/ / www.merriam-webster.com / dictionary / ambition (accessed 14 May 2014).

4. S Biswas, '5 Ways to Recover from Career Mistakes', *The Economic Times,* 14 February 2014, http:/ /m.economictimes. com / industry / jobs / 5-ways-to-recover-from-career-mistakes /articleshow/ 30369570.cms (accessed 10 September 2014).

प्रकरण ५:- कृतीशीलतेबाबतचे प्रश्न

1. P Skillings, 'Behavioral Interview: Tips for Crafting Your Best Answers', *Big Interview,* 2011, http:/ /biginterview.com/blog /201I / 02/behavioral-interview.html (accessed 18 March 2014).

2. D Chakravarty, 'Lack of These Six Skills Can Harm Your Career', *The Economic Times,* 30 June 2014, http:/ /m. economictimes.com/industry / jobs/ lack-of-these-six-skills-can-harm-your-career/articleshow/ 37379099.cms (accessed 1 September 2014).

3. R Goffee and G Jones, *Clever: Leading Your Smartest, Most Creative People* (Boston, MA: Harvard Business Press, 2009).

4. M Bower, 'Developing Leaders in a Business', *McKinsey Quarterly,* November 1997, http:/ /www.mckinsey.com / insights/ leading_in_the_21st_century / developing_

leaders_in_a_business?cid=other-eml-ds-mip-mck-oth-1403 (accessed 25 March 2014); M Bower, *The Will to Lead* (Boston, MA: Harvard Business School Press, 1997).

5. Ibid.

6. JW Gardner, On *Leadership* (New York, NY: Free Press, 1990).

7. This model is called the *Cohen-Bradford Model of Influence without Authority.* AR Cohen and DL Bradford, 'The Influence Model: Using Reciprocity and Exchange to Get What You Need', *Journal of Organizational Excellence,* Winter 2005.

8. J Segal and M Smith, 'Conflict Resolution Skills', *Helpguide.org,* 2014, http://www.helpguide.org / mental / eq8_conflict_resolution.htm (accessed 7 June 2014).

9. RR Blake and JS Mouton, 'The Fifth Achievement', *Journal of Applied Behavioral Science,* vol. 6, no. 4, 1970, pp. 413-426.

10. L Perlow, 'The Time Famine: Toward a Sociology of Work Time', *Administrative Science Quarterly,* vol. 44, 1999, pp. 57-81.

11. TM Amabile and LA Perlow, 'Time Pressure and Creativity: Why Time Is Not on Your Side', *HBS Working Knowledge,* 2002, http:// hbswk.hbs.edu/ item / 3030.html (accessed 21 March 2014).

12. Ibid.

प्रकरण ६: तुमचं व्यक्तिमत्त्व आणि तुमची कार्यपद्धत

1. R Rumelt, *Good Strategy. Bad Strategy* (London: Profile Books, 2011); W Messner, *Making the Compelling Business Case* (Houndmills: Palgrave Macmillan, 2013).

2. A Cohen, 'Interview Questions: Hiring Experts Reveal Their Favorites', *Business Week,* 9 January 2014, http:/ /www. businessweek.com / articles / 2014-01-09 / interview-questions-hiring-experts-reveal-their-favorites# (accessed 31 March 2014).

3. D Chakravarty, 'Lack of These Six Skills Can Harm Your Career', *The Economic Times,* 30 June 2014, http: / /m.economictimes.com / industry / jobs / lack-of-these-six-skills-can-harm-your-career /articleshow / 37379099.cms (accessed 10 September 2014).

4. P Das, '5 Life Lessons to Learn from Azim Premji', *Business Insider,* 25 September 2014, http:/ /www.businessinsider.in/ 5-Life-Lessons-To-Learn-From-Azim-Premji/articleshow/ 43402591.cms (accessed 1 January 2015).

5. EC Sinoway, 'No, You Can't Have It All', *Harvard Business Review,* October 2012.

6. Ibid.

7. W Guzzardi and CA Riley, 'Wisdom from the Giants of Business', *Fortune,* 3 July 1989, http:/ /money.cnn.com/ magazines/fortune/fortune_archive/1989/07/03/72183/ (accessed 1 May 2014).

8. Ibid.

9. Press Trust of India, 'Narayana Murthy Named among 12 Greatest Entrepreneurs', *Business Today,* 28 March 2012, http:// businesstoday.intoday.in / story / narayana-murthy-fortune-greatest-entrepreneurs/1 /23567.html (accessed 1 January 2015).

10. RA Moran, 'The #1 Interview Trap Question', *LinkedIn Article,* 23 April 2014, http:/ /www.linkedin.com/ today/pos t/ article /

20140423133949-10878085-the-1-interview-trap-question?trk=tod-home-art-list-large_0 (accessed 24 April 2014).

11. Comment by M Hollobon to: Ibid.

12. Comment by J Sturmfels to: Ibid.

प्रकरण ७ : विशिष्ट प्रकारच्या मुलाखती

1. S Garlieb, 'Effective Questions to Ask at a Job Fair', *AMA American Marketing Association,* https:/ /www.ama.org/ career/Pages/Effective-Questions-to-Ask-at-a-Job-Fair.aspx (accessed 26 April 2014).

2. Press Trust of India, 'Employees Using Social Media before Making Any Career Move', *The Economic Times,* 30 July 2014. http:/ /m.economictimes.com/ industry / jobs / employees-using social-media-before-making-any-career-move/articleshow /39300865. cms (accessed 10 September 2014).

3. INXPO, 'Virtual Career Fair Case Study: P&G Western Europe', *INXPO,* 2014, http:/ /web.inxpo.com/ virtual-career-fair-case-study-p-g/ (accessed 26 April 2014).

4. E Glazer, 'Virtual Fairs Offer Real Jobs', *The Wall Street Journal,* 31 October 2011, http:/ /online.wsj.com/ news/ articles/ SBl0001424052970204505304577004284131407576 (accessed 26 April 2014).

5. H Menhenett, 'Tips for the Telephone Interview', *The Guardian Jobs,* 2014, http:/ /jobs.theguardian.com / article / 4286077 / tips-for-the-telephone-interview/ (accessed 1 May 2014).

6. S Adams, 'How to Ace a Job Interview on the Phone', *Forbes,* 2 July 2012, http:/ /www.forbes.com/ sites/ susanadams/ 2012/ 02/ 07/how-to-ace-a-job-interview-on-the-phone/ (accessed 1 May 2014).

7. J Borg, *Body Language* (Upper Saddle River, NJ: Pearson Education, 2008), p. 9. A scholastic analysis of the integrated relationship between speech and gesture can be found in: SD Kelly et. al., 'Putting Language Back in the Body: Speech and Gesture on Three Time Frames', *Developmental Neuropsychology,* vol. 22, no.1, 2002, p. 323-349.

8. Dell, 'Interviewing at Dell', Deil, 2014, http:/ /www.dell.com/ learn/ in/en/incorp l/ interviewing-at-dell (accessed 10 September 2014).

9. Join Bain, 'Interview Preparation', *Bain and Company,* 2014, http:/ /www.joinbain.com / apply-to-bain / interview-preparation / default, asp (accessed 8 June 2014); Dave, 'The Written Case Interview-Some Advice from a Recent MBA Graduate at Bain', *#Bainvoices,* 2013, http:/ /blog.joinbain.com / 2013 /11 /18 / the-written-case-interview-some-advice-from-a-recent-mba-graduate-at-bain/ (accessed 8 June 2014).

प्रकरण ९ : मुलाखतीनंतर

1. L Ryan, 'Know When to Bail on the WrongJob Opportunity – and Do It!', *LinkedIn Article,* 2 February 2014, http:// www. linkedin. com / today / post / article / 20140202070637-52594-know-when-to-bail-on-the-wrong-job-opportunity-and-do-it?trk= object-title (accessed 26 April 2014).

2.   L Zhang, 'Get It in Writing: Why You Absolutely Must Have a Written Job Offer', *The Muse,* 2014, https:/ /www.themuse. com/ advice/ get-it-in-writing-why-you-absolutely-must-have-a-written-job-offer (accessed 10 June 2014).

3.   MD Watkins, *Your Next Move* (Boston, MA: Harvard Business Press, 2009).

෧෧෨

लेखकांविषयी...

प्रतिभा मेस्स्नर

प्रतिभा या 'ग्लोबस रिसर्च' संस्थेच्या निर्देशकपदी असून जर्मनी, भारत, सिंगापूर, स्वित्झर्लंड, ब्रिटन आणि अमेरिका या देशांमध्ये यांनी प्रकल्प अधिकारी, व्यावसायिक आव्हानांचे व्यवस्थापक आणि विविध सेवानियंत्रक म्हणून आंतरराष्ट्रीय अनुभव कमावला आहे. डॉएच्च बँक, इ-कॅपिटल आणि डॉएच्च सॉफ्टवेअर इंडिया अशा मोठ्या व ख्यातनाम कंपन्यांमध्ये त्यांनी काम केले आहे. व्यावसायिक जोखीम व त्याचे व्यवस्थापन, आंतरराष्ट्रीय कार्यप्रणालीचे विकसन यांसाठीची कार्यप्रणाली, प्रतिभा यांनी विकसित केली आहे. तसेच अनेक सेवाकेंद्रातील व्यवहारातील बदलांचे व्यवस्थापन, आपत्ती व्यवस्थापनातील सुधारणांची क्षमता तपासणे, दैनंदिन सेवा व्यवहारातील क्षमता वाढवणे, बँकेतील देय रकमांसाठी सांकेतिक प्रणाली तयार करणे इ. कामासाठी त्यांनी पद्धतशीर कार्यप्रणाली विकसीत केली आहे.

या विविध भूमिका व जबाबदाऱ्या पार पाडताना प्रतिभा यांचा विविध कनिष्ठ कर्मचारी सहाय्यक, प्रकल्प अधिकारी, विविध व्यवसायातील वरिष्ठ अधिकारी व व्यवस्थापक यांच्याशी संपर्क होता. औद्योगिक क्षेत्रातील सर्व प्रकारच्या कर्मचारी वर्गाच्या गरजांखेरीज विविध कंपन्यामधील कर्मचाऱ्यांच्या भरतीच्या प्रक्रियेतही त्या सहभागी होत्या.

या सगळ्या दीर्घ प्रवासात त्यांच्या एक गोष्ट लक्षात आली ती म्हणजे, तुमचं ज्ञान आणि कौशल्य यांच्याइतकंच तुम्ही मुलाखत कशी देता, हीसुद्धा अत्यंत महत्त्वाची व निर्णायक बाब आहे. संभाषण कौशल्य, कामातील कौशल्य, उत्सुकता,

लवचिकता आणि योग्य गोष्टींची बांधिलकी या घटकांचे कौशल्य आत्मसात केले तर उमेदवाराच्या मूळच्या व इच्छित कामाच्या स्वरूपात मोलाची भर पडते.

प्रतिभा यांनी अॅशरिज बिझनेस स्कूल/सिटी युनिव्हर्सिटी (यु.के.) येथून एम्.बी.ए. तर बॅंगलोर विद्यापीठातून अभियांत्रिकची विशेष प्रावीण्यासह पदवी प्राप्त केली आहे. तसेच प्रोजेक्ट मॅनेजमेंट इन्स्टिटट्यूट (यु.एस.) या संस्थेतर्फे त्यांना प्रोजेक्ट मॅनेजमेंट PMP® म्हणून प्रमाणित करण्यात आले आहे.

वोल्फगांग मेस्स्नर

वोल्फगांग हे मैसूर येथील 'मायरा स्कूल ऑफ बिझीनेस' या शिक्षणसंस्थेत 'आंतरराष्ट्रीय व्यवस्थापन' या विषयाचे सहाय्यक प्राध्यापक आहेत. तसेच 'ग्लोबस रिसर्च' या संस्थेच्या निर्देशकपदी कार्यरत आहेत. युरोप व भारतातील अत्यंत ख्यातनाम व महत्त्वाच्या बहुराष्ट्रीय कंपन्यांसाठी (बी.एम्.डब्ल्यू, कॅपजेमिनी, कॉमर्झबॅंक, क्रेडिट सुइस्स, डॉएच्च बॅंक, एरिक्सन, हिताची, इन्फोसिस इ.) वोल्फगांग यांनी सल्लागार, म्हणून काम केले आहेत तसेच या कंपन्यांमध्ये त्यांनी नेतृत्त्व विकसनाच्या प्रशिक्षण कार्यशाळा राबवल्या आहेत.

याशिवाय, इंडियन इन्स्टिटट्यूट ऑफ मॅनेजमेंट (बंगलोर), इंडियन इन्स्टिटट्यूट ऑफ मॅनेजमेंट (कोझीकोड), रॉयल डॉक्स बिझनेस स्कूल (ब्रिटन), वर्झबर्ग विद्यापीठ (जर्मनी), डब्ल्यू.एच.यू.-ओटो बेईशम स्कूल ऑफ मॅनेजमेंट येथे व्याख्याता म्हणून ते काम करतात.

वोल्फगांग यांचा औद्योगिक व व्यवस्थापन क्षेत्रातील सल्लागार म्हणून प्रदीर्घ अनुभव आहे. त्यामुळेच या क्षेत्रांतील विविध गरजा, व संधी यां विषयांवर त्यांचा सखोल अभ्यास आहे. सध्या ते अनेक बिझिनेस स्कूलशी विविध कारणांनी संबंधित असल्यामुळे औद्योगिक क्षेत्रात काम क़रू इच्छिणाऱ्यांसाठी ते मार्गदर्शक ठरले आहेत. वोल्फगांग यांचे हे पुस्तक म्हणजे या क्षेत्रातील वाचकांसाठी योग्य व अयोग्य गोष्टी समजावून सांगणारा मार्गदर्शकच आहे.

वोल्फगांग यांनी मार्केटिंग या विषयासत कॅसेल विद्यापीठ (जर्मनी) ची डॉक्टरेट मिळवली आहे. वेल्स विद्यापीठ (ब्रिटन) येथून त्यांनी 'आर्थिक व्यवस्थापन' या

विषयात एम्.बी.ए. ही पदवी विशेष प्रावीण्यासह प्राप्त केली आहे. त्याआधी टेक्निकल युनिव्हर्सिटी, म्युनिक (जर्मनी) व युनिव्हर्सिटी ऑफ न्यू कॅसल अपॉन टाइन (ब्रिटन) येथून 'बिझनेस इन्फर्मेटिक्स' या विषयातील 'मास्टर्स' ही पदवी मिळवली आहे. त्याशिवाय युनिव्हर्सिटा पर स्ट्रेनेरी दी पेरूग्वे (इटली) व हार्वर्ड बिझिनेस स्कूल (अमेरिका) येथून स्ट्रॅटेजिक मार्केटिंग मॅनेजमेंट या विषयात शिक्षण मिळवले आहे. वोल्फगांग यांची ६ पुस्तके प्रकाशित झाली असून, विविध विषयांवरच्या संशोधन पत्रिकांमधून त्यांचे लेख प्रसिद्ध झाले आहेत. बिटकॉम, पी.एम्.आय. नासकॉम आणि जी-इमिसा अशा संस्थांनी आयोजित केलेल्या अनेक राष्ट्रीय व आंतरराष्ट्रीय परिषदांमध्ये त्यांनी आपले शोधनिबंध सादर केले आहेत.

৪০৫২